ഒരു ഉന്മാദിയുടെ
ദിനസരിക്കുറിപ്പുകളും
മറ്റു കഥകളും

**oru unmadiyude dinasarikkurippukalum
mattu kathakalum**

•

nikolai gogol

•

first chintha edition
january 2011

•

typesetting & published
chintha publishers, thiruvananthapuram

•

printed
akshara offset, thiruvananthapuram

•

cover
abdul azeez

•

വിതരണം

ദേശാഭിമാനി ബുക്ക് ഹൗസ്

H O തിരുവനന്തപുരം–695 001

ബ്രാഞ്ചുകൾ

ഓവർബ്രിഡ്ജ് തിരുവനന്തപുരം • കെ എസ് ആർ ടി സി ബസ് സ്റ്റേഷൻ ആല
പ്പുഴ • കെ എസ് ആർ ടി സി ബസ് സ്റ്റേഷൻ എറണാകുളം • കലൂർ കൊച്ചി •
ഐ ജി റോഡ് കോഴിക്കോട് • മാവൂർ റോഡ് കോഴിക്കോട് • എൻ ജി ഒ യൂണിയൻ
ബിൽഡിങ് കണ്ണൂർ • സെൻട്രൽ ബസ് ടെർമിനൽ കോംപ്ലക്സ് താവക്കര
കണ്ണൂർ • മച്ചിങ്ങൽ ലെയ്ൻ തൃശൂർ

CO - 1542 / 2629

ഒരു ഉന്മാദിയുടെ ദിനസരിക്കുറിപ്പുകളും മറ്റു കഥകളും

നിക്കോളായ് ഗൊഗോൾ

പരിഭാഷ

കെ കെ ചന്ദ്രൻ

ചിന്ത പബ്ലിഷേഴ്സ്
തിരുവനന്തപുരം-695 001

നിക്കോളായ് ഗൊഗോൾ

1809ൽ റഷ്യയിലെ ഉക്രെയ്നിലാണ് നിക്കോളായ് ഗൊഗോൾ ജനി ച്ചത്. പോളിഷ് പ്രഭു കുടുംബത്തിലെ അംഗമായിരുന്നു, ഗൊഗോളിന്റെ മാതാവ്. പിതാവ് വാസിലി ഗൊഗോളാവട്ടെ, ഉക്രെയ്നിലെ കൊസാക്കു വർഗത്തിൽപ്പെട്ട കവിതാപാരമ്പര്യമേറെയുണ്ടായിരുന്ന വ്യക്തിയായി രുന്നു. വളരെ ചെറുപ്പത്തിൽത്തന്നെ സാഹിത്യാഭിനിവേശം ഗൊഗോളിൽ പ്രകടമായിരുന്നു. അക്കാലത്ത് ഏറെ അന്തർമുഖത്വം പ്രകടിപ്പിച്ചിരുന്ന കൊച്ചുഗൊഗോളിനെ കൂട്ടുകാർ വിളിച്ചിരുന്നത്, 'നിഗൂഢതയുള്ള കുള്ളൻ' എന്നായിരുന്നു. അഭിനയശേഷി കുട്ടിക്കാലത്തുതന്നെ ഗൊഗോളിൽ പ്രക ടമായിരുന്നു. അദ്ദേഹം അക്കാലത്ത് ഒരു നടനാവാൻ ഏറെ അഭിലഷി ച്ചിരുന്നു. സ്കൂൾ വിദ്യാഭ്യാസത്തിന്റെ അവസാനവർഷം തന്നെ ഗൊഗോൾ തന്റെ ആദ്യത്തെതും അവസാനത്തെതുമായ കവിതാസമാ ഹാരം പ്രസിദ്ധീകരിച്ചിരുന്നു. പ്രസിദ്ധീകരിക്കപ്പെട്ട കവിതകളുടെ പതി പ്പുകളെല്ലാംതന്നെ കണ്ടെടുത്ത് നശിപ്പിച്ച ഗൊഗോൾ, ജീവിതത്തിൽ ഒരി ക്കലും കവിതയെഴുതുകയില്ലെന്ന് ശപഥം ചെയ്യുകയായിരുന്നു. കാൽപ്പ നികവൽക്കരിക്കപ്പെട്ട വിപരിണാമലോകത്തെയാണ് ഗൊഗോൾ തന്റെ നോവലുകളിൽ ആവിഷ്കരിച്ചത്. കാഫ്കയുടെ സങ്കീർണമായ കഥാ പ്രപഞ്ചത്തിൽ വികസിച്ചുകാണുന്ന ഒരുതരം വിഭ്രാമകദർശനത്തിന്റെ ബീജങ്ങളാണ് ഗൊഗോൾ വിതച്ചത്. ആക്ഷേപഹാസ്യവും വിഷാദവും ദുരന്തവും പ്രതീക്ഷകളും ഇരമ്പുന്ന അസാധാരണമായ ആവിഷ്കാര മാണ് *Diary of a Mad man* (ഒരു ഉന്മാദിയുടെ ദിനസരിക്കുറിപ്പുകൾ) ഒരു മനുഷ്യൻ, തന്റെ ആത്മാവുമായി നടത്തുന്ന തീക്ഷ്ണമായ സംഘർഷമാണ് ഇതിന്റെ പ്രമേയം. അന്യൂനമായ ഭാവനാവിലാസം കൊണ്ടും ഭാഷയുടെ മാസ്മരികശക്തികൊണ്ടും സമ്പന്നമായ ഗൊഗോൾ കൃതികൾ ലോകമെങ്ങുമുള്ള വായനക്കാരെ ഇന്നും അഗാധമായി സ്വാധീ നിക്കുന്നുണ്ട്.

കെ കെ ചന്ദ്രൻ

കോഴിക്കോട് ജില്ലയിലെ പേരാമ്പ്ര സ്വദേശി. പേരാമ്പ്ര ഹൈസ്കൂൾ, ബ്രണ്ണൻ കോളേജ് തലശേരി, കോഴിക്കോട് ഗവൺമെന്റ് ആർട്സ്& സയൻസ് കോളേജ് എന്നിവിടങ്ങളിൽ വിദ്യാഭ്യാസം. ഇപ്പോൾ കുത്താലി വൊക്കേഷണൽ ഹയർ സെക്കന്ററി സ്കൂളിൽ അധ്യാപകൻ. ആനുകാ ലികങ്ങളിൽ എഴുതാറുണ്ട്. *നേരെ ചെല്ലുന്ന വീട്* (കവിതാ സമാഹാരം) എന്ന കൃതി പ്രസിദ്ധീകരിച്ചു.

    ഭാര്യ   : അനിത

    മക്കൾ   : നിലീന, അക്ഷയ്

ഉള്ളടക്കം

പ്രസാധകക്കുറിപ്പ്

ഭ്രാന്തൻ സ്വപ്നങ്ങളോടേറ്റുമുട്ടുന്ന പച്ചയായ ജീവിത യാഥാർഥ്യങ്ങൾക്കു മുന്നിൽ കാലിടറുന്ന ഒരു ഓഫീസ് ജീവനക്കാരന്റെ വിഹ്വലതകളാണ് ഗൊഗോളിന്റെ ഡയറി ഓഫ് എ മാഡ്മാൻ ആവിഷ്കരിക്കുന്നത്. നിഷേധിക്കപ്പെട്ട സൗഭാഗ്യങ്ങളുടെ ഭ്രമാത്മക ചിത്രങ്ങളും സാധാരണ ജീവി തത്തിന്റെ ദൈന്യതകളും ഇടകലരുമ്പോൾ ഗൊഗോൾ കഥ കളിലെ യാഥാർഥ്യം അതിന്റെ വേരുകൾ വിച്ഛേദിക്കാതെ തന്നെ കാൽപ്പനികതയുടെയും ഒരളവുവരെ ഭ്രമാത്മകത യുടെയും ഭാവുകത്വതലം ആവിഷ്കരിക്കുന്നു. ഉന്മാദിയുടെ ദിനസരിക്കുറിപ്പുകൾക്കു പുറമേ നെവ്സ്കി പ്രോസ്പെക്ത്, ഛായാചിത്രം എന്നീ കഥകൾകൂടി ഉൾപ്പെടുന്നതാണ് ഈ സമാഹാരം.

ഗൊഗോൾ സാഹിത്യത്തിന്റെ ഭാവലോകത്തിലേക്ക് തുറ ക്കുന്ന ജാലകങ്ങളാണ് അനന്യസുന്ദരങ്ങളായ ഈ കഥ കൾ.

പരിഭാഷകന്റെ കുറിപ്പ്

നിക്കോളായ് ഗൊഗോളിന്റെ വാക്കുകളിൽ അദ്ദേഹത്തിന്റെ കഥാ പാത്രങ്ങളിലധികവും ചുണ്ട്പൊള്ളിയവരും കണ്ണുപൊട്ടിയവരുമാണ്. സാമൂഹ്യമായ ജീർണതകളും അതിന്റെ സമ്മർദങ്ങളുമാണ് അവരെ അങ്ങനെ ആക്കിത്തീർക്കുന്നതിനുള്ള കാരണം. അന്ധതയുടെ ലോക ത്തിരുന്ന് ചുറ്റും നടക്കുന്നതു കാണാനും സ്വന്തം വൈരൂപ്യത്തെ തിരി ച്ചറിയാനും അവർക്ക് കഴിയാതെപോകുന്നു. ഒരു ഘോഷയാത്രയിലെ മേളങ്ങൾക്കൊപ്പം ചുമലേറ്റപ്പെട്ട പ്രതിമപോലെ നീങ്ങിപ്പോകാൻ മാത്രമേ അവർക്ക് ആവുന്നുള്ളൂ. കണ്ണുകളുള്ളവരും അവരോടൊപ്പം അണിചേ രുകയും സ്വന്തം താൽപ്പര്യങ്ങൾക്ക് അവസരങ്ങൾ വിനിയോഗിക്കുകയും ചെയ്യുന്നു. എന്നാൽ കണ്ണുള്ളവരിൽ ചിലർ ഉൾക്കണ്ണുള്ളവർ കൂടിയാ ണ്. അവർ യാഥാർഥ്യങ്ങളെ തിരിച്ചറിയുകയും അതിനോടേറ്റുനിൽക്കാ നാവാതെ പരാജിതരായി സ്വന്തം സ്വപ്നലോകങ്ങളിൽ ജീവിക്കാൻ വിധി ക്കപ്പെടുകയും ചെയ്യുന്നു. അവരാണ് ഉന്മാദികളായി പരിണമിക്കുന്നത്.

ഗൊഗോളിന്റെ സ്ത്രീകഥാപാത്രങ്ങൾ ഒന്നാമത്തെ വിഭാഗത്തിൽ പ്പെടുന്നവരാണ്. വ്യവസ്ഥയുടെ പരിണാമത്തിൽ സ്വത്വം തിരിച്ചറിയാ നാവാതെപോയ ഇവർ വിക്ടോറിയൻ സദാചാരബോധത്തിന്റെ ഇരകളാ ണെന്നു പറയാം. അവർ ലളിതമനസ്കരും അർഥമില്ലാത്ത വാക്കുകൾ പുലമ്പുന്നവരുമായിത്തീരുന്നത് അങ്ങനെയാണ്. ഗൊഗോളിന്റെ പുരു ഷകഥാപാത്രങ്ങളിൽ പലതരക്കാരുണ്ട്. അതിലൊരു വിഭാഗം പണവും അധികാരവും കൈയാളുന്നവരാണ്. ഈ കഥകളിലെ സാധാരണജീവി തത്തിന്റെ മണ്ഡലങ്ങളിൽ അവരെ നമുക്ക് കാണാൻ കഴിയില്ല. ഉയർന്ന വിതാനങ്ങളിലാണ് അവരുടെ സ്ഥാനം. രണ്ടാമത്തെ വിഭാഗം ആദ്യത്തെ വിഭാഗത്തോട് ചേർന്നുനിൽക്കാൻ ആഗ്രഹിക്കുന്നവരും അവരെ ഒരു വിധ

ത്തിൽ അനുകരിക്കാൻ ശ്രമിക്കുന്നവരുമാണ്. അവരാണ് ആഭാസന്മാരും താന്തോന്നികളുമായി ചിത്രീകരിക്കപ്പെടുന്നത്. മൂന്നാമത്തെ വിഭാഗം ലോലമനസ്കരും അതിതീവ്രമായ സംവേദനക്ഷമതയുള്ളവരുമാണ്. അവർ ചിത്രകാരന്മാരോ കലാകാരന്മാരോ ആണ്. അവർ ഇടതടവില്ലാതെ ദുരന്തങ്ങൾ ഏറ്റുവാങ്ങുകയും അവസാനം ജീവിതത്തോട് രാജിയാവു കയും ചെയ്യുന്നു. ഒരുവേള അവരിൽ ചിലർ സ്വന്തം ഇച്ഛകൾക്ക് നേർവി പരീതമായി കമ്പോള താൽപ്പര്യങ്ങൾക്കനുസരിച്ച് പ്രവർത്തിക്കേണ്ടിവ രുന്നു. അവരുടെ സർഗാത്മകമായ കഴിവുകൾ പൊള്ളയും ശൂന്യവുമാ യിത്തീരുന്നിടത്താണ് ഇത് അവരെ എത്തിക്കുന്നത്. ഈ തിരിച്ചറിവ് വളരെ ഭീകരമാണ്. അവർ ഉന്മാദികളായി ഭ്രാന്താലയങ്ങളിൽ അടയ്ക്ക പ്പെടുന്നു. മറ്റ് ചിലർ പൈശാചികമായ വ്യാമോഹങ്ങൾക്ക് അടിമയായി ത്തീരുകയും ഒടുവിൽ ആത്മീയതയിൽ അഭയംപ്രാപിച്ച് നഷ്ടമായ സ്വന്തം കഴിവുകളെ തിരിച്ചുപിടിക്കാൻ ശ്രമിക്കുകയും ചെയ്യുന്നു. അവർ അതിൽ വിജയിക്കുന്നുമുണ്ട്.

ഉന്മാദിയുടെ ദിനസരിക്കുറിപ്പുകൾ എന്ന കഥയിൽ മനുഷ്യഭാഷ അവരെക്കാൾ നന്നായി സംസാരിക്കാനും എഴുതാനും കഴിവുള്ള നായ് ക്കൾ കഥാപാത്രങ്ങളാവുന്നുണ്ട്. ഇവിടെ ജീവിതത്തിൽ മനുഷ്യനു സാധ്യമാവാതെപോയത് അവരെക്കാൾ താഴെത്തട്ടിലുള്ള ജീവികൾ സാധിച്ചെടുക്കുന്നതുകാണാം. അവർ പ്രണയത്തിന്റെ ഭാഷ സംസാരി ക്കുന്നു. ഒരാളുടെ വികാരങ്ങൾ മറ്റൊരാളോട് തുറന്നുപറയുമ്പോഴുള്ള സുഖത്തെക്കുറിച്ച് വാചാലമാവുന്നു. മാത്രമല്ല ഉന്നതകുടുംബങ്ങളിലെ ജീവിതവും മറ്റ് വ്യവഹാരങ്ങളും വെളിപ്പെടുന്നതു അവരെഴുതുന്ന കത്തു കളിലൂടെയും കുറിപ്പുകളിലൂടെയുമാണ്. ഈ കുറിപ്പുകളാകട്ടെ തുട ങ്ങുന്നതുതന്നെ ആ കാലത്ത് വായിക്കപ്പെടുകയും വളരെയധികം ചർച്ച ചെയ്യപ്പെടുകയും ചെയ്ത പുസ്തകങ്ങളിലെ ഉദ്ധരണികൾ ചേർത്തു കൊണ്ടാണ്. കടയിൽ കയറിച്ചെന്നു ഒരു പൗണ്ടിനു തേയില ചോദിക്കു ന്ന പശുവിനെക്കുറിച്ചുള്ള വാർത്ത മനുഷ്യനെ അസ്പൃശ്യനാക്കുന്ന ഒരു സാഹചര്യത്തെ കുറിക്കുന്നു. അതേസമയംതന്നെ ജലോപരിതലത്തി ലേക്ക് ഉയർന്നുവന്നു തല വെളിയിലേക്കിട്ട് ഒരു മത്സ്യം ഉച്ചരിച്ചവാക്കിന്റെ പൊരുൾ ജീവിതകാലം മുഴുവൻ അന്വേഷിച്ചിട്ടും കണ്ടെത്താനാവാതെ പോയ പണ്ഡിതന്മാരെ ഗൊഗോൾ കണക്കറ്റ് പരിഹസിക്കുന്നുണ്ട്, ഈ കഥയിൽ.

യൂറോപ്പിലാകമാനം ആവിബോട്ടുകളോടുകയും റെയിൽപ്പാളങ്ങളു ണ്ടാകുകയും ചെയ്യുന്ന, ഗൊഗോൾ ആവിഷ്കരിക്കുന്ന കാലം, തീർച്ച യായും സമൂഹത്തിന്റെ മുതലാളിത്തത്തിലേക്കുള്ള പരിവർത്തനത്തെ കുറിക്കുന്നു. കാതറൈൻ രാജ്ഞിയുടെ കനാൽ പദ്ധതിക്കുപോലും സെന്റ് പീറ്റേഴ്സ്ബർഗിലൂടെ നടന്നുപോകുന്ന ഒരു സാധാരണ റഷ്യൻ കർഷകന്റെ കാലിലെ ചെളി കഴുകിക്കളയാൻ കഴിയില്ലെന്നു ഗൊഗോൾ ദീർഘദർശനം ചെയ്യുന്നുണ്ട്. ഈ കഥകളിൽ ഒരിടത്ത് ഇതു സമകാലീ

നമായ ഒരവസ്ഥയുടെ ചിത്രീകരണം കൂടിയാണ്. നന്മയും സൗന്ദര്യവും ശിഥിലമായിപ്പോവുന്ന ജീവിതപരിസരങ്ങളിൽ നൈതികമായ ഒരു ജാഗ്രത ഈ കഥകളിൽ ഇഴയോടിനിൽക്കുന്നുണ്ട്.

പത്തൊമ്പതാം നൂറ്റാണ്ടിന്റെ മധ്യദശകങ്ങളാണ് ഈ കഥകളുടെ രചനാകാലം. കല്ലുപാകിയ നെവ്സ്കിയുടെ വീഥികളിൽ ചരിത്രത്തിന്റെ ആഴത്തിലുള്ള പോറലുകൾ വീണുകിടക്കുന്നുണ്ട്. അങ്ങനെ പൊങ്ങച്ച ക്കാരും ഉന്മാദികളും ധാർമികമായി അധഃപതിച്ചവരും അണിനിരക്കുന്ന ദുരന്തങ്ങളുടെ ഈ ഘോഷയാത്രയിൽ റഷ്യൻ അധികാരിവർഗത്തിനും അവരെ പിൻപറ്റുന്ന ബ്യൂറോക്രാറ്റുകൾക്കുമെതിരെ തന്റെ നർമത്തിന്റെ അതിനിശിതമായ ശരമുനതൊടുക്കാൻ ഗൊഗോളിനു കഴിയുന്നു. ആ കാലത്തെ റഷ്യൻ സാമൂഹ്യയാഥാർഥ്യങ്ങളാണ് ഈ മൂന്നു കഥകളിലും ആവിഷ്കൃതമാകുന്നതെങ്കിലും ആധുനികമായ ഒരു പുനർവായനയ്ക്ക് ഈ കൃതി തീർച്ചയായും സജ്ജമാകും.

ഒരു പരിഭാഷകനെന്ന നിലയിൽ നിക്കോളായ് ഗൊഗോളിന്റെ മൂന്നു കഥകളിലൂടെ സഞ്ചരിച്ചപ്പോഴുള്ള ചില വിചാരങ്ങൾ മാത്രമാണ് മേലു ദ്ധരിച്ചത്. കൂടുതൽ ഗഹനമായ ഒരു വായനയ്ക്ക് ഈ കൃതി സഹൃദ യർക്കു മുന്നിൽ സമർപ്പിക്കുന്നു.

കെ കെ ചന്ദ്രൻ

1

ഒരു ഉന്മാദിയുടെ ദിനസരിക്കുറിപ്പുകൾ

ഇന്ന് അസാധാരണമായ ഒരു സംഭവം ഉണ്ടായി. രാവിലെ വളരെ വൈകിയാണ് ഞാനുണർന്നത്. മാവ്റ വൃത്തിയാക്കിയ ബൂട്ടുകളുമായി വന്നപ്പോൾ ഞാൻ അവളോട് സമയം ചോദിച്ചു. പത്തുമണി കഴിഞ്ഞിട്ട് ഒരുപാട് നേരമായെന്ന് അവൾ മറുപടിപറഞ്ഞു. ഞാൻ പെട്ടെന്നു വസ്ത്ര ങ്ങളെടുത്തണിഞ്ഞു. എന്റെ വകുപ്പ് മേധാവിയുടെ നീരസമാർന്ന മുഖ മോർത്തിട്ടാണ് ഞാനിന്ന് ഓഫീസിൽ പോകാതിരുന്നത്. വളരെയധികം കാലമായി അദ്ദേഹം എന്നോട് പറയുന്നു;

"എന്റെ പ്രിയ ചങ്ങാതി, നീയെന്താണ് തലതിരിഞ്ഞുപോയത്. ചില നേരങ്ങളിൽ നീ ഉന്മാദിയെപ്പോലെ കടന്നുവരും. ആർക്കും ശരിയാക്കാൻ കഴിയാത്തവിധം നിന്റെ ജോലികളെല്ലാം താറുമാറാക്കും. തലവാചക ങ്ങളെല്ലാം ചെറിയ അക്ഷരത്തിലെഴുതും. റഫറൻസ് നമ്പറുകളും തീയ തിയും ചേർക്കാൻ മറക്കും."

അവനൊരു നാശംപിടിച്ചവനാണ്. ഞാൻ ഡയറക്ടറുടെ പഠനമു റിയിലിരുന്നു പേന നന്നാക്കുന്നതുകൊണ്ടുള്ള അസൂയയാണ് അവന്. ഭാഗ്യവശാൽ ഞാനിന്നുവരെ ഓഫീസിൽപ്പോയി ഖജാഞ്ചിയെ കാണു കയോ അയാളുടെ കയ്യിൽനിന്നു വരുന്നമാസത്തെ ശമ്പളത്തിന്റെ കുറച്ച് തുക മുൻകൂറായി വാങ്ങുകയോ ചെയ്തിട്ടില്ല.

അവിടെ ഖജാഞ്ചി എന്നൊരു സാധനമുണ്ട്. അയാൾ മുമ്പില്ലാത്ത തുപോലെ ഒരു മാസത്തെ ശമ്പളം മുൻകൂറായി തരുമെന്നു പ്രതീക്ഷി ക്കുന്നുണ്ടോ? ഈശ്വരാ, മരിക്കുന്നതുവരെ കാത്തിരിക്കേണ്ടിവരും. നിങ്ങൾ പട്ടിണിയായിരിക്കും. ക്ഷമയുടെ നെല്ലിപ്പടിവരെ യാചിച്ചെന്നി

രിക്കും. എന്നാലും ആ പിശാച് ഒന്നും നിങ്ങൾക്ക് തരില്ല. അതേസമയം വീട്ടിലെ പാചകക്കാരൻ അയാളുടെ ചെവിക്കുറ്റിക്ക് അടിക്കാറുണ്ടെന്നു ജനങ്ങൾ മുഖേന അറിയാം.

തീരെ അവസരങ്ങളൊന്നുമില്ലാത്ത ഒരു ഡിപ്പാർട്ട്മെന്റിൽ സേവനം ചെയ്തതുകൊണ്ട് നേട്ടമൊന്നുമില്ല. ഇപ്പോൾ പ്രാദേശിക പോലീസിൽ, സിവിൽ കോടതിയിൽ, ഖജനാവിന്റെ പ്രാദേശികശാഖയിൽ സ്ഥിതിഗ തികൾ വ്യത്യസ്തമാണ്. അവിടെ ഒരു മൂലയിൽ വൃത്തിയില്ലാത്ത കോട്ട ധരിച്ച് ഞെരുങ്ങി നിവർന്നിരുന്ന് എഴുതിക്കൊണ്ടിരിക്കുന്ന ഒരാളെ ചിലനേരം കാണാം. അവനൊരു കോളാമ്പിയാണ്. അവന്റെ വാടകവീട് നിങ്ങൾ കാണേണ്ടതാണ്. നിങ്ങൾ ഒരിക്കലും ഭംഗിയുള്ള ഒരു പാത്രം അവനു സമ്മാനമായി കൊടുക്കരുത്. അവൻ ചിലപ്പോൾ നിങ്ങളോട് പറയും: 'ഇത് ഡോക്ടർമാർക്ക് കൊള്ളാം' അവൻ പ്രതീക്ഷിക്കുന്നതു ഒരു വണ്ടിയോ നല്ലയിനം കുതിരകളോ—മുന്നൂറ് റൂബിൻ വിലയുള്ള രോമക്കുപ്പായമോ ആയിരിക്കും. കണ്ടാൽ ഉപദ്രവകാരിയല്ലെന്നു തോന്നുന്ന അവൻ മാന്യമായ രീതിയിൽ നിങ്ങളോട് ചോദിക്കും:

"എന്റെ പേന നന്നാക്കാൻ ഒരു കത്തി തരുമോ?"

അതിനുശേഷം പരാതിയുമായി വന്നവരോട് അവൻ കൈക്കൂലി ചോദിക്കും. എല്ലാവരും അവന്റെ അടുത്തുനിന്നു ഓടി രക്ഷപ്പെടും. അല്ലെ ങ്കിൽ ഞങ്ങളുടെ അവിടത്തെ പ്രവർത്തനങ്ങൾ നല്ലരീതിയിലാണെന്നു നിങ്ങൾ അംഗീകരിക്കേണ്ടിവരും. നല്ല രീതിയിൽ പ്രവർത്തിക്കുന്ന പ്രാദേ ശികകാര്യാലയമാണെന്നു എല്ലാവരോടും പറയേണ്ടിവരും. അവിടത്തെ മേശകളെല്ലാം നല്ലതാണെന്നും മേധാവി വളരെ നല്ലരീതിയിൽ നിങ്ങ ളോട് പെരുമാറിയെന്നും അംഗീകരിക്കേണ്ടിവരും. ഈ ജോലി നൽകുന്ന മാന്യതകൂടി ഇല്ലായിരുന്നുവെങ്കിൽ ഞാൻ ഇവിടംവിട്ട് പോകുമായിരുന്നു.

ഞാൻ എന്റെ കുപ്പായമെടുത്ത് ധരിച്ച് കുടയുമെടുത്ത് പുറപ്പെട്ടു. തെരുവ് പൊതുവെ വിജനമായിരുന്നു. മേൽവസ്ത്രം തലയിലേക്ക് വലി ച്ചിട്ട ഒരു സ്ത്രീ, കുടചൂടിപ്പോകുന്ന താടിവെച്ച കച്ചവടക്കാരൻ അല്ലെ ങ്കിൽ ഒരു സന്ദേശവാഹകൻ അത്രയെ ഉണ്ടായിരുന്നുള്ളൂ. കുലീനനാ യിട്ട് ഒരു സർക്കാർ ഗുമസ്തനെയല്ലാതെ മറ്റാരെയും ഞാൻ കണ്ടില്ല. തെരുവിന്റെ ഒരു കോണിലാണ് ഞാനവനെ കണ്ടത്. കണ്ടപാടെ ഞാൻ സ്വയം പറഞ്ഞു;

'എന്റെ പ്രിയ ചങ്ങാതി, ഓഫീസിലേക്ക് പോകുകയാണെന്നു എന്നോട് നീ പറയരുതേ. മുന്നിൽ നടന്നുപോകുന്ന പെൺകുട്ടിയുടെ കണങ്കാലുകളുടെ ഭംഗി ആസ്വദിച്ച് അവളുടെ പിറകെ നടക്കുകയായി രുന്നു നീ. നമ്മളെപ്പോലെയുള്ള സർക്കാർ ഗുമസ്തന്മാർ വലിയ കള്ളന്മാ രാണ്. ഒരു ഓഫീസിൽ ആണെങ്കിൽപ്പോലും പെണ്ണിന്റെ നിഴൽ കണ്ടാൽ പുറകെ ഓടുമെന്നു ആർക്കാണ് അറിയാത്തത്."

ഇങ്ങനെ ചിന്തിച്ച് നടക്കുമ്പോൾ പീടികക്കടുത്ത് ഒരു ഒറ്റക്കുതിര വണ്ടി ഞാൻ കാണാനിടയായി. ഡയറക്ടറുടെ കുതിരവണ്ടിയായിരുന്നു

അത്. പക്ഷേ, സാധാരണയായി സാധനങ്ങൾ വാങ്ങാൻ അദ്ദേഹം പുറത്തു പോകാറില്ല. കുതിരവണ്ടിയിൽ അദ്ദേഹത്തിന്റെ മകളായിരിക്കുമെന്നു ഞാൻ വിചാരിച്ചു. ഞാൻ വഴിയരികിലെ മതിലിനോട് ചേർന്നു നിന്നു.

വേലക്കാരൻ വണ്ടിയുടെ വാതിൽ തുറന്നപാടെ അവൾ പുറത്തേക്ക് ഇറങ്ങി.

ഈശ്വരാ, ദ്രുതഗതിയിൽ ചലിക്കുന്ന അവളുടെ കൺപീലികൾ! അവളുടെ നോട്ടത്തിനു വളരെ ഭംഗിയുണ്ട്.

മഴപെയ്യുന്ന ഈ നേരത്ത് അവൾ എന്തിനാണ് പുറത്തിറങ്ങിയത്? ഇത്തരം സ്ത്രീകൾക്ക് ആഡംബരങ്ങളോട് വലിയ താൽപര്യമാണ്.

അവൾ എന്നെ തിരിച്ചറിഞ്ഞില്ല. അവൾ കാണാതെ മറഞ്ഞു നിൽക്കാൻ ഞാൻ കഴിവതും ശ്രമിച്ചു. കാരണം ഞാൻ ധരിച്ചതു പഴയ വൃത്തിയില്ലാത്ത വസ്ത്രമായിരുന്നു. ഇപ്പോഴാണെങ്കിൽ കുപ്പായം തുന്നുന്നതു വലിയ കോളറുകൾ വെച്ചാണ്. എന്റെ കുപ്പായത്തിന്റെ കോളർ കുറിയ ഒന്നായിരുന്നു. കുപ്പായമാണെങ്കിൽ മിനുസമുള്ളതുമായിരുന്നില്ല. അവളുടെ ചെറിയ വളർത്തുനായ അവളോടൊപ്പം കടയുടെ അക ത്തേക്ക് കടക്കാൻ ഒരൽപ്പം വൈകിയതിനാൽ അത് തെരുവിൽ ഒറ്റക്കായി. എനിക്ക് അതിനെ അറിയാമായിരുന്നു. മാഡ്ഗീ എന്നാണ് അതിന്റെ പേർ. അൽപ്പസമയം കഴിഞ്ഞുകാണും ഞാനൊരു നനുത്തശബ്ദം കേട്ടു.

"ഗുഡ് മോർണിംഗ് മാഡ്ഗീ"

ആരാണ് സംസാരിച്ചത് എന്ന് എനിക്ക് മനസിലായില്ല. ഞാൻ ചുറ്റും നോക്കി. രണ്ട് സ്ത്രീകൾ കുടച്ചൂടി നടന്നുപോകുന്നുണ്ടായിരുന്നു. അതി ലൊരാൾ വൃദ്ധയും മറ്റേത് യുവതിയുമായിരുന്നു. വീണ്ടും അതേ ശബ്ദം.

"ലജ്ജാകരംതന്നെ മാഡ്ഗീ."

ഏത് ചെകുത്താനാണ് സംസാരിച്ചുകൊണ്ടിരിക്കുന്നത്? അപ്പോൾ മാഡ്ഗീ സ്ത്രീകളുടെ പിന്നാലെ നടന്നുപോകുന്ന വേറൊരു നായയുടെ മണംപിടിച്ചു നടക്കുകയായിരുന്നു. ഞാൻ മദ്യപിച്ചിട്ടുണ്ടോയെന്നു സ്വയം സംശയിച്ചു. ഒരിക്കലുമങ്ങനെ സംഭവിക്കാറില്ല.

"ഇല്ല ഫിദേൽ നിങ്ങളൊരിക്കലും ഈ രീതിയിൽ സംസാരിക്കാൻ പാടില്ല" മാഡ്ഗി പറഞ്ഞു.

അവൾ സംസാരിക്കുന്നതു ഞാൻ കണ്ടു. എന്നതാണ് ശരി. ഞാനൊരു രോഗിയായിരിക്കുകയാണോ? ഒരു ചെറിയ നായക്ക് എങ്ങ നെയാണ് മനുഷ്യന്റെ ഭാഷസംസാരിക്കാൻ കഴിയുന്നത്? ഞാൻ അത്ഭു തപ്പെട്ടു. പക്ഷേ, അടുത്തകാലത്ത് നടന്ന പല സംഭവങ്ങളും ഓർത്ത പ്പോൾ ഞാൻ അത്ഭുതപ്പെടുന്നതു നിർത്തി. കാരണം ഇതുപോലുള്ള വളരെയധികം സംഗതികൾ ലോകത്തിന്റെ പലഭാഗങ്ങളിൽ നിന്നും റിപ്പോർട്ട് ചെയ്യപ്പെട്ടിട്ടുണ്ട്.

ഇംഗ്ലണ്ടിൽ ഒരു മത്സ്യം ജലത്തിൽ നിന്നും തലപുറത്തേക്കിട്ട് വിചി ത്രമായ രണ്ട് വാക്കുകൾ ഉച്ചരിച്ചുവത്രെ. അവിടത്തെ പണ്ഡിതന്മാർ മൂന്നു

കൊല്ലം കഠിനമായി പരിശ്രമിച്ചിട്ടും അതിന്റെ അർഥം കണ്ടെത്താൻ കഴി
ഞ്ഞിട്ടില്ല എന്നാണ് റിപ്പോർട്ട്. അതുപോലെ രണ്ട് പശുക്കൾ കടയിൽ
കയറിച്ചെന്ന് ഒരു പൗണ്ടിന് ചായപ്പൊടി ആവശ്യപ്പെട്ട സംഭവം ഞാൻ
പത്രത്തിൽ വായിക്കുകയുണ്ടായി.

"ഫിദേൽ, ഞാൻ നിനക്കെഴുതിയിരുന്നു, പൊൽക്കാൻ കത്ത് തരാൻ
മറന്നതാണ്."

ഇങ്ങനെ മാഡ്ഗി പറഞ്ഞതുകേട്ടപ്പോൾ ഞാൻ വളരെ അത്ഭുത
സ്തബ്ധനായി നിന്നു. ഞാൻ ജീവിതത്തിലൊരിക്കലും നായക്ക് എഴു
താൻ കഴിയുമെന്നു കേട്ടിട്ടില്ല. വളരെ ശ്രേഷ്ഠനായ ഒരാൾക്ക് മാത്രമേ
തെറ്റില്ലാതെ എഴുതുവാൻ കഴിയുകയുള്ളൂ എന്നാണ് ഞാൻ മനസിലാ
ക്കിയത്. കുറച്ച് കച്ചവടക്കാരും കണക്കെഴുത്തുകാരും അവരുടെ സേവ
കരും ചില നേരങ്ങളിൽ എന്തെങ്കിലും കുത്തിക്കുറിക്കാറുണ്ട് എന്ന
കാര്യം ഉറപ്പാണ്. പക്ഷേ, അവരുടെ എഴുത്ത് യാന്ത്രികമാണ്. പൂർണ
വിരാമങ്ങളോ അർധവിരാമങ്ങളോ ശൈലിയോ ഉണ്ടാവില്ല.

ഇതെല്ലാം എന്നെ അത്ഭുതപ്പെടുത്തിക്കൊണ്ടിരുന്നു. ഞാൻ കുറ
ച്ചുനേരം മുമ്പ് കണ്ടതും കേട്ടതുമായ കാര്യങ്ങൾ ലോകത്തിലൊരാളും
ഇതുവരെ കാണുകയും കേൾക്കുകയും ചെയ്യാത്തതാണ്. ഞാൻ ആ
നായയെ പിന്തുടരാൻ തന്നെ തീരുമാനിച്ചു. അവൾ ഏത് തരക്കാരിയാ
ണെന്നും കാഴ്ചപ്പാടുകൾ എന്താണെന്നും കണ്ടെത്തണം. ഞാൻ കുട
തുറന്നുചൂടി സ്ത്രീകളുടെ പിന്നാലെ നടന്നു. അവർ അനേകം തെരു
വുകളിലൂടെയും നെടുവഴികളിലൂടെയും നടന്നു. അവസാനം കേക്കു
ഷ്കിൻ പാലത്തിനടുത്തുള്ള വലിയ വീടിനുമുന്നിൽ അവർ നിന്നു. അത്
എനിക്ക് പരിചയമുള്ള സ്വെർക്കോഫിന്റെ വീടായിരുന്നു. വളരെ വലിയ
ഒരു കെട്ടിടമായിരുന്നു അത്. എന്നെപ്പോലെയുള്ള സർക്കാർ ഗുമസ്ത
ന്മാരും പാചകക്കാരും കൂടാതെ അപരിചിതരായ വളരെ അധികം ആളു
കൾ അവിടെ താമസിക്കുന്നുണ്ട്. അവർ നായ്ക്കളെപ്പോലെ അവിടെ
ചുരുണ്ടുകൂടിക്കിടക്കുന്നു. കഴിയുമെങ്കിൽ കൂടുതൽ ആളുകളെകൊണ്ടു
വരാനും അവർ ശ്രമിച്ചുകൊണ്ടിരിക്കും. വളരെ നന്നായി കുഴൽവാദ്യം
വായിക്കുന്ന എന്റെ ഒരു സുഹൃത്ത് അവിടെ താമസിക്കുന്നുണ്ട്. ഞാൻ
പിന്തുടർന്നുവന്ന സ്ത്രീകൾ വീടിന്റെ ആറാമത്തെ നിലയിലേക്ക് കയ
റിപ്പോയി. ഞാൻ ഇപ്പോൾ അകത്തേക്ക് കയറിപ്പോകാതിരിക്കുന്നതാണ്
നല്ലത്. വീണുകിട്ടിയ ഈ അവസരത്തിൽ നിന്നും നേട്ടങ്ങളുണ്ടാക്കണം.

ഒക്ടോബർ – 4

ഇന്ന് ബുധനാഴ്ച ആയതിനാൽ ഞാൻ ഡയറക്ടറുടെ പഠനമുറി
യിലായിരുന്നു. നേരത്തെ ചെന്നതു ചില ഉദ്ദേശ്യങ്ങളോടെയായിരുന്നു.
എല്ലാ പേനകളും നന്നാക്കിക്കഴിഞ്ഞ് കുറെനേരം ഞാൻ അവിടെത്ത
ന്നെയിരുന്നു. ഡയറക്ടർ തീർച്ചയായും വളരെ ബുദ്ധിമാനായ ഒരാളാ
യിരിക്കണം. അദ്ദേഹത്തിന്റെ മുറിനിറയെ പുസ്തകങ്ങൾ നിരത്തിവെ

ച്ചിട്ടുണ്ട്. ചില പുസ്തകങ്ങളുടെ തലക്കെട്ടുകൾ ഞാൻ വായിച്ചുനോ
ക്കി. അവയെല്ലാം ഫ്രഞ്ച്ഭാഷയിലോ ജർമൻ ഭാഷയിലോ എഴുതിയതാ
യിരുന്നു. എന്നെപ്പോലെ മടിയനായ ഒരാൾക്ക് പഠനം പറ്റിയപണിയല്ല.
അദ്ദേഹത്തിന്റെ പെരുമാറ്റം വളരെ കുലീനമാണ്. കുലീനതയുടെ
തിളക്കം ആ മുഖത്തും കണ്ണുകളിലും തെളിഞ്ഞു കാണാം. അദ്ദേഹം
കുറച്ചുമാത്രമേ സംസാരിക്കുകയുള്ളൂ. ചിലപ്പോൾ കത്തുകൾ കൈമാ
റുമ്പോൾ അദ്ദേഹം ചോദിക്കും;

'ഇന്ന് കാലാവസ്ഥ എങ്ങിനെയുണ്ട്?'

വളരെ മോശമെന്നു ഞാൻ മറുപടി പറയും. ഞാൻ അദ്ദേഹത്തിനു
ചേരുന്ന ആളല്ല. അദ്ദേഹം രാജ്യതന്ത്രജ്ഞനാണ്. എങ്കിലും അദ്ദേഹ
ത്തിനു എന്നോട് ഒരു പ്രത്യേക മമതയുണ്ടെന്നു ഞാൻ മനസിലാക്കി
യിട്ടുണ്ട്. അദ്ദേഹത്തിന്റെ മകൾക്കും അതുണ്ടായിരുന്നെങ്കിൽ. ഒരു
വാക്കെങ്കിലും.................

ഇന്നു തേനീച്ചകൾ എന്ന പുസ്തകം വായിച്ചു. വളരെ നിസാര
മായ രാജ്യമാണ് ഫ്രാൻസ്. അവരുടെ ഭാവി എങ്ങനെയൊക്കെ ആയി
ത്തീരുമെന്നു ആർക്കുമറിയില്ല. ഒരു അവസരം കിട്ടിയിരുന്നെങ്കിൽ ഞാൻ
അവരെ ശകാരിക്കുമായിരുന്നു. എന്നാൽ കുർസുക്കുകാരൻ എഴുതിയ
പന്തിനെപ്പറ്റിയുള്ള രസകരമായ വിവരണം ഞാൻ വായിച്ചു. കുർസു
ക്കുകാർ നല്ല എഴുത്തുകാരാണ്. സമയം പന്ത്രണ്ട് മണി കഴിഞ്ഞിട്ടും
ഡയറക്ടർ തന്റെ കിടപ്പുമുറിയിൽ നിന്നു പുറത്ത് വന്നിരുന്നില്ല എന്നു
അപ്പോഴാണ് ഞാൻ ശ്രദ്ധിച്ചത്. പക്ഷേ, സമയം ഏതാണ്ട് ഒന്നരമണി
യായപ്പോൾ വിവരാണാതീതമായ ഒരു സംഭവം ഉണ്ടായി. വാതിലുകൾ
തുറന്നു. ഡയറക്ടറാണെന്നു കരുതി കയ്യിൽ കത്തുകളുമായി ഞാൻ
ചാടിയെഴുന്നേറ്റു. പക്ഷേ, അത് അവളായിരുന്നു. അവളുടെ വ്യക്തിത്വം
പറഞ്ഞറിയിക്കാവുന്നതല്ല. വിശുദ്ധമായ സന്യാസിനിയെപ്പോലെയാണ
വൾ. അവൾ വളരെ ഭംഗിയായി വസ്ത്രം ധരിച്ചിരുന്നു. അരയന്നത്തെ
പ്പോലെയുള്ള തൂവെള്ള വസ്ത്രം. വളരെ സമ്പുഷ്ടമായ വിലമതിക്കാനാ
വാത്ത ഒന്നാണ് അവൾ. അവളുടെ നോട്ടം സൂര്യോദയം പോലെ തോന്നി.
എന്റെ ആത്മാവിനുമീതെ പെയ്തിറങ്ങിയ സൂര്യപ്രകാശം. എന്നെ വണ
ങ്ങിനിന്നുകൊണ്ട് അവൾ ചോദിച്ചു:

"പപ്പ, ഇവിടെ ഇല്ലേ?"

ഒരു പക്ഷിയുടെ പാട്ടുപോലെ മനോഹരമായ ശബ്ദം. ഞാൻ പറ
യാൻ ശ്രമിച്ചുകൊണ്ടിരുന്നു.

"രാജകുമാരി എന്നെ ശിരഛേദം ചെയ്യരുത് അഥവാ ചെയ്യുകയയാ
ണെങ്കിൽ മനോഹരമായ ആ കൈകൊണ്ട്തന്നെ അത് ചെയ്യണം."

പക്ഷേ, എനിക്കൊന്നും മിണ്ടാനായില്ല.

"ഇല്ല മാഡം"

ഞാൻ പറഞ്ഞത് അത്രമാത്രം. അവൾ ആദ്യം എന്നെ നോക്കി
പിന്നെ അടുക്കിവെച്ചിരുന്ന പുസ്തകങ്ങൾ വെറുതെ പരതിനടന്നു.

അപ്പോൾ അവളുടെ കൈയിലുണ്ടായിരുന്ന തൂവാല നിലത്തുവീണു. എന്റെ ഭാഗ്യംകൊണ്ടുമാത്രമാണ് മൂക്ക് നിലത്തിടിച്ച് പോകാതിരുന്നത്. പക്ഷേ, ഞാൻ തന്നെ തൂവാല എടുത്തു. ഈശ്വരന്മാരെ, വളരെ മനോ ഹരമായ ലിനൻതുണികൊണ്ടുണ്ടാക്കിയ കുന്തിരിക്കം മണക്കുന്ന തൂവാ ലയായിരുന്നു അത്. കുലീനതയുടെ ഒരുതരം സുഗന്ധം അതിനുണ്ടാ യിരുന്നു. അവൾ ചുണ്ടുകളിളകാതെ ഒരു ചെറുചിരിയോടെ നന്ദിപറഞ്ഞ് അകത്തേക്ക് പോയി. ഞാൻ പിന്നെയും ഒരു മണിക്കൂറോളം അവിടെ ചെലവഴിച്ചു. അപ്പോൾ ഒരു വേലക്കാരൻ പുറത്തേക്ക് വന്നു പറഞ്ഞു:

"താങ്കൾക്ക് വീട്ടിലേക്ക് പോകാം. 'മാസ്റ്റർ പുറത്തെവിടെയോ പോയി രിക്കുകയാണ്."

ഈ തരത്തിലുള്ള വേലക്കാരെ തടഞ്ഞുനിർത്തി നമുക്ക് അങ്ങോ ട്ടൊന്നും ചോദിക്കാൻ കഴിയില്ല. അവർ കാര്യങ്ങൾ പറഞ്ഞ് വേഗത്തി ലങ്ങ് പോകും. എനിക്ക് അതൊന്നും അംഗീകരിക്കാൻ കഴിയില്ല. ഒരി ക്കൽ ഇതുപോലൊരാൾ ഇരിപ്പിടത്തിൽ നിന്നു എണീക്കാതെ അയാ ളുടെ പൊടിഡപ്പി എനിക്ക് തന്നു. ഞാൻ ആ വിഡ്ഢിയോട് ചോദിച്ചു:

"വളരെ ഉന്നതനായ ഉദ്യോഗസ്ഥനാണ് ഞാനെന്നു നിനക്കറിഞ്ഞു കൂടേ?"

ഞാൻ പെട്ടെന്നു തൊപ്പിയെടുത്ത് വെച്ച് വസ്ത്രമെടുത്തണിഞ്ഞ് പുറത്തേക്ക് നടന്നു. കാരണം ഇത്തരത്തിലുള്ള ആളുകളെലൊന്നും നമുക്ക് ഒരു കാര്യത്തിനും ഉപയോഗപ്പെടില്ല. ഞാൻ വീട്ടിലെത്തി കുറേനേരം കട്ടിലിൽ കയറികിടന്നു. പിന്നെ നല്ല ഒരു കവിത പകർത്തിയെഴുതി:

"കാമിനിയില്ലാത്ത നിമിഷം
സംവത്സരം കണക്കെ
അങ്ങ് കടംതന്ന ജീവിതം
എത്ര ജാഗരൂകം."

ഒരു പക്ഷേ, ഈ കവിത പുഷ്കിന്റെതായിരിക്കണം. സായാഹ്നമാ യപ്പോൾ വസ്ത്രം എടുത്തണിഞ്ഞ് ഞാൻ പുറത്തേക്കിറങ്ങി. എന്റെ രാജകുമാരിയുടെ വീടിന്റെ മുൻവാതിൽക്കൽ വളരെനേരം ഞാൻ കാത്തി രുന്നു. അവർ കുതിരവണ്ടിയിൽ കയറി പുറത്തേക്ക് പോകുമ്പോൾ ഒരു നോക്കുകാണാമെന്നു ഞാൻ കൊതിച്ചു. പക്ഷേ അവൾ വന്നില്ല.

നവംബർ – 6

ഇന്ന് വകുപ്പുമേധാവിയോട് എനിക്ക് ദേഷ്യം വന്നു. ഓഫീസിലേക്ക് കയറിച്ചെന്നപ്പോൾ എന്നെ വിളിച്ച് അയാൾ സംസാരിച്ചു;

"എന്റെ ചങ്ങാതി തുറന്നുപറയണം, എന്താണ് നിങ്ങൾ ചെയ്യാനു ദ്ദേശിക്കുന്നത്?"

ഒന്നും ഉദ്ദേശിക്കുന്നില്ല എന്ന് ഞാൻ മറുപടി പറഞ്ഞു. അയാൾ തുടർന്നു;

"പറയുന്നത് ശ്രദ്ധിക്കുക, നിനക്ക് നാൽപ്പത് വയസിലധികമായി, ബുദ്ധിയുണ്ടാകേണ്ട സമയം, നീയാരാണെന്നാണ് കരുതുന്നത്? നിന്റെ കളികളൊന്നും എനിക്ക് മനസിലാകില്ലെന്നാണോ കരുതിയത്? നീ ഡയറക്ടറുടെ മകളോടാണോ പ്രണയാഭ്യർഥന നടത്തുന്നത്? നീ തന്നെ ത്താൻ മനസിലാക്കണം. നീ ആരുമല്ല. നിനക്കുതന്നെ കഴിഞ്ഞുകൂടാൻ നയാപൈസകിട്ടുന്നില്ല. കണ്ണാടിയിൽ നിന്റെ രൂപം ശ്രദ്ധിച്ചുനോക്കിയി ട്ടുണ്ടോ?—ഇത്തരം കാര്യങ്ങൾ ചിന്തിക്കാൻ പറ്റിയ ആളാണോ നീ?"

എല്ലാം നശിച്ചുപോകട്ടെയെന്നു ഞാൻ മനസിൽ കരുതി. കാരണം മരുന്നു കുപ്പിയുടേതുപോലെയാണ് അവന്റെ മുഖം. അവനു തെറിച്ച് നിൽക്കുന്ന ജടപിടിച്ച മുടിയാണ്. അത് എന്തോ തൈലംതേച്ച് മിനുക്കി വെച്ചിരിക്കുകയാണ്. ഇത് ആർക്കും അറിയില്ലെന്നും അവനെന്തും ചെയ്യാ മെന്നുമാണോ കരുതിയിരിക്കുന്നത്? അവൻ എന്നെ വെറുക്കുവാനുള്ള കാരണം എനിക്ക് മനസിലാവുന്നുണ്ട്. ഇതെല്ലാം വെറും അസൂയയിൽ നിന്നുണ്ടാവുന്നതാണ്. അവന്റെ മാസ്റ്ററിൽ നിന്നു അവനുകിട്ടുന്നതിനെ ക്കാൾ പരിഗണന, സ്നേഹം എന്നിവ എനിക്ക് കിട്ടുന്നത് അവന്റെ ശ്രദ്ധ യിൽപ്പെട്ടിട്ടുണ്ട്. ശരിക്കും അവന്റെ മുഖത്ത് കാർക്കിച്ച് തുപ്പണം. ഒരു ശുംഭൻ കൗൺസിലറാണ് അവൻ. അവൻ സ്വർണച്ചങ്ങലയിലാണ് വാച്ച് ധരിക്കുക. അവൻ വലിയ വിലയുള്ള ബൂട്ടുകളാണ് ധരിക്കുക. ഇപ്പോൾ അവനെ ഏതോ പിശാച് പിടികൂടിയിരിക്കുകയാണ്. എന്നെപ്പറ്റി അവ നെന്താണ് മനസിലാക്കിയിരിക്കുന്നത്. ഞാൻ ഒരു സാധാരണക്കാരനോ തുന്നൽ പഠിക്കുന്നവനോ അല്ലെങ്കിൽ അധികാരമില്ലാത്ത മേധാവിയുടെ മകനോ അല്ല. ഞാൻ ഒരു മാന്യനാണ്. എനിക്ക് ഉദ്യോഗത്തിൽ കയറ്റം കിട്ടാത്തതിനു വലിയ കാരണങ്ങളൊന്നുമില്ല. എനിക്ക് നാൽപ്പത്തിരണ്ട് വയസ്സ് മാത്രമേ ആയിട്ടുള്ളൂ. ഒരാൾക്ക് ഔദ്യോഗിക ജീവിതം ആരംഭി ക്കാനുള്ള ഏറ്റവും കുറഞ്ഞപ്രായം ഇതുതന്നെയാണ്. നിങ്ങൾ കുറച്ചു കൂടി കാത്തിരിക്കൂ സുഹൃത്തേ. താങ്കൾക്ക് എന്നെ ഒരു കേണലായിട്ടോ, ഭാഗ്യമുണ്ടെങ്കിൽ അതിലും ഉയർന്ന സ്ഥാനത്തോ കാണാം. ഞാൻ ഒരു വലിയ വീട് വിലക്ക് വാങ്ങിക്കും. ചിലപ്പോൾ അത് താങ്കളുടെ വീടിനെ ക്കാൾ മികച്ചതായിരിക്കും. താങ്കളൊഴിച്ച് മറ്റെല്ലാവരും മാന്യതയില്ലാത്ത വരാണെന്നാണോ കരുതുന്നത്. ഞാൻ നല്ല സ്യൂട്ടുകൾ ധരിച്ചാൽ, താങ്ക ളെപ്പോലെ ഒരു മനോഹരമായ ഷാൾ പുതച്ചാൽ വളരെ യോഗ്യനായി ത്തീരും. നിങ്ങൾ എന്റെ ചെരുപ്പ് തുടയ്ക്കേണ്ട ഗതികേട് വരും. എന്റെ ഏറ്റവും വലിയ പ്രശ്നം ദാരിദ്ര്യമാണ്.

ഇന്ന് മുഴുവൻ സമയവും തിയറ്ററിലായിരുന്നു. റഷ്യൻ കോമാളി ഫിലാത്കയെക്കുറിച്ചുള്ളതായിരുന്നു നാടകം. നാടകം കണ്ട് പൊട്ടിച്ചി രിച്ചുപോയി. വളരെ സത്യസന്ധമായി വക്കീലന്മാരെക്കുറിച്ച് പ്രതിപാദി ക്കുന്ന മറ്റൊരു നാടകം കൂടിയുണ്ടായിരുന്നു. അധികാരികൾ ഈ നാടകം

അവതരിപ്പിക്കാൻ സമ്മതിച്ചതിൽ എനിക്ക് അത്ഭുതംതോന്നി. കച്ചവട ക്കാർ ജനങ്ങളെ വഞ്ചിച്ചുവെന്നും അവരുടെ മക്കൾ മാന്യതയില്ലാതെ പെരുമാറി കുലീന സമൂഹത്തിൽ നുഴഞ്ഞുകയറാൻ ശ്രമിച്ചുവെന്നും വളരെ ലളിതമായ ഭാഷയിൽ അതിൽ പ്രതിപാദിച്ചിട്ടുണ്ട്. പത്രപ്രവർത്ത കർ എല്ലാറ്റിനെയും ദുരുപയോഗം ചെയ്തു എന്നാണ് പറയുന്നത്. അവരെ പ്രതിരോധിക്കാൻ തന്നോടൊപ്പം നിൽക്കണമെന്നു നാടകരച യിതാവ് പൊതുജനങ്ങളോട് ആവശ്യപ്പെട്ടുകൊണ്ട് നാടകം തീരുന്നു. ഇന്നത്തെ നാടകകൃത്തുക്കളെല്ലാം വളരെ രസകരമായാണ് നാടകം എഴു തുന്നത്. അതിനാൽ നാടകശാലയിൽ സമയം ചെലവാക്കുന്നതു എനി ക്കിഷ്ടമാണ്. എന്റെ കയ്യിൽ പണമുണ്ടെങ്കിൽ നാടകം കാണാതിരിക്കാ നാവില്ല. പക്ഷേ, എന്റെ സുഹൃത്തുക്കളായ സർക്കാർ ഗുമസ്തന്മാർക്ക് നാടകം കാണുന്നതിനെപ്പറ്റി മോശമായ അഭിപ്രായമാണ്. അല്ലെങ്കിൽ പണം കൊടുക്കാതെ ടിക്കറ്റ് കിട്ടണം. നാടകത്തിൽ ഒരു നടി നന്നായി പാട്ടുപാടിയിരുന്നു.

നവംബർ – 9

എട്ട് മണിക്ക് ഞാൻ ഓഫീസിൽ ചെന്നു. വിഭാഗത്തിന്റെ തലവൻ ഞാൻ ചെല്ലുന്നതു കണ്ടില്ലെന്ന ഭാവത്തിൽ ഇരുന്നു. ഞാനും അയാളെ കണ്ടില്ലെന്നുനടിച്ചു. ഞാൻ ചില രേഖകളെല്ലാം നോക്കി ശരിയാണോ എന്നു പരിശോധിച്ചു. ഞാൻ നാല് മണിക്ക് അവിടെ നിന്നുപോന്നു. ഡയ റക്ടറുടെ വീട്ടിനു മുമ്പിലൂടെ കടന്നുവരുമ്പോൾ അവിടെ ആരെയും കണ്ടില്ല. അത്താഴം കഴിച്ചതിനുശേഷം കിടക്കയിൽ കയറിക്കിടന്നു.

നവംബർ – 11

ഇന്നു ഞാൻ ഡയറക്ടറുടെ പഠനമുറിയിൽ തന്നെയായിരുന്നു. ഇന്നു ഇരുപത്തിമൂന്ന് പേനകൾ ഡയറക്ടർക്കും മകൾക്കുംവേണ്ടി നന്നാക്കിക്കൊടുത്തു. എന്റെ രാജകുമാരിക്ക് വേണ്ടി മാത്രം നാലെണ്ണം. മേശപ്പുറത്ത് കുറേ അധികം പേനകൾ അടുക്കിവെച്ചത് കാണുന്നത് അദ്ദേഹത്തിന് ഇഷ്ടമാണ്. എല്ലാ സമയത്തും അദ്ദേഹമെന്തോ ചിന്തി ച്ചുകൊണ്ടിരിക്കും. ഒരു വാക്ക് പോലും പറയില്ല. എല്ലാ നേരവും അദ്ദേ ഹത്തിന്റെ തലക്കുള്ളിലെന്തോ ഉരുണ്ടുമറിയുന്നുണ്ടാവണം. അദ്ദേഹം വളരെ കൂടുതലായി ചിന്തിക്കുന്നത് എന്താണെന്നറിയാനുള്ള ആഗ്രഹം എനിക്കുണ്ട്. ആ തലക്കുള്ളിൽ എന്താണ് പാകപ്പെട്ടു വരുന്നത് എന്നറി യണം. അദ്ദേഹത്തിന്റെ ജീവിതചുറ്റുപാടുകൾ എല്ലാഅർഥത്തിലും അടു ത്തറിയണമെന്നുണ്ടായിരുന്നു. സ്വന്തം ജീവിതസാഹചര്യങ്ങളിൽ അവർ എങ്ങനെ പെരുമാറുന്നുവെന്നും പ്രവർത്തിക്കുന്നുവെന്നും കണ്ടെത്തണ മെന്നു ഞാൻ ആഗ്രഹിച്ചിരുന്നു. അദ്ദേഹത്തോട് മനസുതുറന്നു സംസാ രിക്കുവാൻ പലപ്പോഴും ഞാൻ കൊതിച്ചിട്ടുണ്ട്. എന്നാൽ അപ്പോഴൊന്നും

എന്റെ നാവനങ്ങിയില്ല. പുറത്ത് നല്ലകാലാവസ്ഥയാണ്, അല്ലെങ്കിൽ തണുപ്പാണ് എന്നുമാത്രം പറയാനെ എനിക്ക് കഴിഞ്ഞുള്ളൂ. അത്രയും പറയുമ്പോഴേക്കും ഞാനാകെ വിറങ്ങലിച്ചുപോകും. എനിക്ക് അവരുടെ വീടിന്റെ സ്വീകരണമുറി കാണണമെന്നു തോന്നിയിട്ടുണ്ട്. ചില സന്ദർഭ ങ്ങളിൽ പാതിതുറന്നുവെച്ച വാതിലിലൂടെ സ്വീകരണമുറിയും അതിനു പിന്നിലെ മറ്റൊരു മുറിയും ഞാൻ കണ്ടിട്ടുണ്ട്. ഈശ്വരാ, വളരെയധികം ആഡംബരപൂർണമായ ഫർണീച്ചറുകളായിരുന്നു അവിടെ ഉള്ളത്. കൂടാ തെ, മനോഹരമായ കണ്ണാടികളും ചീനക്കളിമൺപാത്രങ്ങളും. എന്റെ രാജകുമാരി താമസിക്കുന്ന മറ്റുമുറികളും എനിക്ക് കാണണമെന്നുണ്ടാ യിരുന്നു. ഒരു ദിവസം എനിക്കതിനു കഴിയാതിരിക്കില്ല. ചെറിയ പാത്ര ങ്ങളും കുപ്പികളും അടുക്കിവെച്ച് നല്ല പൂക്കൾ കൊണ്ടലങ്കരിച്ച് അവ രുടെ നേരിയ വസ്ത്രങ്ങൾ ചിതറിക്കിടക്കുന്ന സ്വകാര്യമുറി വളരെ മനോ ഹരമായിരിക്കും. അവരുടെ കിടപ്പുമുറിയും എനിക്ക് കാണണം. അവിടെ ഒരുപാട് അത്ഭുതങ്ങൾ കാണാൻ കഴിയും. അതൊരു പറുദീസ അല്ലെ ങ്കിൽ സ്വർഗരാജ്യത്തുപോലും കാണാൻ കഴിയാത്ത ഒന്നായിരിക്കും. അവർ കിടക്കയിൽ നിന്നു എണീറ്റ് വരുമ്പോൾ പാദം താഴ്ത്തിവെക്കുന്ന പീഠം, മനോഹരമായ കാലുകളിൽ മഞ്ഞുപോലെ വെളുത്ത കാലുറ കൾ അണിയുന്ന രീതി എനിക്ക് കാണണം. പക്ഷേ, ഒരുവാക്കുപോലും അവർ ഇന്നുവരെ എന്നോട് മിണ്ടിയിട്ടില്ല.

ഇന്ന് എനിക്ക് ബോധോദയമുണ്ടായി. നെവ്സ്കിയിൽ വെച്ച് രണ്ട് നായ്ക്കൾ തമ്മിലുണ്ടായ സംഭാഷണം ഞാൻ ഓർമിച്ചു. അതേതാ യാലും നന്നായി. ഇനി ഞാൻ എല്ലാം കണ്ടെത്തും. ആ വൃത്തിയില്ലാത്ത നായ് ക്കൾ നടത്തിയ എഴുത്തുകുത്തുകളെല്ലാം എനിക്ക് കിട്ടണം. എനിക്ക് ചിലതെല്ലാം കണ്ടുപിടിക്കാനുണ്ട്. സത്യം പറയാമല്ലോ, ഞാൻ മാഡ്ഗിയെ കാണാൻ ചെന്നു. എന്നിട്ട് അവളോട് പറഞ്ഞു:

"നോക്കൂ മാഡ്ഗീ, നാം ഇവിടെ തനിച്ചാണ്. നിനക്ക് വേണമെങ്കിൽ ഞാൻ വാതിലുകൾ അടക്കാം. നമ്മൾ തമ്മിൽ സംസാരിക്കുന്നത് ആരും കാണില്ല. നിനക്ക് നിന്റെ യജമാനത്തിയെക്കുറിച്ച് അറിയുന്നതെല്ലാം എന്നോട് പറഞ്ഞുതരൂ. അവരുടെ പെരുമാറ്റരീതികൾ എങ്ങിനെയാണ്? ഇതൊന്നും മറ്റാരോടും പറയില്ലെന്നു ഞാൻ നിനക്ക് ഉറപ്പുതരാം."

പക്ഷേ, ഇതൊന്നും കേട്ടില്ലെന്നമട്ടിൽ ആ മൃഗം കുസൃതിയോടെ അതിന്റെ വാൽ കാലുകൾക്കിടയിൽ താഴ്ത്തിവെച്ച് വാതിൽക്കലേക്ക് നടന്നു. നായ്ക്കൾക്ക് മനുഷ്യരെക്കാൾ ബുദ്ധിയുണ്ടെന്നു എനിക്ക് വള രെക്കാലം മുമ്പേ അറിയാം. അവർക്കിപ്പോൾ സംസാരശേഷിയും ഉണ്ട്. പക്ഷേ, അവ പിടിവാശിയുള്ളവയാണെന്നുമാത്രം. അവർ വലിയ രാഷ്ട്ര തന്ത്രജ്ഞരാണ്. എല്ലാം സാകൂതം നിരീക്ഷിക്കും. എല്ലാ നീക്കുപോ ക്കുകളുമറിയാം. എന്തു സംഭവിച്ചാലും നാളെ ഞാൻ സ്വെർക്കോവിന്റെ വീട്ടിൽ പോകും. സാധിക്കുമെങ്കിൽ ഫിദേലിനോട് ചിലത് ചോദിക്കാനു ണ്ട്. അവൾക്ക് മാഡ്ഗിയിൽ നിന്നും കിട്ടിയ എല്ലാ കത്തുകളും ഞാൻ കൈവശപ്പെടുത്തും.

നവംബര്‍ – 12

ഉച്ചയ്ക്കശേഷം കൃത്യം രണ്ടുമണിക്ക് ഞാന്‍ പുറത്തേക്കിറങ്ങി. ഫിദേലിനെ കണ്ട് അവളെ ചോദ്യം ചെയ്യണമെന്നായിരുന്നു എന്റെ ഉദ്ദേ ശ്യം. മെഷാന്‍സ്കായ തെരുവിലെ താണ നിലവാരമുള്ള പലവൃഞ്ജ നക്കടകളില്‍ നിന്നുയരുന്ന ചീഞ്ഞ കാബേജിലകളുടെ മണം എനിക്ക് സഹിക്കാനായില്ല. എല്ലാ വാതിലുകളില്‍ നിന്നും ദുര്‍ഗന്ധം വമിച്ചിരുന്ന തിനാല്‍ മൂക്കുപൊത്തി വളരെ വേഗത്തില്‍ ഞാന്‍ നടന്നു. ഇതിനോ ടൊപ്പം തന്നെ മെക്കാനിക്കുകളുടെ പണിപ്പുരകളില്‍ നിന്നു പുറത്തുവന്ന കരിയും പുകയും അന്തരീക്ഷത്തില്‍ നിറഞ്ഞിരുന്നു. കെട്ടിടത്തിന്റെ ഏഴാം നിലയില്‍ കയറിച്ചെന്നു ബെല്ലമര്‍ത്തിയപ്പോള്‍ മുഖത്ത് മറുകുള്ള സുന്ദരിയായ ഒരു പെണ്‍കുട്ടിവന്നു വാതില്‍ തുറന്നുതന്നു. അവളെ എനിക്ക് നേരത്തെ അറിയാമായിരുന്നു. വൃദ്ധയുടെ കൂടെ കഴിഞ്ഞദി വസം റോഡില്‍വെച്ച് കണ്ടത് അവളെയായിരുന്നു. അവള്‍ പെട്ടെന്നു ചുവന്നുതുടുത്തു. കാരണം അവള്‍ വാതില്‍ക്കല്‍ പ്രതീക്ഷിച്ചത് ഒരു ചെറുപ്പക്കാരനെ ആയിരിക്കും.

"എന്താണ് നിങ്ങള്‍ക്ക് വേണ്ടത്?" അവള്‍ ചോദിച്ചു.

എനിക്ക് നിങ്ങളുടെ വളര്‍ത്തുനായയോട് അല്‍പ്പനേരം സംസാരി ക്കണം. ഞാന്‍ പറഞ്ഞു. ആ പെണ്‍കുട്ടിക്ക് ഒന്നും മനസിലായില്ല. അവള്‍ പെട്ടെന്നു ബുദ്ധിഹീനയായതുപോലെ എനിക്ക് തോന്നി. ആ സമയത്ത് നായ കുരച്ചുകൊണ്ട് അകത്തേക്ക് കയറിവന്നു. ഞാന്‍ അതിനെ പിടിച്ചുനിര്‍ത്താന്‍ ശ്രമിച്ചു. അത് എന്നെ കടിക്കുമായിരുന്നു. മുറിയുടെ മൂലയില്‍ നായ കിടക്കുന്ന കൊട്ട ഉണ്ടായിരുന്നു. ഞാന്‍ വേഗം ചെന്നു അതിനുള്ളിലുള്ളതെല്ലാം പുറത്തേക്ക് വാരിയിട്ടു. അതിനുള്ളില്‍ ചെറിയ കടലാസ് തുണ്ടുകള്‍ ഉണ്ടായിരുന്നു. എനിക്ക് വളരെ സന്തോ ഷംതോന്നി. കത്തുകള്‍ എന്റെ കണ്ണില്‍പ്പെട്ടു എന്നുമനസിലാക്കിയ നായ എന്റെ കാല്‍വണ്ണയില്‍ കടിക്കാന്‍ തുടങ്ങി. വേഗംതന്നെ കത്തുകള്‍ മുഴു വന്‍ ഞാന്‍ കൈക്കലാക്കി. അത് മനസിലാക്കിയപ്പോള്‍ അത് എന്നോട് ഓലിയിട്ട് കരയാന്‍ തുടങ്ങി. പിന്നെ ഞാനവിടെ അധികം നിന്നില്ല. യാത്ര പറഞ്ഞ് ഞാന്‍ വേഗം പുറത്തേക്ക് നടന്നു. ആ പെണ്‍കുട്ടി വളരെ അധികം പേടിച്ചുപോയിരുന്നു. ഞാന്‍ ഒരു ഭ്രാന്തനാണെന്ന് അവള്‍ ധരി ച്ചുകാണണം. വീട്ടില്‍ച്ചെന്നു മെഴുകുതിരിവെളിച്ചത്തില്‍ ഞാന്‍ കത്തു കള്‍ മറിച്ചുനോക്കി. മങ്ങിയ വെളിച്ചത്തില്‍ അത് വായിക്കാന്‍ എനിക്ക് കഴിഞ്ഞില്ല. അപ്പോള്‍ ദാവ്റ കയ്യില്‍ ചൂലുമായി മുറിവൃത്തിയാക്കാന്‍ അകത്തേക്ക് കടന്നുവന്നു. ഈ സ്ത്രീകളൊക്കെ വിഡ്ഢികളാണ്. അന വസരത്തിലാണ് മുറി വൃത്തിയാക്കാന്‍ വരിക. കുറച്ചുമുമ്പുനടന്ന കാര്യ ങ്ങളോരോന്നും ആലോചിച്ചുനോക്കിക്കൊണ്ട് ഞാന്‍ പുറത്തേക്ക് നട ന്നു. അവസാനം അവരുടെ എല്ലാ പ്രവര്‍ത്തനങ്ങളും ഭാവനാവിലാസ ങ്ങളും ഞാന്‍ മനസിലാക്കി. അവരുടെ രഹസ്യങ്ങളുടെ അടിത്തറയോളം

ചെന്നെത്താൻ എനിക്ക് കഴിഞ്ഞു. ഈ കത്തുകൾ എല്ലാം വിശദമാക്കു
ന്നുണ്ട്. നായകൾ വളരെ ബുദ്ധിയുള്ളവരാണ്. എല്ലാ രാഷ്ട്രീയവ്യവ
ഹാരങ്ങളും അവർക്കറിയാം. അതുകൊണ്ട് ഡയറക്ടറെക്കുറിച്ചുള്ള
എല്ലാ വസ്തുതകളും ഈ കത്തുകളിൽ നിന്നു കണ്ടെത്താൻ എനിക്കു
കഴിയും. ആ യോഗ്യന്റെ പ്രവർത്തനങ്ങളുടെ വ്യക്തമായ ഒരു ചിത്രം
അതിൽ നിന്നുലഭിക്കാതിരിക്കില്ല. കൂടാതെ കത്തിൽ അവളെക്കുറിച്ചും
ചിലതെല്ലാം ഉണ്ടാകാതിരിക്കില്ല. വൈകുന്നേരമായപ്പോൾ ഞാൻ വീട്ടി
ലേക്കു തിരിച്ചു. ഒരുപാട് നേരം കിടക്കയിൽത്തന്നെ കിടന്നു.

നവംബർ – 13

ഞാൻ കത്തുകൾ വായിക്കാൻ തുടങ്ങി. എഴുത്ത് വളരെ സ്പഷ്ട
മായിരുന്നു. എങ്കിലും അതിലെല്ലാം ചില നിസാരകാര്യങ്ങൾ ഉണ്ടായി
രുന്നു. നമുക്ക് അത് വായിക്കാം:

"പ്രിയപ്പെട്ട ഫിദേൽ, നിന്റെ മധ്യവർഗപ്പേർ എനിക്ക് തീരെ പിടി
ച്ചില്ല. അവർക്ക് കുറച്ചുകൂടി നല്ലപേര് നിനക്ക് ഇടാമായിരുന്നു. ഫിദേൽ
റോസ്, വളരെ മോശമായ അഭിരുചിതന്നെ. ഇതെല്ലാം ഇടയ്ക്കുപറഞ്ഞു
വെന്നേയുള്ളൂ. നമ്മൾ തമ്മിൽ കത്തെഴുതാൻ തുടങ്ങിയതിൽ എനിക്ക്
അതിയായ സന്തോഷമുണ്ട്."

കത്ത് വളരെ ശരിയായി എഴുതിയിരുന്നു. അക്ഷരങ്ങളും വിരാമചി
ഹ്നങ്ങളുംവരെ ശരി. എന്റെ ഓഫീസിലെ മേധാവി സർവകലാശാലയ്ക്ക്
അയയ്ക്കുന്ന കത്തുകൾ പോലും ഇത്ര നന്നായി എഴുതിയിരുന്നില്ല.
നമുക്ക് കത്ത് തുടർന്നുവായിക്കാം:

"ഒരാളുടെ ചിന്തകളും വികാരങ്ങളും മാനസികവ്യവഹാരങ്ങളും
മറ്റൊരാളുമായി പങ്കുവെക്കുവാൻ കഴിയുക എന്നതു ഭൂമിയിലെ ഏറ്റവും
വലിയ അനുഗ്രഹങ്ങളിലൊന്നായി ഞാൻ കാണുന്നു."

പരിഭാഷപ്പെടുത്തിയ ഒരു ജർമൻ കൃതിയിൽ നിന്നു കടമെടുത്ത
താണ് ഈ വാചകം. പുസ്തകത്തിന്റെ തലവാചകം, എന്തോ മറന്നു
പോയി.

"എന്റെ വീടിന്റെ ഗേറ്റിനപ്പുറമുള്ള ലോകം ഞാൻ കണ്ടിട്ടില്ലെങ്കിലും
ഞാൻ അനുഭവത്തിൽനിന്നു പറയുകയാണ്. എന്റെ ജീവിതം സുഖപ്ര
ദവും സമ്പന്നവും അല്ലേ? പപ്പ, സോഫീയെന്നു വിളിക്കുന്ന ചെറിയ
യജമാനത്തിക്ക് എന്നെ വലിയ ഇഷ്ടമാണ്."

പക്ഷേ, എന്നെപ്പറ്റി ഒരുവാക്കും എഴുതിയിട്ടില്ല.

"എന്നോട് പപ്പക്ക് തീരെ ഇഷ്ടമില്ല, പാടകെട്ടിയ ചായയും കാപ്പി
യുമാണ് എനിക്ക് തരിക. നമ്മുടെ പൊൽക്കാൻ അടുക്കളയിൽ നിന്നു
എടുത്തുതരുന്ന കാർന്നുതിന്ന വലിയ എല്ലുകളൊന്നും എനിക്കിഷ്ടമി
ല്ല. അത് വേട്ടയാടിപ്പിടിച്ച മൃഗങ്ങളുടേതാണെങ്കിൽ നല്ലതാണ്. അതി
നുള്ളിൽ മജ്ജയുണ്ടായിരിക്കണമെന്നുമാത്രം. നായ്ക്കൾക്ക് ഉണക്കറൊട്ടി
കൊടുക്കുന്ന രീതിയാണ് എനിക്ക് ഇഷ്ടമില്ലാത്ത മറ്റൊരുകാര്യം. എല്ലാ

ചീത്ത സാധനങ്ങളും കൈകൊണ്ട് തൊടുന്ന ഒരാൾ മേശക്കരികിലി
രുന്നു ആ വൃത്തികെട്ട കൈകൊണ്ട് റൊട്ടിയുരുട്ടി വായിൽവെച്ചുതരും.
അതുനിരസിക്കുന്നത് ധിക്കാരമാണ്. ഓക്കാനം വന്നാലും നിങ്ങൾ അത്
തിന്നുകതന്നെ വേണം."

എന്തൊക്കെ ബുദ്ധിശൂന്യതയാണ് എഴുതിവെച്ചിരിക്കുന്നത്. മറ്റൊ
ന്നിനെപ്പറ്റിയും എഴുതാനില്ലാത്തതുപോലെ. നമുക്ക് പേജ് മറിച്ച് ഇത്തരം
നിസാരകാര്യങ്ങളല്ലാത്ത് എന്തെങ്കിലുമുണ്ടോ എന്നു നോക്കാം;

"ഞങ്ങളെക്കുറിച്ചുള്ള എല്ലാക്കാര്യങ്ങളും നിന്നെ അറിയിക്കുന്നത്
സന്തോഷകരമാണ്, സോഫീ, പപ്പാ എന്നു വിളിക്കുന്ന ഇവിടത്തെ
പ്രധാന ആളെക്കുറിച്ച് ഞാൻ പറഞ്ഞു. അദ്ദേഹം വളരെ ഒറ്റയാനായ
ഒരാളാണ്."

അവസാനം നമ്മൾ ഇവിടെ വരെയെത്തി. ഇതൊക്കെ ഞാൻ നേര
ത്തെ പ്രതീക്ഷിച്ചതായിരുന്നു. നായ്ക്കൾക്ക് വ്യക്തമായ രാഷ്ട്രീയ കാഴ്ച
പ്പാടുണ്ട്. പപ്പയെക്കുറിച്ച് അവൾക്ക് എന്താണ് പറയാനുള്ളതെന്നു
നോക്കാം;

"അദ്ദേഹം വളരെ ഏകാകിയായ ഒരാളാണ്. അദ്ദേഹത്തിനു വളരെ
കുറച്ചുമാത്രം സംസാരിക്കുന്ന ശാന്തമായ സ്വഭാവമാണ്. പക്ഷേ, കഴിഞ്ഞ
ആഴ്ച അദ്ദേഹത്തിനു സ്വയം സംസാരിക്കുന്നതു തീരെ നിർത്താനായി
ല്ല; എനിക്ക് കിട്ടുമോ, അതോ കിട്ടില്ലേ?"

ഒരു കഷ്ണം കടലാസ് കയ്യിൽ പിടിച്ചുകൊണ്ട് അദ്ദേഹം വീണ്ടും
വീണ്ടും ചോദിച്ചുകൊണ്ടിരുന്നു. അദ്ദേഹം ഒരിക്കൽ എന്നോടു ചോദിച്ചു;

"മാഡ്ഗീ എനിക്ക് കിട്ടുമോ, നിന്റെ അഭിപ്രായമെന്താണ്?"

അദ്ദേഹം എന്താണ് ചോദിക്കുന്നതെന്നു എനിക്ക് തീരെ മനസിലാ
യില്ല. അതുകൊണ്ട് ഞാൻ അദ്ദേഹത്തിന്റെ ബൂട്ട് മണത്ത് വേഗം നട
ന്നുപോയി. ഏതാണ്ട് ഒരാഴ്ച കഴിഞ്ഞുകാണും സന്തോഷം കൊണ്ട്
മതിമറന്ന് അദ്ദേഹം കയറിവന്നു. പിന്നീട് എല്ലാ ദിവസവും രാവിലെ
യൂണിഫോം ധരിച്ച ഒരാൾ എന്തെങ്കിലും കാര്യങ്ങളിൽ അദ്ദേഹത്തെ
അഭിനന്ദിച്ചുകൊണ്ട് ഞങ്ങളുടെ വീട്ടിലേക്ക് വന്നു. അദ്ദേഹം
മുമ്പൊന്നുമില്ലാത്തതുപോലെ വളരെ സന്തോഷത്തിലായിരുന്നു. ഒരു
ദിവസം അത്താഴം കഴിഞ്ഞ് അദ്ദേഹം എന്നെ പൊക്കിയെടുത്തു. എന്നിട്ട്
ചോദിച്ചു:

"നോക്കൂ, മാഡ്ഗീ, ഇത് എന്താണെന്നാണ് നീ വിചാരിച്ചത്? അദ്ദേ
ഹത്തിന്റെ കഴുത്തിൽ ഒരു ചെറിയ നാട ഉണ്ടായിരുന്നു. ഞാൻ അത്
മണത്തുനോക്കി. അതിനു ഒരു മണവും ഉണ്ടായിരുന്നില്ല. പിന്നെ ഞാൻ
അത് നക്കിനോക്കി. അതിന് നേരിയ ഒരു ഉപ്പുരസമായിരുന്നു."

ഈ നായ അതിക്രമിക്കുന്നു. അവൾ വാക്കുകൾ ശ്രദ്ധിച്ചുപയോ
ഗിച്ചില്ലെങ്കിൽ അടികൊടുക്കണം. എനിക്ക് ഒരുകാര്യം മനസിലായി.
അയാൾ വളരെ അത്യാഗ്രഹിയാണ്. ഇക്കാര്യം പ്രത്യേകം ശ്രദ്ധിക്കണം.

"കുറെ ദിവസമായി ഞാൻ തിരക്കിലായിരുന്നു. ഇന്നു ഞാൻ കത്ത്
മുഴുവിപ്പിക്കും. ഇന്നു എന്റെ യജമാനത്തി സോഫീ......"

നല്ലത് തന്നെ, സോഫിയെക്കുറിച്ച് അവൾ എന്തോ എഴുതാൻ തുടങ്ങുന്നുണ്ട്. പക്ഷേ, എന്നെക്കുറിച്ച് ഒന്നുമില്ല.

"ഇന്നു എന്റെ യജമാനത്തി സോഫി വളരെ ബഹളത്തിലായിരുന്നു. അവൾ ഇന്നു ഒരു നൃത്തവിരുന്നിനു പോകുന്നുണ്ട്. എനിക്ക് വളരെ സന്തോഷം തോന്നി. കാരണം അവൾ പോകുമ്പോൾ എനിക്ക് കത്തെഴുതാൻ സമയം കിട്ടുമല്ലോ. സോഫിക്ക് നൃത്തവിരുന്നിനു പോകുന്നതു വളരെ ഇഷ്ടമാണ്. എങ്കിലും വസ്ത്രമെടുത്ത് ഉടുത്തുകഴിഞ്ഞാൽ അവൾക്ക് ദേഷ്യം വരും. ആളുകളെന്തിനാണ് വസ്ത്രം ധരിക്കുന്നതെന്നു എനിക്ക് ഒരിക്കലും മനസിലായിട്ടില്ല. നമ്മളൊക്കെ ചെയ്യുന്നതുപോലെ അവർക്കും ചെയ്തുകൂടേ? അത് വളരെ സുഖകരവും സൗകര്യവുമായിരിക്കും. എന്തു സന്തോഷമാണ് നൃത്തവിരുന്നിനു പോയിട്ട് കിട്ടുന്നതെന്നു എനിക്ക് മനസിലായിട്ടില്ല. സോഫി വീട്ടിലേക്ക് തിരിച്ചുവരുന്നതു രാവിലെ ആറുമണിക്കാണ്. അവൾക്ക് ഒന്നും തിന്നാൻ കൊടുത്തില്ലെന്നു തളർന്നമുഖം കണ്ടാലറിയാം. ഞാൻ ഒരിക്കലും ഇങ്ങനെ ജീവിക്കാൻ ഇഷ്ടപ്പെടുന്നില്ല. മസാലയിട്ടുവെച്ച വേട്ടയിറച്ചിയോ പൊരിച്ചകോഴിക്കാലോ എനിക്ക് കിട്ടണം. കഞ്ഞി കിട്ടിയാലും മതി. പക്ഷേ, കാരറ്റും മുള്ളങ്കിയും എനിക്ക് തീരെ ഇഷ്ടമില്ല."

സമചിത്തതയില്ലാത്ത ഒരു തരം എഴുത്താണിത്. ഇതു വായിക്കുമ്പോൾ മനുഷ്യൻ എഴുതിയതല്ല എന്നു പെട്ടെന്നു മനസിലാവുന്നുണ്ട്. കത്തിന്റെ തുടക്കം മോശമില്ല. പക്ഷേ, കുറച്ച് മുന്നോട്ട് വായിച്ചുകഴിയുമ്പോൾ ചെമ്പ് വെളിച്ചത്താകുന്നുണ്ട്. ഒരു കത്തുകൂടി നമുക്ക് വായിച്ചു നോക്കാം. ഇതുവളരെ നീളമുള്ളതാണ്. ഇതിൽ തീയതിയും എഴുതിയിട്ടില്ല.

"പ്രിയ സുഹൃത്തെ, ഒരാൾക്ക് വസന്താഗമനം എങ്ങിനെയാണ് അനുഭവപ്പെടുകയെന്നറിയാമല്ലോ. ആരെയോ പ്രതീക്ഷിക്കുന്നതുപോലെ എന്റെ ഹൃദയമിടിപ്പ് കൂടുന്നു. എവിടെ നിന്നോ നിലയ്ക്കാത്ത ഒരു മണിയൊച്ച ഞാൻ കേൾക്കുന്നു. അതുകൊണ്ട് ചിലസമയങ്ങളിൽ നിശ്ചലമായി ഞാൻ വാതിലിലേക്ക് കാതോർക്കുന്നു. എനിക്ക് അനേകം കാമുകന്മാരുണ്ടെന്ന കാര്യം നിന്നിൽ നിന്നു ഞാൻ മറച്ചുവെക്കുന്നില്ല. ജനാല വാതിലിനു സമീപമിരുന്നു ഞാൻ അവരെ നോക്കാറുണ്ട്. അവരിൽ ചിലർ വളരെ വിരൂപന്മാരാണെന്നു നീ അറിയണം. അതിൽ ഒരുവൻ കോലം കെട്ട സങ്കരവർഗത്തിൽപ്പെട്ട ഒരു വലിയ വിഡ്ഢിയാണ്. അവൻ വിഡ്ഢിയാണെന്ന് മുഖത്ത് എഴുതിവെച്ചിട്ടുണ്ട്. അവൻ വളരെ മാന്യനായി തെരുവിൽ അങ്ങോട്ടും ഇങ്ങോട്ടും നടക്കും. അവനെ ആരെങ്കിലും കാണുന്ന പാടെ ആരാധിച്ചു തുടങ്ങും എന്നാണ് അവന്റെ ഭാവം. ഞാൻ അവനെ ശ്രദ്ധിക്കാറേയില്ല. പക്ഷേ, ചിലപ്പോൾ ഒരു ഉഗ്രൻ ഗ്രേറ്റ്ഡെൻ എന്റെ ജനാലവാതിലിനു മുന്നിൽവന്നു നിൽക്കാറുണ്ട്. അവൻ പിൻകാലുകളിൽ ഉയർന്നു നിൽക്കുകയാണെങ്കിൽ സോഫിയുടെ പപ്പയോളംവരും. അവൻ അങ്ങനെ ചെയ്യാറില്ല. അവന്റെ സ്വഭാവം വളരെ പരുക്കനാണെന്നു തോന്നുന്നു. ഞാൻ അവനുനേരെ മുരണ്ടപ്പോൾ അവൻ ശ്രദ്ധി

ച്ചതേയില്ല. ഭയന്നിട്ട് പിന്മാറിയതുമില്ല. അവൻ നാവ് പുറത്തേക്കിട്ട് വലിയ ചെവികൾ ആട്ടിക്കൊണ്ട് ജനലരികിൽ കുറെനേരം നിന്നു. അവൻ മഹാ മുരടനാണെന്നു തോന്നുന്നു. ഇത്തരത്തിലുള്ള സൗഹൃദസമീപനങ്ങ ളോട് നിർവികാരമായിരിക്കാൻ എനിക്ക് കഴിയില്ല. ഞങ്ങളുടെ വേലിചാ ടിക്കയറിവരുന്ന ട്രെസോർ എന്ന മറ്റൊരു ചെറുപ്പക്കാരൻ നായയുണ്ട്. അവന്റെ മൂക്ക് കാണാൻ നല്ല ഭംഗിയാണ്."

ഇതിനൊക്കെ ബുദ്ധിയില്ലായ്മ എന്നല്ലാതെ മറ്റെന്താണ് പറയുക. ഇത്തരം മോശമായ കാര്യങ്ങൾ കത്തുകളിൽ എഴുതി നിറയ്ക്കുന്നതെ ന്തിനാണെന്നു എനിക്കറിയില്ല. എനിക്ക് ഇപ്പോൾ ഏതെങ്കിലും ഒരു മനു ഷ്യജീവിയെ കാണണം. ഈ കത്തുകൾ വായിച്ചതുമൂലം നഷ്ടപ്പെട്ട എന്റെ മാനസികനില വീണ്ടെടുക്കണം. മറ്റൊരു പേജെടുത്തു നല്ല കാര്യ ങ്ങൾ എന്തെങ്കിലുമുണ്ടോ എന്നുനോക്കാം:

"സോഫീ മേശയ്ക്കരികിലിരുന്ന് എന്തോ തുന്നൽപ്പണി ചെയ്യുക യായിരുന്നു. ഞാൻ ജനലിലൂടെ പുറത്തേക്ക് നോക്കി കാൽനടയാത്ര ക്കാരെ ശ്രദ്ധിക്കുക, എനിക്കത് വളരെ ഇഷ്ടമുള്ള കാര്യമാണ്. അപ്പോൾ ഒരു വേലക്കാരൻ അകത്തേക്ക് വന്നു ടെപ്പ്ലോവ് വന്നിട്ടുണ്ടെന്നു പറ ഞ്ഞു. അയാളോട് അകത്തേക്ക് വരാൻ പറഞ്ഞ് സോഫി എന്നെ കെട്ടി പ്പിടിച്ചു. എന്നിട്ട് എന്നോട് ചോദിച്ചു: '

മാഡ്ഗി, മാഡ്ഗി, നിനക്കറിയുമോ അതാരാണെന്ന്? കൃഷ്ണശില പോലെ കറുത്തു മനോഹരമായ കണ്ണുകളുള്ള സഭയിലെ പ്രധാനിയായ ഒരു യുവാവാണയാൾ.'

ഇതു പറഞ്ഞു സോഫി അവളുടെ മുറിയിലേക്ക് ഓടിപ്പോയി. കുറച്ചു കഴിഞ്ഞ് കറുത്ത മീശയുള്ള ആ യുവാവ് മുറിയിലേക്ക് വന്നു, അവൻ ആൾക്കണ്ണാടിയുടെ അടുത്തുചെന്നു മുടിചീകി, പിന്നെ മുറിയിലാകെ ഒരു നിരീക്ഷണം നടത്തി. ഞാൻ ചെറിതായൊന്നുമുരണ്ടു. എന്റെ സ്ഥല ത്തുതന്നെ ചെന്നിരുന്നു. അധികം താമസിക്കാതെ സോഫി തിരിച്ചുവ ന്നു അയാളെ വണങ്ങി. ഞാൻ ഇതൊന്നും ശ്രദ്ധിക്കുന്നില്ലെന്ന മട്ടിൽ പുറത്തേക്ക് നോക്കിയിരുന്നു. പക്ഷേ, അവർ പരസ്പരം സംസാരിക്കു ന്നതു കേൾക്കാൻ ഞാൻ തല അൽപ്പം ഒരു വശത്തേക്ക് ചെരിച്ചുവെ ച്ചു. വളരെ നിസാരമായ കാര്യങ്ങളാണ് അവർ സംസാരിച്ചത്. അവർ ആദ്യം സംസാരിച്ചത് നൃത്തത്തിൽ മോശമായ ഒരാളെ ശാസിച്ച ഒരു സ്ത്രീയെക്കുറിച്ചാണ്. രണ്ടാമത് നൃത്തവേദിയിൽ നിന്നു താഴെവീഴാതെ രക്ഷപ്പെട്ട ബൊബൊവ് എന്ന യുവാവിനെക്കുറിച്ച് അവർ സംസാരിച്ചു. തൊങ്ങലുകൾ വെച്ച വസ്ത്രങ്ങൾ ധരിക്കുമ്പോൾ അവന്റെ രൂപം ഒരു കൊറ്റിയെപ്പോലെയാണെന്നു അവർ പറഞ്ഞു. പിന്നെ സ്വന്തം കണ്ണു കൾ നീലനിറമാണെന്നു വിചാരിക്കുന്ന ലിഡിന എന്ന ആളെക്കുറിച്ചും അവർ സംസാരിച്ചു. അപ്പോൾ ഞാൻ സഭയിലെ ഈ മാന്യനെ എന്റെ ട്രെസോറുമായി താരതമ്യം ചെയ്തുനോക്കി. ഈശ്വരാ, അവർ തമ്മിൽ വളരെ അധികം വ്യത്യാസമുണ്ട്. ഇവന്റെ മുഖം വലുതും പരന്നതുമാ ണ്. അവന്റെ മുഖത്ത് വലിയ താടിയുണ്ട്. അത് കണ്ടാൽ മുഖത്ത് ഒരു

സ്കാർഫ് കെട്ടിയതുപോലെ തോന്നും. അതേസമയം ട്രെസോറിനു ചെറിയ കൂർത്ത മൂക്കുണ്ട്, കൂടാതെ നെറ്റിയുടെ മീതെ ഒരു വെളുത്ത പുള്ളിയും. ട്രെസോറിന്റെ അരക്കെട്ട് ടെപ്ലോവിന്റേതുമായി താരതമ്യം ചെയ്യാനൊന്നും പറ്റില്ല. അവന്റെ കണ്ണുകൾ, പെരുമാറ്റം, രീതികൾ വളരെ വളരെ വ്യത്യസ്തമാണ്. എനിക്ക് മനസിലാവാത്ത ഒരു കാര്യമുണ്ട്. അവ ളുടെ ടെപ്ലോവിൽ എന്ത് ആകർഷണമാണ് അവൾ കണ്ടത്? എന്തി നാണ് അവൾ ഇത്രയധികം അവനെക്കുറിച്ച് ആവേശം കൊള്ളുന്നത്?"

ഇതിലെല്ലാം കുറെ അധികം തെറ്റുകളുണ്ടെന്നു ഞാൻ കരുതുന്നു. ടെപ്ലോവ് അത്രയധികമൊന്നും അവളെ വശീകരിച്ചിട്ടുണ്ടാവില്ല. ഇനി അടുത്ത കത്തിലെന്താണെന്നു നമുക്ക് നോക്കാം:

"സഭയിലെ മാന്യൻ അവളെ ആകർഷിച്ചിട്ടുണ്ടെങ്കിലും പപ്പയുടെ പഠനമുറിയിലിരിക്കുന്ന ഗുമസ്തൻ അവളെ തീരെ ആകർഷിച്ചിട്ടില്ല. അവൻ വൃത്തികെട്ട ഒരു ജീവിയാണ്. ശരിക്കും സഞ്ചിയിലെ ആമയെ പ്പോലെതന്നെ."

അത് ഏത് ഗുമസ്തനെപ്പറ്റിയായിരിക്കും?

"അവനു വിചിത്രമായ ഒരു പേരുണ്ട്. അവൻ എപ്പോഴും പേനയും നന്നാക്കിക്കൊണ്ട് അവിടെ ഇരിക്കും. അവന്റെ തലമുടി വൈക്കോൽ പോലെയാണ്. പപ്പ ചിലപ്പോൾ വേലക്കാരനു പകരം അവനെ ദൂതനായി അയക്കാറുണ്ട്."

ആ വഷളൻ നായ സൂചിപ്പിക്കുന്നതു എന്നെയാണെന്ന് തോന്നു ന്നു. എന്റെ മുടി വൈക്കോൽ പോലെയാണെന്നു അവനോട് ആരാണ് പറഞ്ഞത്?

"സോഫിക്ക് അവനെ കാണുമ്പോൾ ചിരിക്കാതിരിക്കാൻ കഴിയില്ല."

ആ നശിച്ച താഴ്ന്നതരം പട്ടി നുണ പറയുകയാണ്. അവൻ ഉപയോ ഗിക്കുന്നതു വളരെ മോശമായ ഭാഷയാണ്. ഇതിന്റെയെല്ലാം പിറകിൽ അസൂയയയാണെന്ന് എനിക്കറിയാം. ഇതെല്ലാം ആരുടെ കളിയാണെന്നും എനിക്കറിയാം. ഇതെല്ലാം ഓഫീസ്മേധാവിയുടെ പണിയാണ്. അവന് എന്നോട് ശമിക്കാത്ത പകയാണ്. എന്നെ മുറിവേൽപ്പിക്കാനും എന്റെ വഴികൾ തടസപ്പെടുത്തുവാനുമുള്ള ഒരവസരവും അവൻ പാഴാക്കിക്ക ളയില്ല. എന്തായാലും നമുക്ക് ഒരു കത്തുകൂടി വായിച്ചുനോക്കാം. ചില പ്പോൾ ഇതിൽ എല്ലാക്കാര്യങ്ങളും വിശദീകരിച്ചെഴുതിയിട്ടുണ്ടാവും:

"ഫിദേൽ, വളരെക്കാലമായി കത്തെഴുതാത്തതിനു എന്നോട് ക്ഷമി ക്കണം. ഞാൻ ഒരുതരം ആനന്ദസ്വപ്നത്തിൽ ഒഴുകുകയായിരുന്നു. സ്നേഹം രണ്ടാം ജന്മമാണെന്ന് ഒരു എഴുത്തുകാരൻ പറഞ്ഞതു വളരെ ശരിയാണ്. കൂടാതെ ഇപ്പോൾ വീട്ടിൽ കുറെ അധികം മാറ്റങ്ങൾ ഉണ്ടാ യിട്ടുണ്ട്. സഭയിലെ മാന്യനായ ചെറുപ്പക്കാരൻ പതിവായി വീട്ടിൽ വരാ റുണ്ട്. അവളുടെ പപ്പ വളരെ ഉത്സാഹത്തിലാണ്. ഗ്രിഗറി നിലം അടിച്ചു വാരുമ്പോൾ സ്വയം സംസാരിച്ചുകൊണ്ടിരിക്കും. അവൻ പറഞ്ഞാണ് ഞാൻ അറിഞ്ഞത്. അധികം താമസിയാതെ ഇവിടെ ഒരു വിവാഹച്ച

ടങ്ങ് നടക്കാൻ പോകുകയാണ്. ഒരു ജനറലുമായോ സഭയിലെ മാന്യ നുമായയോ അല്ലെങ്കിൽ സൈന്യത്തിലെ കേണലുമായോ സോഫിയുടെ വിവാഹം നടത്താൻ പപ്പ തീരുമാനിച്ചിരിക്കുകയാണ്."

എല്ലാം നശിച്ചുപോകട്ടെ, എനിക്ക് ഈ കത്തുകൾ തുടർന്നുവായി ക്കാനാവില്ല. അത് എല്ലായ്പോഴും സംഭവിക്കുന്നത് ഇങ്ങിനെതന്നെയാ ണ്. ഈ ലോകത്തിലുള്ള എല്ലാ നല്ല വസ്തുക്കളും ലഭിക്കുന്നതു സഭ യിലെ മാന്യദേഹങ്ങൾക്കോ ജനറൽമാർക്കോ ആണ്. വിലകുറഞ്ഞവ രായ നിങ്ങൾ നിധി കാണുന്നു. അതു സുരക്ഷിതമായി കയ്യിലെത്തു മെന്നു നിങ്ങൾ വിശ്വസിക്കുന്നു. നിങ്ങളുടെ മൂക്കിനുതൊട്ടു താഴെവെച്ച് ഒരു ജനറലോ സഭയിലെ പ്രധാനിയോ അത് തട്ടിപ്പറിച്ചെടുക്കുന്നു. എല്ലാം നശിച്ചുപോകട്ടെ. ഞാൻ ഒരു ജനറലാകണമെന്നു ആഗ്രഹിക്കുന്നുണ്ട്. അവളെ വിവാഹം കഴിക്കാൻ മാത്രമല്ല ഞാൻ ജനറലാകാൻ ആഗ്രഹി ക്കുന്നത്. ഇങ്ങനെയുള്ള സാഹചര്യത്തിൽ അവരുടെ പിടച്ചിൽ കാണാ നും അവരെ കളിയാക്കാനും എന്നിട്ട് മുഖത്ത് ആട്ടിത്തുപ്പാനുമാണ്. എല്ലാം നശിച്ചു പോകട്ടെ. കഥകെട്ട ആ നായയുടെ കത്തുകളോരോ ന്നായി ഞാൻ കീറിക്കളഞ്ഞു.

ഡിസംബർ – 3

ആ വിവാഹം നടക്കുകയെന്നത് അസാധ്യമായ കാര്യമാണ്. തിക ഞ്ഞ ബുദ്ധിയില്ലായ്മയുമാണത്. അവൻ സഭയിലെ പ്രധാനിയായതു കൊണ്ടെന്താണ്കാര്യം? അത് ഒരു പദവി മാത്രമാണ്. കയ്യിലെടുക്കാൻ കഴിയുന്ന സാധനമല്ല അത്. സഭയിലെ പ്രധാനിയായാൽ മൂന്നാമതൊരു കണ്ണുകൂടി ലഭിക്കുന്നില്ല. അവന്റെ മൂക്ക് സ്വർണംകൊണ്ട് ഉണ്ടാക്കിയ താവുന്നില്ല. എല്ലാവരുടെയും കണ്ണും മൂക്കും ഒരുപോലെയാണ്. തിന്നാനും ചുമയ്ക്കാനുമല്ല മണക്കാനും തുമ്മാനുമാണ് അവനും അത് ഉപയോഗിക്കുന്നത്. ഇങ്ങനെയുള്ള വൈരുധ്യങ്ങളുടെ ഉറവിടം അമ്പേ ഷിച്ചുകണ്ടെത്താൻ ഞാൻ പലപ്പോഴും ആഗ്രഹിച്ചിട്ടുണ്ട്. ഞാൻ എങ്ങനെ അധികാരമില്ലാത്ത സാമാജികനായി. അതിനുള്ള കാരണമെ ന്താണ്? ഒരു പക്ഷേ, ഞാനൊരു അധികാരമില്ലാത്ത സാമാജികനും അല്ലാ യിരിക്കാം. ഇപ്പോൾ ഞാൻ ആരാണെന്നു എനിക്കുതന്നെ അറിയില്ല. ഒരു സാധാരണ വ്യാപാരിയും കർഷകനും പെട്ടെന്നു പ്രഭുക്കന്മാരും മാടമ്പികളും ആയിമാറിയ വളരെയധികം ഉദാഹരണങ്ങൾ മഹാരാജ്യ ങ്ങളുടെ ചരിത്രത്തിലുണ്ട്. സാധാരണ കർഷകന് ഇങ്ങനെ ആയിത്തീ രാമെങ്കിൽ എന്നെപ്പോലെ ഒരു മാന്യന് എന്തെല്ലാം ആയിത്തീരാൻ കഴി യും. ഞാൻ ജനറലിന്റെ വേഷംധരിച്ച് ഡയറക്ടറുടെ മുറിയുടെ മുന്നി ലൂടെ നടന്നുപോരുന്നതു ഒന്നു സങ്കൽപ്പിച്ചുനോക്കൂ. വലതുചുമലിലും ഇടതുചുമലിലും സൈനികമുദ്ര. നെഞ്ചിനുമീതെ നീണ്ട നാട. എന്റെ രാജകുമാരി അതിനെപ്പറ്റി എന്തുപറയും? അവളുടെ പപ്പ, നമ്മുടെ ഡയ റക്ടർ എങ്ങനെ ആത്മഗതം ചെയ്യും. അദ്ദേഹം അതിമോഹിയാണ്.

അദ്ദേഹം ഒരു അന്തർദേശീയവാദിയായിരിക്കും. അദ്ദേഹം പലതായിട്ടും നടിക്കുന്നുണ്ടെങ്കിലും ഇപ്പോൾ എനിക്ക് ഒരുകാര്യം മനസിലായി, അദ്ദേഹം ഒരു അന്തർദേശീയവാദിതന്നെയാണ്. അയാൾ കൈകൾ പിടിച്ചു കുലുക്കുമ്പോൾ അത് അറിയാം. എനിക്ക് ഒരു ഗവർണർ ജന റലോ സൈനികർക്ക് ഇരിപ്പിടങ്ങൾ ഒരുക്കുന്നയാളോ മറ്റെന്തെങ്കിലും തരത്തിൽ വലിയ വ്യക്തിത്വമുള്ളയാളോ ആകാനാകില്ല. എങ്കിലും എന്നെ അധികാരമില്ലാത്ത സാമാജികനാക്കി തീർത്തത് എന്താണെന്ന് അറിയാനുള്ള ആഗ്രഹമുണ്ട്. എന്തുകൊണ്ടാണ് മറ്റാരുമാകാതെ ഞാൻ അധികാരമില്ലാത്ത സാമാജികനായത്?

ഡിസംബർ – 5

ഇന്ന് രാവിലെ മുഴുവൻ പത്രം വായനയായിരുന്നു. വളരെ വിചിത്ര മായ സംഗതികളാണ് സ്പെയിനിൽ നടക്കുന്നത്. അവിടെ എന്താണ് സംഭവിക്കുന്നതെന്ന് ശരിക്കും മനസിലാക്കാനും സാധിക്കുന്നില്ല. അവിടെ രാജഭരണം ഇല്ലാതായി. അതോടെ പ്രഭുക്കന്മാർക്ക് അനന്തരാവകാശിയെ തിരഞ്ഞെടുക്കാനായില്ല. അതുകൊണ്ടാണ് എല്ലാത്തകരാറുകളുമെന്ന് അവർ പറയുന്നത്. എനിക്ക് അത് വളരെ വിചിത്രമായിത്തോന്നി. എങ്ങ നെയാണ് രാജാധികാരം ഇല്ലാതാവുക? ഏതെങ്കിലും ഒരു പ്രഭു രാജാ വാകണമെന്ന് അവർ പറയുന്നു. ഒരു പ്രഭുഭരണാധികാരിയാവുക അസാ ധ്യമായ കാര്യമാണ്. അത് ഒരിക്കലും സംഭവിക്കാത്തതാണ്. രാജാവ് തന്നെ അധികാരത്തിൽ വരണം. പക്ഷേ, അവർ പറയുന്നത് രാജാവില്ല എന്നാണ്. രാജാവ് എങ്ങനെയാണ് ഇല്ലാതാവുന്നത്? കാരണം രാജാവി ല്ലാതെ ഒരു രാജ്യം ഉണ്ടാകില്ല. അവിടെ ഒരു രാജാവുണ്ട്, പക്ഷേ, അദ്ദേഹം ഒളിവിലാണെന്നുമാത്രം. അദ്ദേഹം സ്പെയിനിൽത്തന്നെയു ണ്ടാകും. ഒന്നുകിൽ സ്വന്തം സാഹചര്യങ്ങൾ അല്ലെങ്കിൽ ഫ്രാൻസിനെ പ്പോലുള്ള അയൽരാജ്യങ്ങളെ ഭയന്നിട്ട് ഒളിവിൽ പോകാൻ നിർബന്ധി തനായതാവാം. ഒരു പക്ഷേ, മറ്റുപലകാരണങ്ങളുമുണ്ടാകും.

ഡിസംബർ – 8

ഞാൻ ഇന്നു ഓഫീസിൽ പോകാൻ തന്നെ തീരുമാനിച്ചു. പക്ഷേ, പല ചിന്തകളും അതിൽനിന്നു എന്നെ തടഞ്ഞു. സ്പെയിനിലെ കാര്യ ങ്ങളെക്കുറിച്ച് എനിക്ക് ചിന്തിക്കാതിരിക്കാൻ കഴിഞ്ഞില്ല. ഒരു കുലീനൻ എങ്ങനെയാണ് രാജാവാകുക? അത് ഒരിക്കലും അനുവദിക്കാൻ കഴി യില്ല. ഇംഗ്ലണ്ട് ഒരിക്കലും അത് സഹിക്കില്ല. മാത്രമല്ല യൂറോപ്പിലെ ഒറ്റ രാജ്യവും ആസ്ത്രിയയിലെ ചക്രവർത്തിയും നമ്മുടെ സാർചക്ര വർത്തിയും അത് അംഗീകരിക്കില്ല. ഈ സംഭവവികാസങ്ങളെല്ലാം എന്നെ അങ്ങേയറ്റം ബാധിച്ചതുകൊണ്ട് ഒരു ജോലിയും എനിക്ക് ചെയ്യാനായില്ല. എന്റെ ജോലിയിലുള്ള അശ്രദ്ധയെക്കുറിച്ച് മാവ്റ പരാമർശിക്കുകയു

ണ്ടായി. ഞാൻ രണ്ടുപാത്രങ്ങൾ നിലത്തിട്ട് പൊട്ടിച്ചു. ഞാൻ ഉച്ചഭക്ഷണം കഴിച്ചതിനുശേഷം മലകൾ കാണാൻപോയി. പക്ഷേ, അതുകൊണ്ട് യാതൊരു കാര്യവുമുണ്ടായില്ല. അതിനുശേഷം സ്പെയിനിലെ കാര്യങ്ങളെക്കുറിച്ച് ഒരുപാടുനേരം ആലോചിച്ചുകിടന്നു.

2000 എ ഡി ഏപ്രിൽ 43

ഇന്നു സന്തോഷത്തിന്റെ ദിവസമായിരുന്നു. കാരണം സ്പെയിനിൽ ഒരു രാജാവുണ്ട്. ഞാൻ അവനെ കണ്ടെത്തിക്കഴിഞ്ഞു. ഞാൻ തന്നെ യാണ് ആ രാജാവ്. ഇന്നുമാത്രമാണ് എനിക്കത് കണ്ടെത്താൻ കഴിഞ്ഞ ത്. ഏതാണ്ട് ഒരു മിന്നൽപ്പിണർപോലെയാണ് അതിനെപ്പറ്റി എനിക്ക് വെളിപാടുണ്ടായത്. എന്നെ അധികാരമില്ലാത്ത സാമാജികനായി ഇതു വരെ കണ്ടതുസത്യത്തിനു നിരക്കാത്തതാണ്. ഇങ്ങനെയുള്ള കിറുക്കുപി ടിച്ച ഒരാശയം എന്റെ മനസിലുണ്ടായതെങ്ങനെയെന്ന് എനിക്കറിയില്ല. എന്നെ ഒരു ഭ്രാന്തനായി ആരും കാണാത്തതുഭാഗ്യംതന്നെയാണ്. എനിക്കിപ്പോൾ എല്ലാം വ്യക്തമാകുന്നുണ്ട്. എല്ലാവസ്തുതകളുടെയും ആന്തരികമായ അർഥം മനസിലാക്കാൻ കഴിയുന്നു. ഈ സമയംവരെ എല്ലാം മൂടൽമഞ്ഞിൽ അകപ്പെട്ടപോലെയായിരുന്നു. ജനങ്ങൾ ഇതുവരെ മനുഷ്യന്റെ മസ്തിഷ്കം തലക്കുള്ളിലാണ് എന്നു വിചാരിച്ചതാണ് ഇതി നുകാരണം. അത് വളരെ തെറ്റായ ധാരണയായിരുന്നുവെന്നു ഇന്ന് എനിക്ക് മനസിലായി. കാസ്പിയൻ കടലിൽ നിന്നുള്ള കാറ്റ് അത് ഇപ്പോൾ കൊണ്ടുവന്നതേയുള്ളൂ. ഞാൻ സ്പെയിനിലെ രാജാവാണ് എന്ന് മാവ്റയോടു പറഞ്ഞു. അവളുടെ മുന്നിൽ നിൽക്കുന്നത് സ്പെയി നിലെ രാജാവാണെന്നു കേട്ടപ്പോൾ അവൾ പേടിച്ച് സ്തബ്ധയായി നിന്നു. അവൾ മുമ്പൊരിക്കലും സ്പെയിനിലെ രാജാവിനെ കണ്ടിരുന്നി ല്ല. അവളെകാര്യങ്ങൾ ബോധ്യപ്പെടുത്താൻ ഞാൻ ശ്രമിച്ചു. എനിക്ക് അവളോടുള്ള ഉദാരമായ സമീപനങ്ങളെക്കുറിച്ച് ഞാൻ അവളോട് പറ ഞ്ഞു. എന്റെ ബൂട്ടുകൾ നന്നായി വൃത്തിയാക്കാത്തതിന് ഒരിക്കലും അവ ളോട് അനിഷ്ടം തോന്നിയിട്ടില്ലെന്നു ഞാൻ സൂചിപ്പിച്ചു. താഴെത്തട്ടിലു ള്ളവരോട് സ്വീകരിക്കേണ്ട രീതി ഇങ്ങിനെയാണെന്നു എനിക്കറിയാം. അവരോട് ഉന്നതമായ കാര്യങ്ങളൊന്നും സംസാരിച്ചിട്ട് യാതൊരു ഫല വുമില്ല. അവളുടെ ഭയത്തിനു കാരണം സ്പെയിനിലെ രാജാക്കന്മാരെല്ലാം ഫിലിപ്പ് രണ്ടാമനെപ്പോലെയായിരിക്കും എന്ന ധാരണയാണ്. ഫിലിപ്പും ഞാനും തമ്മിൽ വളരെക്കുറച്ച് സമാനതകളെ ഉള്ളൂവെന്നു അവളെ പറഞ്ഞു മനസിലാക്കി. ഒരു രാജാവ് ധരിക്കുന്ന വസ്ത്രങ്ങൾപോലും എന്റെ കയ്യിലില്ല. ഞാൻ ഓഫീസിലേക്ക് പോകാതിരുന്നിട്ട് എത്രയോ കാലമായി. അല്ലെങ്കിൽ ആ നരകത്തിലേക്ക് എന്തിനാണ് പോകുന്നത്? സുഹൃത്തുക്കളെ, നിങ്ങളൊരിക്കലും വീണ്ടും അവിടത്തേക്ക് എന്നെ വിളി ക്കരുത്. നിങ്ങളുടെ ഭീമാകാരമായ ആധാരക്കെട്ടുകൾ പകർത്തിയെഴു താൻ എന്നെക്കൊണ്ടാവില്ല.

മാർട്ടോബർ 86, പകലിനും രാത്രിക്കുമിടയിൽ

ഇന്ന് ഭരണവിഭാഗത്തിലെ ഗുമസ്തൻ ഓഫീസിലേക്ക് എന്നെ വിളി ക്കാൻ വന്നു. ഞാൻ മൂന്നാഴ്ചയായി അവിടെ ചെല്ലാതായിട്ട് എന്നു അയാൾ ഓർമപ്പെടുത്തി. ആളുകൾ ഈ രീതിയിൽ ആഴ്ചകൾ കണ ക്കുകൂട്ടിയെടുക്കുന്നത് നീതിക്ക് നിരക്കാത്തതാണ്. ഞാൻ ഒരു തമാശ ക്കുവേണ്ടി ഓഫീസിലേക്ക് ചെന്നു. ഞാൻ വിഭാഗം മേധാവിയെ വണ ങ്ങുമെന്നു അയാൾ പ്രതീക്ഷിച്ചിട്ടുണ്ടാകും. ഞാൻ അങ്ങനെ ചെയ്തി ല്ല. അദ്ദേഹത്തോട് അകൽച്ചയുള്ള രീതിയിൽ ഒന്നു നോക്കുകമാത്രം ചെയ്തു. ഞാൻ ഒന്നും ശ്രദ്ധിക്കുന്നില്ല എന്നമട്ടിൽ നിർവികാരനായി എന്റെ ഇരിപ്പിടത്തിൽ ഇരുന്നു. ഓഫീസിലെ ജീവനക്കാരെ അലസമായി നോക്കിക്കൊണ്ട് ഞാൻ ഓരോന്നും ചിന്തിച്ചു. നിങ്ങളുടെയിടയിൽ ഇരി ക്കുന്ന എന്നെ നിങ്ങൾ അറിയുമോ? ഞാൻ ഉന്നതനായ ഒരാളാണ്. പെട്ടെന്നു അവിടെ ഒരു ഒച്ചയും ബഹളവുമുണ്ടായി. ഡയറക്ടർ വരിക യായിരുന്നു. ഉദ്യോഗസ്ഥന്മാരിൽ പലരും വണങ്ങിനിന്ന് അദ്ദേഹത്തിന്റെ ശ്രദ്ധയാകർഷിക്കുവാൻ ശ്രമിച്ചു. പക്ഷേ, ഞാൻ ഇരുന്ന സ്ഥലത്തു നിന്ന് അനങ്ങിയില്ല. അദ്ദേഹം മുന്നിലൂടെ കടന്നുപോകുമ്പോൾ എല്ലാവരും കോട്ടുകൾ നേരെയാക്കി ജാഗ്രതപാലിച്ചു. ആ ഡയറക്ടറുടെ മുന്നിൽ ഞാൻ ഒരിക്കലും എഴുന്നേറ്റ് നിൽക്കില്ല. അദ്ദേഹം ഒരു ഡയറക്ടറാ ണെന്ന് എനിക്ക് തോന്നിയിട്ടില്ല. കുപ്പിയുടെ അടപ്പുപോലെ ഒരു സാധ നമെന്നേ ഞാൻ കരുതുന്നുള്ളൂ. കുറച്ച് സമയം കഴിഞ്ഞപ്പോൾ ഒപ്പുവെ ക്കുവാൻ കുറെ കടലാസുകൾ മുന്നിൽ കൊണ്ടുവെച്ചതു എന്നെരസം പിടിപ്പിച്ചു. ഞാൻ കടലാസുകളുടെ അടിയിൽ പേരെഴുതി ഒപ്പുവെക്കു മെന്നു അവർ പ്രതീക്ഷിക്കുന്നുണ്ടാകും. കടലാസുകളുടെ മധ്യഭാഗത്ത് ഡയറക്ടർ പേരെഴുതി ഒപ്പുവെച്ചിട്ടുണ്ട്. ഞാൻ പേനയെടുത്ത് എഴുതി: 'ഫെർഡിനാന്റ് എട്ടാമൻ'.

അവിടെയാകെ നിശബ്ദത പരന്നു. ഞാൻ എഴുന്നേറ്റ് നിന്നു കൈവീ ശിക്കൊണ്ട് പറഞ്ഞു.

"ഞാൻ ഒരു തരത്തിലുമുള്ള രാജഭക്തിയും നിങ്ങളോട് ആവശ്യ പ്പെടുന്നില്ല."

ഞാൻ പുറത്തേക്ക് നടന്നു. ഞാൻ നേരെപോയതു ഡയറക്ടറുടെ വീട്ടിലേക്കാണ്. അവിടെ ഉണ്ടായിരുന്ന വേലക്കാരൻ എന്നെ അകത്തേക്ക് കടക്കാൻ അനുവദിച്ചില്ല. ഡയറക്ടർ വീട്ടിൽ ഇല്ലായിരുന്നു. ഞാൻ ഒച്ച ഉയർത്തി സംസാരിക്കാനാരംഭിച്ചപ്പോൾ അവൻ കൈകൾ താഴ്ത്തി അനു വാദം തന്നു. ഞാൻ നേരെ ചെന്നത് അവൾ വസ്ത്രം ധരിക്കുന്ന മുറിയി ലേക്കാണ്. അവൾ കണ്ണാടിക്കുമുന്നിൽ ഇരിക്കുകയായിരുന്നു. ഞാൻ അകത്തേക്ക് കയറിച്ചെന്നപ്പോൾ അവൾ ചാടിയെഴുന്നേറ്റ് പിറകോട്ടുമാറി. ഞാൻ സ്‌പെയിനിലെ രാജാവാണെന്നകാര്യം അവളോട് പറഞ്ഞില്ല. അവൾ അറിയാത്ത വളരെ അധികം സുഖങ്ങൾ ഈ ലോകത്തുണ്ടെന്നു

മാത്രം ഞാന്‍ പറഞ്ഞു. ശത്രുക്കളുടെ എല്ലാത്തരം പ്രവര്‍ത്തനങ്ങളെയും മറികടന്ന് ഞാനും അവളും ഒന്നിക്കുമെന്നും ഞാന്‍ പറഞ്ഞു. അത്രമാ ത്രമേ എനിക്ക് പറയാനുണ്ടായിരുന്നുള്ളൂ. അതിനുശേഷം ഞാന്‍ പുറ ത്തേക്കിറങ്ങിനടന്നു. സ്ത്രീകള്‍ വളരെയധികം സൂത്രശാലികളാണ്. ഇപ്പോള്‍ മാത്രമാണ് ഞാന്‍ ഒരു സ്ത്രീയെ തിരിച്ചറിഞ്ഞത്. അവരുടെ പ്രണയത്തെക്കുറിച്ച് ആരുമറിയില്ല. അത് കണ്ടുപിടിക്കുന്ന ആദ്യത്തെ ആള്‍ ഞാനാണ്. സ്ത്രീകള്‍ക്ക് പിശാചുമായാണ് പ്രണയം. അത് ശരിക്കും ഗൗരവമായി തന്നെയായിരിക്കും. ശരീരത്തെക്കുറിച്ചുപഠിച്ചിട്ടു ള്ളവര്‍ സ്ത്രീയെക്കുറിച്ച് പല ബുദ്ധിയില്ലായ്മകളും പറഞ്ഞുവെച്ചിട്ടു ണ്ട്. പക്ഷേ, അവള്‍ പ്രണയിക്കുന്നത് പിശാചിനെത്തന്നെയാണ്. അവള്‍ ഒന്നാം നിരയില്‍ ഒരു ഇരട്ടക്കണ്ണടവെച്ച് ഇരിക്കും. നല്ല വസ്ത്രങ്ങള്‍ ധരിച്ച തടിയനായ ആളെയാണ് അവള്‍ നോക്കുന്നതെന്നു നിങ്ങള്‍ വിചാ രിക്കും. എന്നാല്‍ അവന്റെ പിറകില്‍ നില്‍ക്കുന്ന പിശാചിനെയാണ് അവള്‍ നോക്കുന്നത്. അവന്‍ തടിച്ചവന്റെ കുപ്പായത്തിനരികില്‍ മറഞ്ഞു നില്‍ക്കുകയാണ്. അവന്‍ ഇപ്പോള്‍ അവള്‍ക്കുനേരെ അടയാളങ്ങള്‍ കാണിക്കുകയാണ്. അവള്‍ അവനെത്തന്നെ വിവാഹം ചെയ്യുമെന്ന കാര്യം ഉറപ്പാണ്. പിതാവും എല്ലാ വാലാട്ടികളായ ഓഫീസ് ജീവന ക്കാരും കൂട്ടാളികളും അവരെ പ്രണയത്തിലേക്ക് ആനയിക്കും, എന്നിട്ട് ദേശസ്നേഹികളെന്നു വിശേഷിപ്പിക്കും. എല്ലാ ദേശസ്നേഹികള്‍ക്കും വേണ്ടതു ലാഭവിഹിതമാണ്. പണത്തിനുവേണ്ടി മാതാപിതാക്കന്മാരെയും ദൈവത്തെയും വരെ അവര്‍ വില്‍ക്കും. അവര്‍ ദുരാഗ്രഹികളായ പൊങ്ങ ച്ചക്കാരും യൂദാസുകളുമാണ്. ഇതിനു കാരണം ദുരാഗ്രഹമാണ്. ദുരാ ഗ്രഹമുണ്ടാവാന്‍ കാരണം നാവിനടിയിലുള്ള ചെറിയ പാത്രമാണ്. ആ ചെറിയ പാത്രത്തില്‍ സൂചിത്തലപ്പിനെക്കാള്‍ ചെറിയ പുഴുവുണ്ട്. ഇതൊക്കെ നിര്‍മിച്ചത് ഗൊരൊക്കൊവായ തെരുവില്‍ പാര്‍ക്കുന്ന ഒരു ക്ഷുരകനാണ്. അവന്റെ പേര്‍ എനിക്കോര്‍മയില്ല. പക്ഷേ, ഒരുകാര്യം എനിക്കറിയാം എതോ പേറ്റിച്ചിയുമായി യോജിച്ച് ഈ ലോകത്ത് മുഹ മ്മദിസം എന്ന മതം പ്രചരിപ്പിക്കുവാന്‍ ശ്രമിക്കുകയാണ് അവന്‍. ഫ്രാന്‍സിലെ ഭൂരിപക്ഷം ജനങ്ങളും മുഹമ്മദന്‍ മതം സ്വീകരിച്ചുവെ ന്നാണ് കേട്ടുകേള്‍വി.

തീയതി ഇല്ല, തീയതി ഇല്ലാത്ത ദിവസമായിരുന്നു.

ഞാന്‍ നെവ്സ്കിയിലൂടെ വേഷംമാറി നടന്നു. ആ സമയത്ത് ചക്ര വര്‍ത്തി റോഡിലൂടെ വേഗത്തില്‍ കടന്നുപോയി. നഗരത്തിലുണ്ടായിരു ന്നവരെല്ലാം തലയില്‍ നിന്നു തൊപ്പിയെടുത്ത് വണങ്ങിനിന്നു. ഞാന്‍ സ്പെയിനിലെ രാജാവാണെന്നു അറിയിക്കാതെ അതേരീതിയില്‍ത്തന്നെ ചെയ്തു. യാഥാര്‍ഥ്യം ജനങ്ങളില്‍ നിന്നു മറച്ചുവെക്കുന്നതാണ് നല്ലത്. ഇതൊക്കെ നീതി പീഠത്തിനുമുന്നില്‍ തെളിയിക്കേണ്ട കാര്യമാണ്. സ്പെയിനിലുള്ളവര്‍ ഉപയോഗിക്കുന്ന തരത്തിലുള്ള വസ്ത്രം എന്റെ

കയ്യിലുണ്ടായിരുന്നില്ല. അവിടെയുള്ളവർ ഉപയോഗിക്കുന്ന ഏതെങ്കിലു മൊരു തരത്തിലുള്ള വസ്ത്രം എനിക്ക് അത്യാവശ്യമായികിട്ടണം. തയ്യൽ ക്കാരനോട് പറഞ്ഞ് ഒരെണ്ണം തുന്നിക്കുന്നതാണ് നല്ലത്. പക്ഷേ, അവർ ശരിക്കുമുള്ള കഴുതകളാണ്. അവർക്ക് ജോലിയിൽ ഒരു താൽപ്പര്യവു മില്ല. അവർ അധികം ലാഭമെടുക്കാൻ തുടങ്ങിയിരിക്കുന്നു. അവരിൽ അധികമാളുകൾക്കും തെരുവിൽ കല്ല് പാകലാണ് ജോലി. അതുകൊണ്ട് എന്റെ യൂണിഫോം ഉപയോഗിച്ച് ചക്രവർത്തിയുടെ വസ്ത്രമുണ്ടാക്കാൻ തീരുമാനിച്ചു. തയ്യൽക്കാരനു കൊടുക്കാതെ ഞാൻ തന്നെ അത് തുന്നാ മെന്നുവെച്ചു. കത്രികയെടുത്ത് ഞാൻ തുണികഷണങ്ങളായി മുറിച്ചു തുടങ്ങി. കാരണം അതിന്റെ ഓരോ കക്ഷണവും വ്യത്യസ്തമായ അള വിലായിരിക്കണം.

തീയതി മറന്നു. മാസവും ഓർമയില്ല. അതെന്തായിരുന്നു. പിശാചിനുമാത്രമറിയാം

ഞാൻ വസ്ത്രം തുന്നി ശരിയാക്കി. ഞാൻ അത് ധരിച്ചത് കണ്ട പ്പോൾ മാവ്റ അലറിവിളിച്ചു. എനിക്ക് നീതിപീഠത്തിനു മുന്നിൽ ഹാജ രാവാൻ കഴിഞ്ഞിട്ടില്ല. കാരണം സ്പെയിനിൽ നിന്നുള്ള നിയമന ഉത്ത രവ് ഇതുവരെ ഇവിടെ എത്തിയിട്ടില്ല. സ്പെയിനിൽ നിന്നുള്ള പ്രതിനി ധികളില്ലാതെ അങ്ങോട്ട് പോകുന്നതു ശരിയല്ല. എന്റെ പ്രതാപത്തിന് അത് മങ്ങലേൽപ്പിക്കും. അവർ ഏത് നിമിഷവും വന്നു ചേരാമെന്നാണ് എന്റെ പ്രതീക്ഷ.

പ്രതിനിധികൾ എന്താണ് വൈകുന്നതെന്നു ഞാൻ അത്ഭുതപ്പെട്ടു. അവരെ തടഞ്ഞുവെച്ചതാരാണ്? ഫ്രാൻസായിരിക്കുമോ? മിക്കവാറും അവർ തന്നെയായിരിക്കും. അവരാണ് സൗഹൃദത്തിലല്ലാത്ത രാജ്യം. സ്പെയിനിൽ നിന്നു പ്രതിനിധികൾ എത്തിയോ എന്നറിയാൻ ഞാൻ പോസ്റ്റോഫീസിൽ പോയിനോക്കി. പക്ഷേ, പോസ്റ്റ്മാസ്റ്റർ വിഡ്ഢിയായ ഒരാളായിരുന്നു. സ്പാനിഷ് പ്രതിനിധികളൊന്നും പോസ്റ്റോഫീസിൽ ഉണ്ടാവില്ല എന്നാണദ്ദേഹം പറഞ്ഞത്. അവിടെ നിന്നും കത്തുകൾ അയ ക്കാൻ മാത്രമേ കഴിയുകയുള്ളൂ എന്ന് അദ്ദേഹം എന്നെ ഉപദേശിച്ചു. ഇതുകേട്ട് ഒരു കത്തയക്കുന്നതിലെന്താണിത്ര വലിയ കാര്യം എന്നു ഞാൻ അത്ഭുതപ്പെട്ടു. കത്തുകളെന്നു പറയുന്നതു ഒരുതരം ജീർണിച്ച വസ്തുക്കളാണ്. സാധാരണയായി മരുന്നു കച്ചവടക്കാരാണ് കത്തെഴു തുക. വിനാഗിരിയിൽ നാവ് മുക്കിയതിനുശേഷമാണ് അവർ അത് ചെയ്യു ക. അതാണ് അവരുടെ മുഖത്ത് അരിമ്പാറകൾ നിറഞ്ഞിരിക്കുന്നത്.

മാഡ്രിഡ്-ഫെബ്രുറിയസ്-30

എല്ലാം വളരെ പെട്ടെന്നാണ് സംഭവിച്ചത്. ഞാൻ ഇപ്പോൾ സ്പെയി നിലാണ്. അതുകൊണ്ട് കാര്യങ്ങളുമായി യോജിച്ചുപോകാൻ വളരെ

പെട്ടെന്ന് എനിക്ക് കഴിയുന്നില്ല. ഇന്നു രാവിലെയാണ് സ്പെയിനിൽ നിന്നും പ്രതിനിധികൾ എത്തിയത്. ഞങ്ങൾ ഒരുമിച്ച് ഒരു വണ്ടിയിൽ യാത്രപുറപ്പെട്ടു. വളരെ അസാധാരണമായ ഒരു യാത്രയായിരുന്നു അത്. അതിന്റെ വേഗത എനിക്ക് വിചിത്രമായി തോന്നി. യാത്ര വളരെ വേഗ ത്തിലായിരുന്നതിനാൽ അരമണിക്കൂറിനകം ഞങ്ങൾ സ്പെയിനിന്റെ അതിർത്തിയിലെത്തി. ഇപ്പോൾ യൂറോപ്പിലെല്ലായിടത്തും റെയിൽപാള ങ്ങളും വേഗത്തിലോടുന്ന ആവിബോട്ടുകളുമുണ്ട്. സ്പെയിൻ ഒരു പ്രത്യേ കതരം രാജ്യമാണ്. അവിടെ ചെന്നതിനുശേഷം ഞങ്ങൾ ആദ്യമായി പ്രവേശിച്ചമുറിയിൽ തലമൊട്ടയടിച്ച കുറെ ആളുകൾ ഉണ്ടായിരുന്നു. അവരെക്കണ്ടപ്പോൾ പട്ടാളക്കാരാണെന്നു മനസിലായി. എന്നെ കൈപി ടിച്ചാനയിച്ച ചാൻസലറുടെ സ്വഭാവം വളരെ വിചിത്രമായി എനിക്കുതോ ന്നി. എന്നെ ചെറിയൊരു മുറിയിലേക്ക് തള്ളിമാറ്റിയതിനുശേഷം അദ്ദേഹം പറഞ്ഞു.

"അവിടെ ഇരിക്ക്, നീ ഫെർഡിനാന്റ് രാജാവാണെന്നു കരുതുന്നു ണ്ടെങ്കിൽ ആ ധാരണ ഞാൻ മാറ്റിത്തരാം."

ഇതൊരു അഗ്നിപരീക്ഷയാണെന്നു എനിക്കറിയാമായിരുന്നു. അതു കൊണ്ട് ഞാൻ അദ്ദേഹത്തെ അനുസരിച്ചില്ല. അപ്പോൾ ചാൻസലർ ഒരു വടികൊണ്ട് രണ്ട് പ്രാവശ്യം എന്റെ പിറകിൽ അടിച്ചു. വേദനകൊണ്ട് ഞാൻ കരഞ്ഞു പോകേണ്ടതായിരുന്നു. പക്ഷേ, ഞാൻ നിയന്ത്രണം വിട്ടില്ല. എന്റെ ധീരത പരിശോധിക്കാനുള്ള ശ്രമങ്ങളാണിതെല്ലാമെന്ന് എനിക്കറിയാമായിരുന്നു. ഒരാൾക്ക് വലിയ സ്ഥാനമാനങ്ങൾ കൊടുക്കു മ്പോൾ സ്പെയിനിൽ ഇങ്ങനെ ചില പരീക്ഷണങ്ങളുണ്ട്. കുറച്ചു കഴിഞ്ഞ് ഒറ്റക്കായപ്പോൾ അവിടത്തെ പൊതുകാര്യങ്ങളിൽ ഇടപെടാൻ ഞാൻ തീരുമാനിച്ചു. ചൈനയും സ്പെയിനും ഓരോ രാജ്യങ്ങളാണെന്നു ഞാൻ ചിന്തിക്കാൻ തുടങ്ങി. അവ ഇപ്പോഴും രണ്ടുരാജ്യങ്ങളായി തുട രുന്നുണ്ടെങ്കിൽ ശുദ്ധമായ അസംബന്ധമാണ്. ആരെങ്കിലും ഒരുതുണ്ട് കടലാസിൽ സ്പെയിൻ എന്നെഴുതിയാൽ എനിക്ക് ചൈനയെന്നേ കാണാൻ കഴിയുകയുള്ളൂവെന്നു ഞാൻ പറഞ്ഞു. പക്ഷേ, നാളെ സംഭ വിക്കാനിടയുള്ള ഒരു സംഭവമാലോചിച്ച് ഞാൻ വേവലാതിപ്പെടാൻ തുട ങ്ങി. നാളെ എഴുമണിക്ക് വിചിത്രമായ ഒരു പ്രതിഭാസം ഉണ്ടാകാനിട യുണ്ട്. അതായത് ഭൂമി ചന്ദ്രനിൽ പതിക്കാൻ പോകുന്നു. അതിപ്രശ സ്തനായ വെല്ലിങ്ടൻ എന്ന ശാസ്ത്രജ്ഞന്റെ ലേഖനത്തിൽ ഇതിനെ പ്പറ്റി പറയുന്നുണ്ട്. സത്യം പറയട്ടെ ചന്ദ്രന്റെ പ്രായക്കുറവും മൃദുലതയും കണ്ടപ്പോൾ എനിക്ക് അൽപ്പം ഉൽക്കണ്ഠ തോന്നിയിട്ടുണ്ട്. ചന്ദ്രനെ നിർമിച്ചത് ഹാംബർഗിലാണ് എന്നു നിങ്ങൾകേട്ടിട്ടുണ്ടാകും. വളരെ മോശ മായ രീതിയിലാണ് അത് നിർമിച്ചത്. ഇംഗ്ലണ്ട് അത് കാണാതെ പോയ തിൽ എനിക്ക് അത്ഭുതമുണ്ട്. വീപ്പ നിർമിക്കുന്ന ഒരു മുടന്തനാണ് അതു ണ്ടാക്കിയത്. ഒറ്റനോട്ടത്തിൽ തന്നെ അതുണ്ടാക്കിയ വിഡ്ഢിക്ക് അതിന്റെ പണി അറിയില്ലെന്നു ആർക്കും മനസിലാകും. ടാർ പുരട്ടിയ

കയറുകളും കുറച്ച് ഒലീവെണ്ണയുമാണ് അതിന് ഉപയോഗിച്ചത്. അതിന്റെ ദുർഗന്ധം ഭൂമിയിൽ ആർക്കും മൂക്കുപൊത്താതെ കഴിയുവാനാവാത്ത അവസ്ഥ ഉണ്ടാക്കിയിരിക്കുന്നു. അതുകൊണ്ടാണ് ചന്ദ്രൻ മനുഷ്യവാസമില്ലാത്ത മൃദുലഗോളമായി മാറിയത്. അവിടെ മൂക്കുകൾ മാത്രമാണ് താമസിക്കുന്നത്. അതിനാലാണ് നമ്മുടെ മൂക്കുകൾ നമുക്ക് കാണാൻ കഴിയാത്തത്. അവയെല്ലാം ഇപ്പോൾ ചന്ദ്രനിലാണ്. ഭൂമി ഭാരമുള്ള ഒരു വസ്തുവാണ്. അത് ചന്ദ്രനിൽ വീണാൽ ഭാരം കൊണ്ട് നമ്മുടെ മൂക്കുകളെല്ലാം പൊടിഞ്ഞുപോകും. ഇങ്ങനെയുള്ള എല്ലാത്തരം ഉൽക്കണ്ഠകളിൽ നിന്നും വിമുക്തനായി കാലുറകളും ചെരുപ്പും ധരിച്ച് ഞാൻ തിരക്കിട്ട് കോൺഫറൻസ് ഹാളിലേക്ക് ചെന്നു. ഭൂമിയുടെ വീഴ്ച തടയാനുള്ള ആജ്ഞനൽകാൻ ഞാൻ തീരുമാനിച്ചു. കോൺഫറൻസ് ഹാളിൽ ഉണ്ടായിരുന്ന തലമൊട്ടയടിച്ച പട്ടാളക്കാർ വളരെ ബുദ്ധിമാന്മാരായിരുന്നു. അവരോടായി ഞാൻ പറഞ്ഞു: "മാന്യജനങ്ങളെ, ചന്ദ്രനെ നാം സംരക്ഷിക്കണം, ഭൂമി അതിൽ വീഴാൻ പോകുകയയാണ്!" എന്റെ രാജകീയ ആജ്ഞകേട്ട് അവരിൽ ചിലർ ചന്ദ്രനിലെത്താൻ ചുമരിനു മുകളിൽ കയറാൻ തുടങ്ങി. പക്ഷേ, അപ്പോഴേക്കും വലിയ ചാൻസലർവന്നു. അദ്ദേഹത്തെ കണ്ടപാടെ പട്ടാളക്കാർ പിരിഞ്ഞുപോയി. ഞാൻ രാജാവായതുകൊണ്ട് അവിടെത്തന്നെ നിന്നു. പക്ഷേ, ചാൻസലർ അദ്ദേഹത്തിന്റെ വടികൊണ്ട് എന്നെ അടിച്ച് മുറിയിലേക്ക് ഓടിച്ചു. സ്പെയിനിലെ പുരാതന ആചാരങ്ങളുടെ ശക്തികണ്ട് എനിക്ക് അത്ഭുതംതോന്നി.

അതേ വർഷം ഫെബ്രുറിയനുശേഷം നടന്നത്

സ്പെയിൻ എന്ന രാജ്യത്തെ മനസിലാക്കാൻ എനിക്ക് ഇപ്പോഴും കഴിഞ്ഞിട്ടില്ല. ഇവിടത്തെ ദേശീയ ആചാരങ്ങളും പെരുമാറ്റ രീതികളും വളരെ അസാധാരണമാണ്. അവ എനിക്ക് മനസിലാക്കാൻ തീരെ കഴിയുന്നില്ല. സന്യാസിയാവാൻ എനിക്ക് താൽപ്പര്യമില്ലെന്നു എത്രതന്നെ ആവർത്തിച്ചുപറഞ്ഞിട്ടും അവർ ഇന്നു എന്റെ തലമൊട്ടയടിച്ചു. എന്റെ തലയുടെ ഉച്ചിയിൽ തണുത്തവെള്ളം ഒഴിച്ചപ്പോൾ ഞാൻ എന്തായിത്തീർന്നു എന്നു പറയാൻ കഴിയില്ല. അതിനെപ്പറ്റി ചിന്തിക്കാൻപോലും എനിക്കാവില്ല. ആ തരത്തിലുള്ള ഒരു നരകാനുഭവം മുമ്പ് ഒരിക്കലും എനിക്കുണ്ടായിട്ടില്ല. ഞാൻ കോപംകൊണ്ട് ഭ്രാന്തമായ ഒരവസ്ഥയിലായിരുന്നു. അവർക്ക് എന്നെ പിടിച്ചുനിർത്താൻ നന്നായി വിഷമിക്കേണ്ടി വന്നു. വിലക്ഷണമായ ഈ ആചാരത്തിന്റെ അർഥംതീരെ എനിക്ക് മനസിലായില്ല. അത് വിഡ്ഢിത്തവും അർഥമില്ലാത്തതുമായി എനിക്ക് തോന്നി. ഇന്നുവരെ ഇത് നിർത്തലാക്കാത്ത രാജാവിന്റെ മണ്ടത്തരം സങ്കൽപ്പിക്കാനാവാത്തതാണ്. അവിടത്തെ സ്ഥിതിഗതികൾ വിലയിരുത്തിയപ്പോൾ ഞാൻ വിചാരണയിലകപ്പെട്ടു എന്നു എനിക്ക് മനസിലാകാൻ തുടങ്ങി. വലിയ ചാൻസലറുടെ മുന്നിൽ ഹാജരാക്കിയ ആളായിരുന്നു വിചാരണത്തലവൻ. ഒരു രാജാവ് വിചാരണക് വിധേയനാവുന്ന

തുമാത്രം ഞാൻ ഇതുവരെ കണ്ടിരുന്നില്ല. തീർച്ചയായും ഫ്രാൻസ് ഇതിൽ ഭാഗഭാക്കായിട്ടുണ്ടാകും. പ്രത്യേകിച്ച് പോളിഗ്നാക്ക് എന്ന കള്ള നാണ് ഇതിന്റെയെല്ലാം പിറകിൽ കളിക്കുന്നത്. മരണംവരെ എന്നെ ഉപ ദ്രവിക്കാൻ അവൻ പ്രതിജ്ഞയെടുത്തിരിക്കുകയാണെന്നുതോന്നുന്നു. അവൻ എന്നെ ശിക്ഷിക്കാൻതന്നെ ഇറങ്ങിപുറപ്പെട്ടിരിക്കുകയാണ്. പക്ഷേ, എനിക്കറിയാം സുഹൃത്തേ നീ ഇംഗ്ലണ്ടിന്റെ ചട്ടുകം മാത്രമാണ്. ഇംഗ്ലീഷുകാർ സമർഥരായ രാഷ്ട്രതന്ത്രജ്ഞരാണ്. അവർ വിദ്യകളു മായി എല്ലായിടത്തുമുണ്ട്. ഇംഗ്ലീഷുകാർ ഞെരുങ്ങുമ്പോൾ തുമ്മുന്നതു ഫ്രാൻസായിരിക്കും എന്നത് ലോകത്തിന് മുഴുവൻ അറിയാവുന്നകാര്യ മാണ്.

<h2>25-ാം തീയതി</h2>

ഇന്നു വിചാരണത്തലവൻ എന്റെ മുറിയിൽ വന്നു. ദൂരത്ത് അയാ ളുടെ പാദപതനം കേട്ടയുടൻതന്നെ ഞാൻ കസേരയുടെ അടിയിൽ ഒളി ച്ചു. ഞാൻ അവിടെ ഇല്ലെന്നുകണ്ട് അയാൾ ഉച്ചത്തിൽ എന്നെ വിളി ക്കാൻ തുടങ്ങി: "പോപ്രിഷ്ചിൻ" അയാൾ അലറി. ഞാൻ ഒരക്ഷരവും ഉരിയാടിയില്ല. അയാൾ തുടർന്നു; "അക്സെന്റി ഇവാനോവ് അധികാര മില്ലാത്ത സാമാജികാ, മാന്യതയുള്ളവനേ." ഞാൻ നിശബ്ദനായി ഇരു ന്നു. "ഫെർഡിനാന്റ് എട്ടാമൻ" സ്പെയിനിലെ രാജാവേ; ഞാൻ തല പുറത്തേക്കിടാൻ തുടങ്ങുകയായിരുന്നു. അപ്പോൾ ഞാൻ വിചാരിച്ചു 'ഇല്ല ചങ്ങാതി' എന്നെ അങ്ങനെയൊന്നും നിനക്ക് കിട്ടില്ല. നിന്റെ വിദ്യക ളെല്ലാം എനിക്കറിയാം. നീ എന്റെ ഉച്ചിയിൽ വീണ്ടും തണുത്തവെള്ളം ഒഴിക്കും, പക്ഷേ, അയാൾ എന്നെ കണ്ടുപിടിച്ചു. അയാൾ ഒരു വടിയുപ യോഗിച്ച് കസേരക്കടിയിൽ നിന്നും എന്നെ പുറത്തേക്ക് ചാടിച്ചു. ആ വടികൊണ്ട് എനിക്ക് നന്നായി വേദനിച്ചു. എന്നാൽ അപ്പോൾ എനിക്കു ണ്ടായ വെളിപാട് എന്റെ എല്ലാ വേദനകളും കുറച്ചു. എല്ലാ കോഴി കൾക്കും ഒരു സ്പെയിൻ ഉണ്ട് എന്നതായിരുന്നു ആ വെളിപാട്. വാലിൽ നിന്ന് അധികം അകലെയല്ലാതെ ചിറകുകൾക്കുള്ളിലാണ് അത് സ്ഥിതി ചെയ്യുന്നത്. എന്നോട് വളരെ ദേഷ്യം പിടിച്ച് എന്നെ ശിക്ഷിക്കുമെന്നു ഭീഷണിപ്പെടുത്തി വിചാരണത്തലവൻ പോയി. പക്ഷേ, അയാൾ ഒരു യന്ത്രത്തിലപ്പുറം ഒന്നുമല്ല. ഇംഗ്ലണ്ടിന്റെ കയ്യിൽ വെറും ഒരു ഉപകരണം മാത്രമാണെന്നു അറിയാവുന്നതുകൊണ്ട് അയാളുടെ ദുർബലമായ ജൽപ്പനങ്ങൾ ഞാൻ ശ്രദ്ധിച്ചില്ല.

<h2>തീയതിയും മാസവും തലതിരിഞ്ഞ്</h2>

ഇല്ല. എനിക്ക് അധികകാലം ഇത് സഹിക്കാനുള്ള ശക്തിയില്ല. എന്റെ ഈശ്വരാ, അവർ എന്നോടു വളരെ കടുത്ത കാര്യങ്ങൾ ചെയ്തു. അവർ എന്റെ തലയിൽ തണുത്തവെള്ളം ഒഴിച്ചു. ഞാൻ പറഞ്ഞ

തൊന്നും അവർ ശ്രദ്ധിച്ചില്ല. അവരോട് എന്തുതെറ്റാണ് ഞാൻ ചെയ്ത തെന്നു അറിഞ്ഞുകൂടാ. എന്നെപ്പോലെയുള്ള പാവപ്പെട്ട ഒരു നിർഭാഗ്യ വാനെക്കൊണ്ട് അവർക്ക് ഒന്നും നേടാനില്ല. എന്റെ ശക്തിയെല്ലാം ചോർന്നുപോയിരിക്കുന്നു. ഈ മരണവേദന എനിക്ക് സഹിക്കാനാവു ന്നില്ല. എന്റെ തലക്ക് തീ പിടിച്ചിരിക്കുകയാണ്. എല്ലാം ചുറ്റിലും കറ ങ്ങുന്നു. ആരെങ്കിലും വന്ന് എന്നെ രക്ഷിക്കണം. എന്നെ ദൂരേക്ക് കൊണ്ടു പോകണം. എനിക്ക് കാറ്റിന്റെ വേഗതയുള്ള കുതിരവണ്ടി വേണം. വണ്ടി ക്കാരാ, ഇരിപ്പിടത്തിൽ കയറിയിരുന്നു കുതിരയെ തെളിച്ചാലും. ഒരു ശരം കണക്കെ കുതിരകൾ എന്നെ ഈ ലോകത്ത് നിന്ന് വഹിച്ചുകൊണ്ടു പോകട്ടെ. നമുക്ക് ഒന്നും കാണാൻ കഴിയാത്ത വളരെ വളരെ ഉയരത്തി ലേക്ക് കൊണ്ടുപോകട്ടെ. അവിടെ ആകാശം എനിക്ക് മുന്നിൽ കറങ്ങു ന്നു. വിദൂരങ്ങളിൽ നക്ഷത്രങ്ങൾ മിന്നിത്തിളങ്ങുന്നു. ഇരുണ്ടമരങ്ങളും നിലാവും കുതിച്ചുപായുന്നു. നീലമൂടൽമഞ്ഞ് എന്റെ കാൽക്കീഴിൽ പര ന്നുകിടന്നു. മനസിൽ ഒരു വീണക്കമ്പി ശ്രുതിമീട്ടാൻ തുടങ്ങി. ഒരു ഭാഗത്ത് കടൽപരന്നുകിടന്നു. മറുഭാഗത്ത് ഇറ്റലി, അങ്ങകലെ റഷ്യൻ കുടിലുകൾ കാണാം. എന്റെ വീട് ആ കാണുന്ന നീല വിദൂരതയിലെവി ടെയോ ആയിരിക്കും. ജനലരികിൽ ഇരിക്കുന്നത് എന്റെ അമ്മയാണ്. അമ്മേ, ഈ പാവം മകനെ രക്ഷിക്കൂ! അവന്റെ പെള്ളുന്ന തലയിൽ ഒരിറ്റ് കണ്ണീർ വീഴ്ത്തൂ! അവൻ വളരെ അധികം പീഡിപ്പിക്കപ്പെടുന്നു ണ്ട്. അവനെ നിന്റെ മാറോട് ചേർത്തുപിടിക്കൂ! ഈ ലോകത്ത് അവന് പോകാനൊരിടവുമില്ല. എല്ലാവരും അവനെ ആട്ടിയോടിച്ചു.

പ്രിയപ്പെട്ട അമ്മേ രോഗിയായ ഈ ചെറിയ മകനോട് കരുണ കാണിക്കണമേ! അമ്മക്കറിയുമോ അൽജിയർ ഉൾക്കടലിന് അതിന്റെ മൂക്കിനുതൊട്ടുതാഴെ ഒരു മുഴയുണ്ടെന്നകാര്യം?.

2

നെവ്സ്കി പ്രോസ്പെക്ത്

നെവ്സ്കി പ്രോസ്പെക്ത്

ലെനിൻ ഗ്രാഡിലെ (പഴയ പെട്രോഗ്രാഡ്–സെന്റ് പീറ്റേ ഴ്സ് ബർഗ്) പ്രശസ്തമായ വീഥി. യൂറോപ്പിലെ അതിമ നോഹരങ്ങളായ വീഥികളിൽ ഒന്ന്. നെവാനദിയുടെ ഡൽറ്റ യിൽ സ്ഥിതി ചെയ്യുന്നു. നഗരത്തിന്റെ അഡ്മിറാലിറ്റി മേഖ ലയെയും ആദിമപെട്രോഗ്രാഡ് മേഖലയെയും ബന്ധിപ്പി ക്കുന്നു. നദിയുടെ ദ്വീപിൽ നിന്നും വടക്കൻ ആകാശ ത്തേക്കു തുളഞ്ഞുകൂർത്തുനിൽക്കുന്ന ഒരു സ്വർണകാ രമാതിരിയാണ് ഇത്. പലേടത്തും ഇത് അംബരചുംബിയും. വിഷാദശ്ഛായയയുള്ളതുമാണ്.

സെന്റ് പീറ്റേർഡ്ബർഗിൽ നെവ്സ്കി പ്രോസ്പെക്തിനോടു താര തമ്യപ്പെടുത്താവുന്ന ഒന്നുംതന്നെയില്ല. എന്തെന്നാൽ നഗരത്തെ സംബ ധിച്ചിടത്തോളം ഇത് എല്ലാം ഉൾക്കൊള്ളുന്നതാണ്. തലസ്ഥാനനഗര ത്തിന്റെ മനോഹാരിത ഈ തെരുവിന് അറിയാത്ത എന്ത് ആർഭാടമാ ണുള്ളത്. അവിടെ ഗുമസ്തപ്പണി ചെയ്യുന്ന ക്ഷീണിച്ച താമസക്കാരാ രുംതന്നെ ഈ ഭൂമിയിലെ മറ്റെതെങ്കിലും സൗകര്യങ്ങൾക്ക് വേണ്ടി നെവ്സ്കി പ്രോസ്പെക്ത് കൈമാറില്ലെന്നെനിക്കുറപ്പുണ്ട്. ഭംഗിയുള്ള മീശ വെക്കുകയും നല്ലരീതിയിൽ വസ്ത്രം ധരിക്കുകയും ചെയ്ത ഇരു പത്തഞ്ച് വയസുകാർ മാത്രമല്ല, താടിയിൽ രോമം കിളുക്കുന്നവരും നര

ച്ചമുടിയുള്ളവരും വരെ നെവ്സ്കി പ്രോസ്പെക്തിനെപ്പറ്റി ആവേശം കൊള്ളാറുണ്ട്. പിന്നെ സ്ത്രീകളുടെ കാര്യം. അവർക്ക് നെവ്സ്കി പ്രോസ്പെക്ത് വലിയ സന്തോഷംതന്നെയാണ് നൽകുന്നത്. പിന്നെ ആർക്കാണ് സന്തോഷം തോന്നാത്തത്? വളരെ സ്വാഭാവികമായ അല ഞ്ഞുതിരിയലിന്റെ സുഖം ആസ്വദിക്കുമ്പോൾ മാത്രമേ എളുപ്പത്തിൽ നെവ്സ്കി പ്രോസ്പെക്തിന്റെ സൗരഭ്യം അനുഭവിക്കാനാവുകയുള്ളൂ. നിങ്ങൾ വളരെ തിരക്കിലാണെങ്കിൽ തെരുവിൽ പ്രവേശിക്കുമ്പോൾ ത്തന്നെ ഇതൊക്കെ കാണാൻ മറന്നു പോയേക്കാം. ജനങ്ങൾക്ക് സ്വന്തം ആഗ്രഹങ്ങൾക്കനുസരിച്ച് സ്വയം വെളിപ്പെടുത്താനാവാത്ത ഒരേയൊരു സ്ഥലവും ഇതാണ്. സെന്റ് പീറ്റേഴ്സ്ബർഗിനെ ചുഴ്ന്ന് നിൽക്കുന്ന അതിന്റേതായ ആവശ്യങ്ങളും വാണിജ്യതാൽപ്പര്യങ്ങളും അവരെ തള്ളി ക്കളയാത്ത ഒരേയൊരു സ്ഥലവും ഇതാണ്. നെവ്സ്കിൽ നാം കണ്ടു മുട്ടുന്ന ഒരാൾ ഗൊരൊകാവായയിലും ലിത്തോനിയയിലും മെഷാൻസ്ക യിലും മറ്റേതെങ്കിലും തെരുവുകളിലും ഉള്ളവരെക്കാൾ നിസ്വാർഥമതി കളാണെന്നു കാണാൻ കഴിയും. അവിടങ്ങളിലെ കാൽനടക്കാരനെയും വണ്ടിയിൽ യാത്രചെയ്യുന്നവനെയും കണ്ടാലറിയാം അവർ അത്യാഗ്ര ഹികളും സ്വന്തം താൽപ്പര്യങ്ങൾ മാത്രമുള്ളവരുമാണെന്ന്. സെന്റ് പീറ്റേ ഴ്സ്ബർഗിലേ ഒരുപൊതുസ്ഥലമാണ് നെവ്സ്കി. സെന്റ് പീറ്റേഴ്സ്ബർ ഗിലോ വിബോർഗ് ജില്ലയിലോ താമസിക്കുന്ന ഒരാൾ കടൽത്തീരത്തോ മോസ്കോ ഗേറ്റിലോ അയാളുടെ സുഹൃത്തിനെ കണ്ടെത്താനിടയില്ലെ ങ്കിലും അവർ തമ്മിൽ തീർച്ചയായും ഇവിടെവെച്ച് കണ്ടുമുട്ടിയെന്നുവ രും. ഒരാളെക്കുറിച്ച് ശരിയായ വിവരം നൽകാൻ സർക്കാരിന്റെ അന്വേ ഷണ വിഭാഗത്തിനോ മേൽവിലാസമെഴുതിവെച്ച പുസ്തകങ്ങൾക്കോ നെവ്സ്കിപോലെ കഴിയില്ല എന്നതാണ് വാസ്തവം. അത്രമാത്രം ശക്ത മാണ് നെവ്സ്കി. സെന്റ് പീറ്റേഴ്സ്ബർഗിലെ പാവങ്ങൾക്ക് നടക്കാ നുള്ള ഏക പ്രചോദനമാണ് ഈ തെരുവ്. അതിന്റെ നിരത്തുകൾ വള രെയധികം അടിച്ചുവാരി വൃത്തിയാക്കിയവയാണ്. വളരെയധികം കാല ടയാളങ്ങൾ പതിഞ്ഞതാണ് അത്. പാറക്കല്ലുകൾപോലും പൊടിഞ്ഞു പോകുന്ന വയസൻ പട്ടാളക്കാരന്റെ വൃത്തിയില്ലാത്തതും വിരൂപവുമായ ചെരിപ്പുകൾകൊണ്ടും സൂര്യനുനേരെ സൂര്യകാന്തിപ്പൂവ് എന്നതുപോലെ മനംമയക്കുന്ന കടകളുടെ ജനവാതിലിനുനേരെ തലവെട്ടിച്ച് നടന്നുപോ കുന്ന സുന്ദരിയുടെ വളരെഭാരം കുറഞ്ഞ ചെരിപ്പുകൾ കൊണ്ടും സൈനി കപരേഡിൽ പതാകയേന്തുന്നവന്റെ കനത്തബൂട്ടുകൾകൊണ്ടും ഉണ്ടായ പോറലുകൾ അവിടെയുണ്ടാകും. അങ്ങനെ ശക്തിയും ശക്തിക്ഷയവും ഒരുപോലെ അതിന്റെ ഉപരിതലത്തിൽ കോറിയിടപ്പെട്ടിട്ടുണ്ട്. ഒരു ദിവ സത്തിന്റെ വികാസഗതിയിൽ അവിടെയുണ്ടാകുന്ന മാറ്റങ്ങളുടെ മാസ്മ രികത എത്രയാണ്. ഇരുപത്തിനാല് മണിക്കൂറിനുള്ളിൽ വളരെയധികം ഭാവഭേദങ്ങൾ അതിനുണ്ടാകുന്നു. പ്രഭാതത്തിൽ സെന്റ് പീറ്റേഴ്സ്ബർഗി ന് ഇളംചൂടുള്ള റൊട്ടിയുടെ മണമായിരിക്കും. അവിടവിടെ പഴകിയ ഉട

യാടകളും മേൽവസ്ത്രങ്ങളും ധരിച്ച് കൂട്ടംകൂടിനിൽക്കുന്ന സ്ത്രീകളു ണ്ടാകും. പള്ളിക്കെത്തും കാൽനടയായും ഇവർ കച്ചവടം നടത്തും. ഇങ്ങനെയൊക്കെയാണ് ഇവിടത്തെ ഒരു ദിവസത്തിന്റെ തുടക്കം.

കുറച്ചുകഴിഞ്ഞ് നെവ്സ്കി ശൂന്യമാകും. പൊണ്ണത്തടിയന്മാരായ കച്ചവടക്കാരും അവരുടെ ജോലിക്കാരും പുതപ്പിനുള്ളിൽ കൂർക്കംവലിച്ച് ഉറങ്ങുകയാവും. അല്ലെങ്കിൽ മുഖത്ത് സോപ്പ് പതപ്പിക്കുകയോ കാപ്പി കുടിക്കാനൊരുങ്ങുകയോ ആവും. ഇന്നലെ ചോക്കലേറ്റ് പാത്രങ്ങളുമായി ഗാനിമെഡ് ഓടിനടന്ന പലഹാരക്കടയുടെ മുന്നിൽ യാചകന്മാർ കൂടി നിൽക്കുന്നുണ്ടാവും. അവൻ കൈയിൽ കെട്ടഴിഞ്ഞ ചുലുമായി പുറ ത്തേക്ക് വന്നു ചീത്തയായ പലഹാരങ്ങൾ അവർക്ക് എറിഞ്ഞുകൊടു ക്കും. ഈ സമയത്ത് തെരുവ് നീളെ അലസരായ മനുഷ്യരെക്കാണാം. വല്ലപ്പോഴും തിരക്കിട്ട് റോഡ് മുറിച്ചുകടന്ന് ജോലിക്കുപോകുന്ന റഷ്യൻ കർഷകർ. അവരുടെ ബൂട്ടുകൾ ചെളിയിൽ കുഴഞ്ഞിരിക്കും. പ്രശസ്ത യായ കാതറൈൻ രാജ്ഞിയുടെ കനാൽ ജലത്തിനുപോലും അത് വൃത്തിയാക്കാൻ കഴിയുകയില്ല. സ്ത്രീകൾ ഈ സമയത്ത് പുറത്തിറ ങ്ങുന്നത് അന്തസില്ലാത്ത ഒരു കാര്യമാണ്. കാരണം നാടകശാലകളിൽ പ്പോലും അവർ പുരുഷന്മാരെ കാണാനിടയാകരുതെന്നു വിലക്കിയിട്ടു ണ്ട്. ചിലപ്പോഴെല്ലാം ഉറക്കംതൂങ്ങിയായ ഒരു ഗുമസ്തൻ കയ്യിൽ ബ്രീഫ്കേസുമായി ഉദാസീനനായി നടന്നുപോകുന്നത് കാണാം. നെവ്സ്കിക്ക് അപ്പുറത്തെവിടെയോ ആയിരിക്കും അയാളുടെ ഓഫീ സ്. ഏതാണ്ട് പന്ത്രണ്ട് മണിവരെ നെവ്സ്കി ഇങ്ങനെയൊക്കെയായി രിക്കും. വളരെ സാവധാനത്തിൽ സ്വന്തം കാര്യങ്ങളിൽ മുഴുകി ആകുല തകളും ഉൽക്കണ്ഠകളും നിറഞ്ഞ ജനക്കൂട്ടമായി അത് വളർന്നുവരും. പക്ഷേ, ഇതൊന്നും അവരാരും അറിയില്ല. റഷ്യൻ കർഷകർ നാട്ടുവർത്ത മാനങ്ങൾ പറഞ്ഞുകൊണ്ട് നടന്നു പോയ്ക്കൊണ്ടിരിക്കും. വൃദ്ധരായ ആണുങ്ങളും പെണ്ണുങ്ങളും സ്വയം കൈകൾ കൊണ്ട് ആംഗ്യം കാണിച്ച് എന്തൊക്കെയോ പിറുപിറുത്തുകൊണ്ട് നടന്നു പോകും. പക്ഷേ, കയ്യിൽ ഒഴിഞ്ഞ വീഞ്ഞിൻ കുപ്പികളും പഴയ ചെരിപ്പുമായി നെവ്സ്കിയിലൂടെ നടന്നുപോകുന്ന ഈ അനാഥ ജീവിതങ്ങളെ ആരും ശ്രദ്ധിക്കുകയോ പരിഗണിക്കുകയോ ഇല്ല. ഈ സമയത്ത് കൂർമ്പൻ തൊപ്പിയോ തല പ്പാവോ ധരിച്ചാലും കുപ്പായക്കഴുത്ത് അടിയിൽ ധരിച്ച വസ്ത്രത്തിൽ ഒട്ടിപ്പിടിച്ചാലും ശരി ആരും അത് ശ്രദ്ധിക്കില്ല.

ഉച്ചയാകുമ്പോൾ രാജ്യത്തിന്റെ പലഭാഗങ്ങളിൽ നിന്നും സ്വകാര്യ അധ്യാപകർ അവരുടെ കുട്ടികളുമായി നെവ്സ്കിയിൽ എത്തിച്ചേരും. മുലകുടിമാറാത്ത കുട്ടികളുമായി ഇംഗ്ലീഷുകാരും ഫ്രെഞ്ചുകാരും കുട്ടി കളുടെ കയ്യും പിടിച്ച് നടക്കും. ഒരു അച്ഛന്റെ ശ്രദ്ധയോടെ കടകളുടെ പേരുകളും കടയ്ക്കെത്തുള്ള സാധനങ്ങളും എന്താണെന്നു അവർക്ക് മനസിലാകുന്ന രീതിയിൽ വിശദീകരിച്ചുകൊടുക്കും. ഹോം ടീച്ചേഴ്സും റോസ് നിറമുള്ള സ്ലാവ് വംശജരും ചുറുചുറുക്കുള്ള അവരുടെ പെൺകു

ട്ടികളുടെ ചുമലിൽ തട്ടി നേരെ നടത്തിച്ച് കൊണ്ടുപോകും. ചുരുക്കിപ്പ
റഞ്ഞാൽ ഈ സമയത്തെ നെവ്സ്കി പുതിയ അറിവുകളുടേതാണ്.

പക്ഷേ രണ്ട് മണി ആകുമ്പോഴേക്കും അധ്യാപകരുടെയും കുട്ടിക
ളുടെയും ഹോംടീച്ചേഴ്സിന്റെയും എണ്ണം കുറഞ്ഞുവരും. അവരെ ശരി
യാംവണ്ണം പരിപാലിക്കുന്ന മാതാപിതാക്കളുടെ എണ്ണം കൂടിവന്നുകൊ
ണ്ടിരിക്കും. അവർ നല്ല നിറത്തിലുള്ള വസ്ത്രങ്ങൾ ധരിച്ച ഓജസാർന്ന
പെൺസുഹൃത്തുകളുടെ കൈകോർത്തുപിടിച്ചുനടന്നു പോകുന്നതുകാ
ണാം. അവർ സാവധാനം വീട്ടുജോലികളൊക്കെ കഴിഞ്ഞ് തങ്ങളെ
കാത്തിരിക്കുന്ന ഭാര്യമാരുടെ അടുത്തെത്തും. അവൾ ഡോക്ടറോട് കാല
വസ്ഥയെക്കുറിച്ചും മൂക്കിനു മുകളിലുണ്ടായ ചുടുകുരുവിനെക്കുറിച്ചും
സംസാരിച്ച് കഴിഞ്ഞതേയുള്ളൂ. അവർ വളർത്തുന്ന കുതിരകളെക്കു
റിച്ചും സ്വന്തം മക്കളെക്കുറിച്ചും മറ്റുള്ളവരോട് പറഞ്ഞു കഴിഞ്ഞിരിക്കും.
ചിലപ്പോൾ താനൊരു മഹാപ്രതിഭാശാലിയാണെന്നു കാണിക്കാൻ നാട
കത്തെക്കുറിച്ചും പാട്ടുകച്ചേരിയെക്കുറിച്ചും അല്ലെങ്കിൽ അടുത്തകാലത്ത്
പത്രത്തിൽ വന്ന ലേഖനങ്ങളെക്കുറിച്ചും അവർ സംസാരിച്ചു കഴിഞ്ഞി
രിക്കും. ഇതൊക്കെ പറഞ്ഞുകഴിഞ്ഞ് ഒരുമിച്ചിരുന്ന് ഒരു കപ്പ് ചായയോ
കാപ്പിയോ കുടിച്ചു പിരിഞ്ഞതായിരിക്കും അവർ. പിന്നെ അവർ ചെയ്യുന്ന
മറ്റൊരുകാര്യം സ്പെഷ്യൽ കമ്മീഷനുകൾ നോട്ടീസയപ്പിച്ച് വിളിപ്പിച്ച
ഗുമസ്തന്മാരുമായി അവരുടെ അനുഭവങ്ങൾ പങ്കുവെക്കുകയെന്നതാണ്.
ഇതൊക്കെ വിദേശവകുപ്പിൽ ജോലിചെയ്യുന്നവരുടെ ജോലിയുടെ
സ്വഭാവവും സ്ഥാനവുമായി ബന്ധപ്പെട്ടതാണ്. ഈശ്വരാ, ഇവിടെയുള്ള
തെല്ലാം അത്ഭുതകരമായ ജോലികളും ഓഫീസുകളുമാണ്. അവർക്കൊ
രിക്കലും മനസുനിറയെ സന്തോഷിക്കാൻ കഴിയില്ല. പക്ഷേ, ഞാനൊരു
ഉദ്യോഗസ്ഥനല്ല. അതുകൊണ്ട് തന്നെ മേലുദ്യോഗസ്ഥന്മാർക്ക് എന്നോ
ടുള്ള സമീപനത്തെപ്പറ്റിയോ അവർ എന്നെ പുറത്താക്കുന്നതിനെപ്പറ്റിയോ
എനിക്കൊരു വേവലാതിയുമില്ല. നെവ്സ്കിയിൽ വേറെയും ഔചിത്യ
മുള്ള കാഴ്ചകളുണ്ട്. പോക്കറ്റിൽ കൈ തിരുകി വളരെനീളമുള്ള വസ്ത്ര
ങ്ങൾ ധരിച്ച ആണുങ്ങളെയും വെള്ളയും നീലയും കലർന്ന വസ്ത്രങ്ങ
ൾ ധരിച്ച് തൊപ്പിവെച്ച് റോസാപ്പൂക്കൾ ചൂടിയ സ്ത്രീകളെയും ഇവിടെ
കാണാം. ഇവിടെ നിങ്ങൾക്ക് അതുല്യമായ കൃതാവുകൾ കാണാൻ കഴി
യും. അസാധാരണവും അമ്പരപ്പിക്കുന്നതുമായ അഭിരുചികളുള്ള
വെൽവെറ്റ് കൃതാവുകൾ 'സാറ്റിൻകൃതാവുകൾ' കൽക്കരിപോലെ
കറുത്ത കൃതാവുകൾ. പക്ഷേ, ഒരു കാര്യമുണ്ട്. ഇതെല്ലാം വിദേശകാ
ര്യാലയത്തിനുമാത്രം സ്വന്തമാണ്. മറ്റ് ഭരണ വിഭാഗങ്ങളിൽ ജോലി ചെയ്യു
ന്നവർക്ക് കറുത്ത കൃതാവുകൾ ദൈവം നിരസിച്ചു. അവരുടെ നീരസം
വകവെക്കാതെ അവർക്ക് ചുവന്ന കൃതാവുകൾ നിർബന്ധമാക്കി. ഇവിടെ
നിങ്ങൾക്ക് വിശിഷ്ടമായ മീശകളും കാണാം. പേന കൊണ്ടോ ബ്രഷു
കൾ കൊണ്ടോ അവ വരയ്ക്കാൻ കഴിയില്ല. ജീവിതത്തിൽ നല്ലൊരു
ഭാഗം സമയം ഉപയോഗിച്ച് നിർമിച്ചവയാണ് ആ മീശകൾ. രാവും പകലും

ഉറക്കമൊഴിച്ച് ഒരുപാട് സമയം ചെലവാക്കേണ്ടിവന്ന വസ്തുക്കളാണ
വ. സുഗന്ധദ്രവ്യങ്ങളും പരിമളങ്ങളും പുരട്ടുന്നവയാണവ. അതിൽ
അപൂർവമായ കേശതൈലങ്ങൾ പുരട്ടാറുണ്ട്. രാത്രിയാകുമ്പോൾ നല്ല
യിനം കടലാസിൽ പൊതിഞ്ഞ് സൂക്ഷിക്കുന്നവയാണവ. ആ മീശക്കാ
രുടെ പ്രണയഭാജനങ്ങൾ അതിനുമുകളിൽ നിശ്വാസം പൊഴിക്കാറുണ്ട്.
ഇത്തരത്തിലുള്ള മീശകൾ കാണുമ്പോൾത്തന്നെ ഒരാൾക്ക് അസൂയ
ഉണ്ടാകും. രണ്ട് ദിവസം മാത്രം കേടുകൂടാതെ സൂക്ഷിക്കാൻ കഴിയുന്ന
ആയിരക്കണക്കിനു ചെറുതും തിളങ്ങുന്നതുമായ സ്ത്രീകളുടെ തൊപ്പി
കളും മേൽക്കുപ്പായങ്ങളും തുവാലകളും നെവ്സ്കിയിൽ കാണാൻ കഴി
യും. ഇതു കണ്ടാൽ പൂഞെട്ടുകളിൽ നിന്നു പൂമ്പാറ്റകളുടെകൂട്ടം പറ
ന്നുയരുന്നതുപോലെ തോന്നും. ഇവിടെ നിങ്ങൾക്ക് സ്വപ്നത്തിൽപ്പോലും
കാണാൻ കഴിയാത്ത സുന്ദരമായ അരക്കെട്ടുകൾ കാണാം. ഒരു കുപ്പി
ക്കഴുത്തിന്റെ അത്രയും വിസ്താരമില്ലാത്തവ. അവ അടുത്തുകൂടെ കട
ന്നുപോകുമ്പോൾ അറിയാതെ തട്ടിപ്പോകാതിരിക്കാൻ ബഹുമാനപൂർവം
ഒരു വശത്തേക്ക് നിങ്ങൾ മാറിനിൽക്കും. അപ്പോൾ ഒരുതരം ഭയവും
വിറയലും നിങ്ങളെ പിടികൂടും. അല്ലെങ്കിൽ ശ്രദ്ധിക്കാതെയുള്ള നിങ്ങ
ളുടെ ശ്വാസംപോലും വളരെ കലാമൂല്യമുള്ള ആ വസ്തുക്കളെ കേടു
വരുത്തിയെന്നിരിക്കും. നിങ്ങൾ നെവ്സ്കിയിൽ കാണുന്ന സ്ത്രീകളുടെ
കുപ്പായക്കയ്യുകൾക്കും ചില പ്രത്യേകതകളുണ്ട്. കാറ്റ് നിറച്ച രണ്ട് ബലൂ
ണുകൾ പോലെയാണവ. അതുകണ്ടാൽ ആരുംപിടിച്ചില്ലെങ്കിൽ ആ
സ്ത്രീ ആകാശത്തേക്ക് പറന്നുയർന്നുപോകും എന്നു തോന്നും. ഒരു
തരത്തിൽ ഷാംപെയ്ൻ പാത്രം ഒരാളുടെ ചുണ്ടോടടുപ്പിക്കുമ്പോലെ
സന്തോഷകരമായ കാര്യമാണ് ഒരു സ്ത്രീയെ എടുത്തുയർത്തുന്നത്.
നെവ്സ്കിയിലേതുപോലെ ലോകത്തൊരിടത്തും രണ്ടാളുകൾ ആദര
വോടെ വണങ്ങാറില്ല. നിങ്ങൾക്ക് ഇവിടെ ആകർഷണീയമായ പുഞ്ചിരി
കാണാം. അത് ഏറ്റവും വലിയ നയതന്ത്രചാതുര്യത്തിന്റെ പ്രദർശനമാ
ണ്. ആ പുഞ്ചിരി കാണുന്നതോടെ സന്തോഷംകൊണ്ട് നിങ്ങൾ അലി
ഞ്ഞലിഞ്ഞ് ഇല്ലാതാകുന്നു. നിങ്ങൾ ഒരു പുൽക്കൊടിയോളം താഴുന്നു.
ആ അവസ്ഥയിൽ നിങ്ങൾ ആദരവോടെ അയാളെ വണങ്ങുന്നു. ഈ
പുഞ്ചിരി നിങ്ങളെ നാവികസൈന്യകാര്യാലയത്തിന്റെ ഗോപുരത്തേ
ക്കാളും ഉന്നതനാക്കിമാറ്റുന്നു. സംഗീത കച്ചേരിയെക്കുറിച്ച് അല്ലെങ്കിൽ
കാലാവസ്ഥയെക്കുറിച്ച് വളരെ പ്രാധാന്യത്തോടെ സംസാരിക്കുന്ന ആളു
കളെ നിങ്ങൾക്ക് നെവ്സ്കിയിൽ കാണാൻ കഴിയും. ഇവിടെ നിങ്ങൾക്ക്
പലരീതിയിലുള്ള മനോവ്യാപാരങ്ങളും പ്രവർത്തനശൈലികളും
കാണാൻ കഴിയും. ഈശ്വരാ, ഈ നെവ്സ്കി എത്രയധികം വിചിത്ര
മായ ഒരു സ്ഥലമാണ്. പരസ്പരം കണ്ടുമുട്ടുമ്പോൾ മുഖത്ത് നോക്കാതെ
നിങ്ങളുടെ ചെരുപ്പുകളിൽമാത്രം നോക്കുകയും പോയ്ക്കഴിഞ്ഞാൽ
നിങ്ങളുടെ കുപ്പായത്തിന്റെ പിൻഭാഗം കാണാനായി വീണ്ടും വീണ്ടും
തിരിഞ്ഞുനോക്കുകയും ചെയ്യുന്ന അനേകം ആളുകൾ ഇവിടെ ഉണ്ട്.

എന്താണിതിന് കാരണമെന്ന് എനിക്ക് ഇതുവരെയും മനസിലായിട്ടില്ല. ആദ്യമൊക്കെ ഞാൻ വിചാരിച്ചത് അവർ ചെരുപ്പുകുത്തികളായിരിക്കും എന്നാണ്. ആ ധാരണ തെറ്റാണെന്നു പിന്നീട് എനിക്ക് മനസിലായി. കാരണം അവരിലധികവും ഭരണവകുപ്പിൽ ജോലിചെയ്യുന്നവരായിരുന്നു. അവർക്ക് സ്വന്തമായി ഔദ്യോഗിക മേൽവിലാസമുണ്ടായിരുന്നു. മറ്റ് ചിലർ ചായക്കടകളിൽ പത്രം വായിച്ചിരുന്ന് അലസമായി ജീവിതം തള്ളിനീക്കുന്നവരായിരുന്നു. ചുരുക്കിപ്പറഞ്ഞാൽ അവരെല്ലാവരും യോഗ്യ ന്മാരായിരുന്നു. രണ്ട് മണിക്കും മൂന്നുമണിക്കും ഇടയിലുള്ള സമയമാണ് നെവ്സ്കിയിൽ ആളുകളുടെ ഏറ്റവും നല്ലസൃഷ്ടികളുടെയും രൂപഭാ വങ്ങളുടെയും പ്രദർശനസമയം. ഒരാൾക്ക് നീർനായയുടെ മൃദുരോമം കൊണ്ടുണ്ടാക്കിയ മേൽക്കുപ്പായമുണ്ട്. മറ്റൊരാൾക്ക് ഭംഗിയുള്ള യവന നാസികയുണ്ട്. വേറൊരാൾക്ക് ഭംഗിയുള്ള ഒരു ജോടി കൃതാവുകളു ണ്ട്. മറ്റൊരു യുവതിക്ക് ഭംഗിയുള്ള കണ്ണുകളും രസമുള്ള ചെറിയതൊ പ്പിയും സ്വന്തമായിട്ടുണ്ട്. അഞ്ചാമതൊരാൾക്ക് ചെറുവിരലിൽ ഭാഗ്യരത്നം പതിച്ചമുദ്രമോതിരം ഉണ്ട്. മറ്റൊരു യുവതിക്ക് നല്ല ചെരുപ്പുകൾ ധരിച്ച മനോഹരമായ കാൽപ്പാദം ഉണ്ട്. ഏഴാമത്തേതിനു നല്ല ഉൾവസ്ത്രം ഉണ്ട്. എട്ടാമത്തേതിനു ആരെയും കൊതിപ്പിക്കുന്ന മേൽമീശയുണ്ട്. പക്ഷേ മണി മൂന്നു മുട്ടുമ്പോഴേക്കും എല്ലാ പ്രദർശനവും കഴിഞ്ഞ് ആളു കളുടെ എണ്ണം കുറഞ്ഞുതുടങ്ങും.

സമയം കൃത്യം മൂന്നുമണി ആകുമ്പോഴേക്കും നെവ്സ്കിയിൽ വീണ്ടും മാറ്റങ്ങളുണ്ടാകുന്നു. പെട്ടെന്ന് അവിടെ പച്ചയുണിഫോം ധരിച്ച ഗുമസ്തന്മാരെക്കൊണ്ട് നിറയുന്നു. സാമാജികന്മാരും നാമമാത്രമായ സാമാജികന്മാരും നെവ്സ്കിയിലൂടെ വേഗത്തിൽ നടന്നു പോകുന്നു. അപ്പോൾ യുവാക്കന്മാരായ കലാശാലാ രജിസ്ട്രാർമാരും സെക്രട്ടറി മാരും നെവ്സ്കിയിലെത്തി വളരെ അന്തസോടെ അവിടെ അലഞ്ഞുതി രിഞ്ഞു നടക്കുന്നു. കാരണം ഇതുവരെ നീണ്ട ആറുമണിക്കൂറുകളോളം അവർ കോൺഫറൻസ് ഹാളിൽ വളരെ മുഷിഞ്ഞ് ഇരിക്കുകയായിരു ന്നില്ലെന്നു മറ്റുള്ള ആളുകളെ അറിയിക്കണം. പക്ഷേ, വളരെ പ്രായം ചെന്ന കലാശാലാ സെക്രട്ടറിമാരും സാമാജികന്മാരും തലകൾ താഴ്ത്തി വേഗത്തിൽ നടന്നു പോകുന്നത് കാണാം. അവർക്ക് അവിടത്തെ കാൽന ടയാത്രക്കാരെ ശ്രദ്ധിക്കാൻതീരെ നേരമില്ല. അവരുടെ പണികൾ തീർന്നി ട്ടുണ്ടാവില്ല. അപ്പോൾ അവരുടെ തലക്കുള്ളിൽ തുടങ്ങിവെച്ച എല്ലാ കണ ക്കുകളും വ്യവഹാരങ്ങളും മുഴുമിക്കാതെ കിടക്കുന്നുണ്ടാകും. അവർ ഇത്രയും നേരം കണ്ടത് കടലാസ് പെട്ടികളും ഓഫീസ് തലവന്മാരുടെ മുഖങ്ങളുമാണ്. അല്ലാതെ ഭംഗിയുള്ള പരസ്യപ്പലകകളല്ല.

നാലുമണിക്കുശേഷം നെവ്സ്കി ശൂന്യമായിത്തീരുന്നു. അവിടെ ഒറ്റ ഗുമസ്തനെയും നിങ്ങൾക്ക് കാണാൻ കഴിയില്ല. ഏതെങ്കിലും ഒരു കടയിൽ നിന്നു ഒരു തയ്യൽക്കാരി കയ്യിൽ പെട്ടിയുമായി നെവ്സ്കി തെരു വിനു കുറുകെ ഓടിപ്പോയെന്നുവരാം. നിങ്ങൾ മനുഷ്യസ്നേഹമുള്ള ഒരാ

ളാണെങ്കിൽ നിങ്ങളിൽ കാരുണ്യമുണർത്തുന്ന കുറേയധികം ഇരകളെ അവിടെ നിങ്ങൾക്ക് കാണാൻ കഴിയും. തൊങ്ങലുകൾ വെച്ചകുപ്പായമ ണിഞ്ഞ വളരെ അപരിചിതനായ ഒരാളായിരിക്കാം അത്. അല്ലെങ്കിൽ മെലിഞ്ഞ് നല്ല ഉയരമുള്ള കയ്യിൽ പുസ്തകസഞ്ചിയുമായി പോകുന്ന ഒരു ഇംഗ്ലീഷ് വനിത. വളരെ മെലിഞ്ഞ് താടിവെച്ച് ഓവർക്കോട്ടണിഞ്ഞ ഒരു റഷ്യൻ തൊഴിലാളി. ജീവിതകാലം മുഴുവൻ തിരക്കോടെ ജീവിച്ച ഒരാൾ. ഇപ്പോൾ അയാൾ തെരുവിലൂടെ നടന്നുപോകുമ്പോൾ അയാ ളുടെ ശരീരമാസകലം വിറയ്ക്കുന്നുണ്ട്. ഇതൊന്നുമല്ലെങ്കിൽ ജോലിക ളൊന്നുമില്ലാതെ വെറുതെയിരിക്കുന്ന ഒരു മെക്കാനിക്ക്. ഈ സമയത്ത് നെവ്സ്കിയിൽ മറ്റൊരാളെയും നിങ്ങൾക്ക് കാണാൻ കഴിയില്ല.

വീടുകൾക്കും തെരുവുകൾക്കും മീതെ സന്ധ്യപ്രകാശം പരക്കു മ്പോൾ ഷാൾ പുതച്ച ഒരു കാവൽക്കാരൻ പടികളിൽ ആയാസപ്പെട്ട് കയറി തെരുവ് വിളക്കുകൾ കത്തിക്കുന്നു. പകൽ സമയത്ത് അറച്ചു നിന്ന വെളിച്ചത്തിന്റെ ചീളുകൾ ഉയരം കുറഞ്ഞ കടകളുടെ ജനലുകളി ലൂടെ പുറത്തേക്ക് തലനീട്ടാൻ തുടങ്ങും. അങ്ങനെ നെവ്സ്കിതെരുവ് പുനർജനിക്കുകയും വീണ്ടും ചലിച്ചു തുടങ്ങുകയും ചെയ്യുന്നു. പിന്നെ അവിടെയുള്ള എല്ലാ വസ്തുക്കളിലും വിളക്കുകൾ വിസ്മയകരവും വശീ കരിക്കുന്നതുമായ പ്രഭാപുരം ചൊരിയുന്ന നിമിഷങ്ങൾ വന്നുചേരുന്നു. ഇപ്പോൾ നെവ്സ്കിയിൽ നിങ്ങൾക്ക് ധാരാളം യുവാക്കളെ കാണാം. അവരിൽ അധികവും ഇളംചുടുള്ള വസ്ത്രങ്ങൾ ധരിച്ച അവിവാഹിത ന്മാരായിരിക്കും. ഈ സമയം അവിടെ കാണുന്ന ഓരോ ആളും എന്തോ നിശ്ചയിച്ചുറച്ചതുപോലെ തോന്നും. ഒരുതരംലക്ഷ്യബോധം അവരിൽ തെളിഞ്ഞുകാണാം. ചിലപ്പോൾ അതു മന:പൂർവമല്ലായിരിക്കാം. എല്ലാ വരുടെയും ചുവടുകൾക്ക് വേഗത കൂടുന്നു. ചിലപ്പോൾ അവരുടെ കാലി ടറുന്നു. അവരുടെ നീളമുള്ള നിഴലുകൾ വലിയ പാലത്തോളം ഉയര ത്തിൽ നിരത്തിലും ചുമരുകളിലും മങ്ങിയവെളിച്ചത്തിൽ ദൃശ്യമാകുന്നു. ഈ സമയത്ത് യുവാക്കന്മാരായ കലാശാല രജിസ്ട്രാർമാരും സെക്രട്ട റിമാരും വളരെനേരം നെവ്സ്കിയിലൂടെ ഉല്ലാസയാത്ര നടത്തുന്നതു കാണാം. പക്ഷേ പ്രായമായ കലാശാല രജസിട്രാർമാരും സാമാജിക ന്മാരും അധികവും വീട്ടിൽത്തന്നെ ഇരിക്കുകയാണ് ചെയ്യുക. കാരണം ഒന്നുകിൽ അവർ വിവാഹിതരായിരിക്കും അല്ലെങ്കിൽ വീട്ടിലുള്ള ജർമൻ പാചകക്കാരൻ അവർക്ക് നല്ല ഭക്ഷണം ഉണ്ടാക്കിക്കൊടുത്തുകാണും. നമ്മെ വളരെ അത്ഭുതപ്പെടുത്തുന്ന മറ്റൊരുകാര്യം രണ്ടുമണി മുതൽ നെവ്സ്കിയിലുടനീളം അലഞ്ഞുതിരിയുന്ന വൃദ്ധജനങ്ങളെ അവിടെ ക്കാണാൻ കഴിയും എന്നതാണ്. യുവാക്കന്മാരായ സർവകലാശാല രജി സ്ട്രാർമാരെപ്പോലെ അവരും വളരെ ദൂരത്തുകണ്ട ഒരു സ്ത്രീയുടെ തൊപ്പിയുടെ കീഴെ ഒളിഞ്ഞുനോക്കുന്നതിനുവേണ്ടി തിരക്കിട്ട് തെരുവി ലൂടെ നടന്നു പോകുന്നതുകാണാം. ആ സ്ത്രീയുടെ റൂഷ് തേച്ചുപിടി പ്പിച്ച ചുണ്ടുകളും കവിളുകളും വഴിയാത്രക്കാർക്ക് വളരെ ഹരം പകരു

ന്നതാണ്. പ്രത്യേകിച്ച് ഹോട്ടൽ ജീവനക്കാർക്കും തൊഴിലാളികൾക്കും എപ്പോഴും ഓവർക്കോട്ടിടുകയും ഒന്നിച്ച് കൈകോർത്തുപിടിച്ച് നടക്കു കയും ചെയ്യുന്ന ചില്ലറക്കച്ചവടക്കാർക്ക് വരെ.

"ഒരു നിമിഷം!" ലെഫ്ടനന്റ് പിറൊഗോവ് അയാളോടൊപ്പം നട ക്കുകയായിരുന്ന ഓവർകോട്ട് ധരിച്ച യുവാവിനെ തടഞ്ഞുനിർത്തി ഉറ ക്കെപ്പറഞ്ഞു: "നിങ്ങൾ കണ്ടോ?"

"അതെ അത്ഭുതകരം, തികച്ചും അപാരംതന്നെ."

"ആരെയാണ് നീ ഉദ്ദേശിച്ചത്?"

"കറുത്ത മുടിയുള്ളവളെയാണ് ഞാൻ ഉദ്ദേശിച്ചത് ഈശ്വരാ, അവ ളുടെ കണ്ണുകൾ എത്ര മനോഹരമാണ്! മുഖത്തിന് എന്തു ഭംഗിയാണ് —അപാരംതന്നെ!"

"അവളുടെ പിറകെപോയ തവിട്ടുനിറക്കാരിയെ ആണ് ഞാൻ ഉദ്ദേ ശിച്ചത്. പക്ഷേ ഇരുണ്ട നിറക്കാരിയെക്കാണാൻ ഇഷ്ടമാണെങ്കിൽ എന്തുകൊണ്ട് നീ അവളുടെ പിറകെ പോകുന്നില്ല?"

"എനിക്ക് അതെങ്ങനെയാണ് കഴിയുക!' കോട്ട് ധരിച്ച യുവാവ് മുഖം തുടുത്തുകൊണ്ട് പറഞ്ഞു: "ഞാൻ എല്ലാ ദിവസവും നെവ്സ്കി യിൽ കാണുന്ന സ്ത്രീകളിൽ ഒരുവളാണ് അവൾ. വളരെ ഉന്നതപദവി യിലുള്ള സ്ത്രീയാണവൾ." ദീർഘനിശ്വാസമുതിർത്തുകൊണ്ട് അവൻ പറഞ്ഞു: "അവളുടെ മേൽക്കുപ്പായത്തിനു തന്നെ ഏകദേശം എൺപത് റൂബിൾ വിലവരും!"

"എടാ വിഡ്ഢീ!" അവൾ പോയതിനുന്നേരെ അവനെ ശക്തമായി പിടിച്ചുതള്ളിക്കൊണ്ട് പിറൊഗൊവ് അലറി; "വിഡ്ഢീ, വേഗം പോകൂ, അല്ലെങ്കിൽ നിനക്കവളെ നഷ്ടപ്പെടും! ഞാൻ തവിട്ടുനിറക്കാരിയുടെ പിറകെ പോകട്ടെ!" അവർ രണ്ടുപേരും രണ്ട് വഴിക്ക്പിരിഞ്ഞു.

'ഞങ്ങൾക്കെല്ലാം നിന്നെ അറിയാം,' മറ്റൊരു സുന്ദരിയും അവനു തടസമാവില്ലെന്ന രീതിയിൽ അവൻ സ്വയം പറഞ്ഞു.

ഓവർക്കോട്ട് ധരിച്ച യുവാവ് വളരെ സങ്കോചത്തോടെ പതുക്കെ അകലെ ഒഴുകിപ്പോകുന്ന നിറമുള്ള വസ്ത്രത്തിനു പിറകെനടന്നു. വില ക്കുകളുടെ പ്രകാശത്തിൽ അവളുടെ വസ്ത്രങ്ങൾ തിളങ്ങി. അവൾ ദൂര ത്തേക്ക് നടന്നുമറയുമ്പോൾ അനുനിമിഷം നിഴലുകൾ അവളെമൂടി. അവന്റെ ഹൃദയമിടിപ്പിന്റെ വേഗതയ്ക്കൊപ്പം നടത്തത്തിനും വേഗത കൂടിക്കൊണ്ടിരുന്നു. അകലെ നടന്നുമറയുന്ന സുന്ദരിയുടെ ശ്രദ്ധയാ കർഷിക്കാനുള്ള യോഗ്യത തനിക്കുണ്ടെന്നു സങ്കൽപ്പിക്കാൻ പോലും ധൈര്യം അവനുണ്ടായിരുന്നില്ല. പിറൊഗൊവ് നൽകിയ ദുഃസൂചനയെ ക്കുറിച്ചും അവനു ചിന്തിക്കാനായില്ല. ആകാശങ്ങളിൽ നിന്നു നെവ്സ്കി ദൃശ്യങ്ങളിൽ പറന്നിറങ്ങുകയും പിന്നെ അറിയാത്ത ലക്ഷ്യസ്ഥാനത്തി ലേക്ക് പറന്നകലുകയും ചെയ്യുന്ന ആ യുവസുന്ദരിയുടെ വീട് എവിടെ യാണെന്ന് മാത്രമായിരുന്നു, അവന് അറിയേണ്ടിയിരുന്നത്. ചാരനിറമുള്ള കൃതാവ് വെച്ച അനേകം മഹാത്മാക്കളെ നിരത്തിൽ നിന്നും തള്ളിമാറ്റി അവൻ നടത്തത്തിനു വേഗതകൂട്ടി.

ഈ യുവാവ് ഞങ്ങളുടെ ഇടയിൽ അപൂർവവിഭാഗത്തിൽപ്പെട്ട ഒരാ ളാണ്. ഞങ്ങൾ സ്വപ്നത്തിൽ കണ്ടിരുന്ന സെന്റ്പീറ്റേഴ്സ്ബർഗുകാര ന്റെതല്ലായിരുന്നു അവന്റെ മുഖം. എല്ലാവരും ഗുമസ്തന്മാരും കച്ചവട ക്കാരും ജർമൻ വിദഗ്ധതൊഴിലാളികളും ആയ ഇതുപോലുള്ള ഒരു നഗ രത്തിൽ ഇത്തരം വ്യത്യസ്തമായ സാമൂഹ്യവിഭാഗങ്ങൾ അസാധാരണ മാണ്. അവൻ ഒരു കലാകാരനായിരുന്നു. സെന്റ്പീറ്റേഴ്സ്ബർഗിലെ കലാകാരൻ ഒരു അത്ഭുതപ്രതിഭാസമാണ്. എല്ലാം അവ്യക്തമായതും ചാരനിറമാർന്ന് വിളറിയതും നനഞ്ഞ് ഈർപ്പമുള്ളതും മഞ്ഞുവീഴുന്ന തുമായ ഒരു സ്ഥലത്തെ കലാകാരൻ. ഫിൻലാന്റ് എന്ന സ്ഥലത്തെ കലാകാരൻ. ഇവർ ഇറ്റാലിയൻ കലാകാരന്മാരെപ്പോലെയല്ല. ഇറ്റലിയും അവളുടെ ആകാശവും പോലെ അഭിമാനികളും പെട്ടെന്നു ജ്വലിക്കുന്ന വരുമല്ല. നേർവിപരീതമായി ഇവരിലധികവും ശാന്തരും ലജ്ജാശീലരും ഉദാസീനരുമാണ്. ഇവർ സ്വന്തം തൊഴിലിൽ വളരെ പ്രാവീണ്യമുള്ള വരും ഒഴിവുസമയങ്ങളിൽ ചെറിയ മുറിക്കകത്ത് സുഹൃത്തുക്കളുമൊത്ത് ചായ കുടിച്ച് ഇഷ്ടവിഷയത്തെപ്പറ്റി ചർച്ചചെയ്യാൻ താൽപ്പര്യമുള്ളവരു മാണ്. ഇവർ ഏതെങ്കിലും പ്രായംചെന്ന യാചകയെ വീട്ടിലേക്ക് വിളി ച്ചുവരുത്തി വെറുതെ അവളുടെ ആർദ്രവും നിർവികാരവുമായ മുഖഭാവം പകർത്തുന്നതിനായി കാൻവാസിനു മുന്നിൽ മണിക്കൂറുകളോളം നിർബ ന്ധിച്ചിരുത്തും. ഇവർ മുറിയിലുള്ള എല്ലാ ചപ്പുചവറുകളുടെയും ദൃശ്യ ങ്ങൾ വരച്ചുവെക്കും. കാലവും പൊടിയും മങ്ങലേൽപ്പിച്ച പ്ലാസ്റ്റർ ഓഫ് പാരീസിൽ നിർമിച്ച കാലുകൾ, പൊട്ടിയചിത്രപീഠങ്ങൾ, തട്ടിമറിഞ്ഞു വീണ ചായപ്പലകകൾ, ഗിത്താർ വായിക്കുന്ന സുഹൃത്ത്, ചായം തെറിച്ച് വീണ ചുമരുകൾ, വെളുപ്പാൻകാലത്ത് വിളറിവെളുത്ത നോവയിലേക്ക് നോക്കാൻ സാധിക്കുന്ന തുറന്നിട്ട ജനവാതിലുകൾ, അവിടത്തെ ചുവപ്പ് കുപ്പായംധരിച്ച മുക്കുവന്മാർ ഇവയൊക്കെയാണ് ചിത്രത്തിലെ വിഷയ ങ്ങൾ. അവരുടെ മങ്ങിയചാരനിറം വടക്കിന്റെ മായാത്ത അടയാളമാണ്. എങ്ങനെയായാലും അവർ വളരെ സന്തോഷത്തോടെ കഠിനാധ്വനം ചെയ്യും. അവസാനം മുറിയിൽനിന്നും തുറസായ ശുദ്ധവായുവുള്ള സ്ഥല ത്തേക്ക് ചെടികൾ മാറ്റിവെക്കുന്നതുപോലെ അവരുടെ അകൃത്രിമമായ സർഗവാസന ഇറ്റലിയിലെ ഉന്മേഷദായകമായ ഇളം കാറ്റേറ്റാൽ മാത്രമേ സ്വതന്ത്ര്യമായി വളർന്നു പരിലസിക്കുകയുള്ളൂ. പൊതുവെ അവർ ധൈര്യശാലികളല്ല. വലിയ സൈനിക മുദ്രകളോ അതുപോലുള്ള നക്ഷത്ര അടയാളങ്ങളോ കണ്ടാൽ അവർ സംഭ്രമിക്കും. അവർ സ്വയമ റിയാതെ തന്നെ അവരുടെ സൃഷ്ടികൾ വിലകുറച്ച് വിൽക്കും. ചില പ്പോൾ അവർ നല്ലവേഷം ധരിച്ച് നടക്കുന്നതുകാണാം. പക്ഷേ, ഈ ഭംഗി അപക്വവും തുന്നിച്ചേർത്തതുപോലെ അവർക്ക് യോജിക്കാത്തതുമാണ്. മറ്റ് ചിലപ്പോൾ നല്ലകുപ്പായവും കറപുരണ്ട ഓവർക്കോട്ടും ധരിച്ച് അല്ലെ ങ്കിൽ ചായം വീണ ജാക്കറ്റ് ധരിച്ച് അവരെക്കാണാം. അതുപോലെതന്നെ ഇനിയും വരച്ചു മുഴുമിച്ചിരിക്കാത്ത ഒരു ഭൂഭാഗത്ത് തലതിരിച്ചു വരച്ചു

വെച്ച മറ്റൊരിടത്തും കാണാത്ത ഒരു ദേവതാചിത്രം ആദ്യസൃഷ്ടിയി ലെന്നപോലെ ചായക്കൂട്ടുകളിൽ തൂവിയിട്ടതുകാണാം. അവൻ ഒരിക്കലും നിങ്ങളുടെ കണ്ണിലേക്ക് തറപ്പിച്ചുനോക്കില്ല. അഥവാ അങ്ങനെ ചെയ്താൽ ത്തന്നെ അത് വ്യക്തമായി കാണാനാകില്ല. അവൻ ഒരിക്കലും ഒരു നിരീ ക്ഷകന്റെ മൂർച്ചയുള്ള കഴുകൻ കണ്ണുകൾകൊണ്ടോ അല്ലെങ്കിൽ ഒരു സൈനികോദ്യോഗസ്ഥന്റെ പ്രാപ്പിടിയൻ കണ്ണുകൾകൊണ്ടോ നിങ്ങളെ തറച്ചുനോക്കാനാകില്ല. അവൻ ഇങ്ങനെയാവാൻ കാരണം ഒരേസമയം അവന്റെ മനക്കണ്ണിൽ പ്ലാസ്റ്റർ ഓഫ് പാരീസിൽ തീർത്ത ഹെർക്കുലീ സിന്റെ രൂപവും നിങ്ങളുടെ രൂപഭാവവും തെളിയുന്നതുകൊണ്ടാണ്. അല്ലെങ്കിൽ അവൻ ഇപ്പോഴും വരയ്ക്കാൻ ശ്രമിക്കുന്ന അവന്റെ തന്നെ ചിത്രം അവനു കാണാൻ കഴിയുന്നതുകൊണ്ട് കൂടിയാകണം. അതു കൊണ്ടാണ് അനുയോജ്യമല്ലാത്ത രീതിയിൽ പരസ്പരബന്ധമില്ലാതെ അവൻ പലപ്പോഴും സംസാരിക്കുന്നത്. അവന്റെ തലക്കുള്ളിൽ എപ്പോഴും കുഴഞ്ഞുമറിഞ്ഞുകൊണ്ടിരിക്കുന്ന വിവിധ വിഷയങ്ങൾ അവന്റെ സങ്കോചം വർധിപ്പിക്കുന്നു.

നമ്മൾ മേൽവിവരിച്ച തരത്തിലുള്ള ഒരു യുവാവാണ് ലജ്ജാശീ ലനും വിശക്തനും പക്ഷേ, ആത്മാവിൽ വികാരങ്ങളുടെ അഗ്നിസ്പു ലിംഗങ്ങൾ സൂക്ഷിക്കുന്നവനുമായ ചിത്രകാരൻ പിസ്കാറെവ്. തനിക്ക് അനുകൂലമായ നിമിഷത്തിൽ ഏതുതരം അഗ്നിപരീക്ഷണത്തിനും അവൻ തയാറാവും. അവനു താൽപ്പര്യംതോന്നിയ ആളുമായും അവന്റെ രഹസ്യാഭിലാഷങ്ങളെ തൊട്ടുണർത്തിയ വസ്തുക്കളുമായും അവൻ എപ്പോഴും തിരക്കിലാണ്. ചിലപ്പോൾ അവൻ സ്വയം തന്റെ കർക്കശസ്വ ഭാവത്തെപ്പറ്റി അത്ഭുതപ്പെടുന്നതുകാണാം. അവന്റെ കാഴ്ചകളെയും ചിന്തകളെയും വികാരങ്ങളെയും ബന്ധനത്തിലാക്കിയ അറിയപ്പെടാത്ത ആ സുന്ദരി പെട്ടെന്നു തലതിരിച്ച് അവനെ നോക്കി. ഈശ്വരാ, വളരെ ദൈവികമായ മുഖഭാവമാണ് അവളുടേത്. മുടിച്ചുരുളുകൾ വീണുകിട ക്കുന്ന കണ്ണഞ്ചുന്ന അതിസുന്ദരമായ വെള്ള കൺപുരികങ്ങൾ വൈഡൂ ര്യം പോലെ തോന്നിച്ചു. അവളുടെ മങ്ങിയ നിറം കലർന്ന ഉന്മേഷമുള്ള മുഖത്ത് സായാഹനനേരത്തെ തണുത്തകാറ്റിൽ മുടിച്ചുരുളുകൾ ഇളകി യാടിക്കൊണ്ടിരുന്നു. അവളുടെ ചുണ്ടുകൾക്ക് ചുറ്റും മിഥ്യാഭ്രമങ്ങളുടെ ഒരു തേനീച്ചക്കൂട്ടം. ഒരു സ്വപ്നത്തിലെന്നപോലെ കുട്ടിക്കാലത്തെക്കുറി ച്ചുള്ള ഓർമകൾ അവനു പ്രചോദനമായി. അവളുടെ മധുരമായ ചുണ്ടു കളിൽ എല്ലാം ഒഴുകിച്ചേരുന്നതായി അവനുതോന്നി. അവൾ പിസ്കാറെവ്നെ ഒന്നു കടാക്ഷിച്ചു. ആ കടാക്ഷത്തിൽ അവന്റെ ഹൃദയം ചിറകടിച്ചു. ഒരുതരം തണുത്ത നോട്ടമായിരുന്നു അവളുടേതെന്നു അവ നുതോന്നി. കോപവും അവജ്ഞയും കലർന്ന ഒരു ഭാവവും അവളുടെ മുഖത്ത് മിന്നിമറഞ്ഞു. ആ വശ്യമായ മുഖത്ത് തെളിഞ്ഞു നിന്നത് കോപം മാത്രമായിരുന്നു. സങ്കോചവും ഭീരുത്വവും കീഴടക്കി വിഷണ്ണ നായി അവൻ നിന്നു. പക്ഷേ, അവളുടെ സാന്നിധ്യം ഇതുവരെ കനി

ഞ്ഞരുളിയ ദൈവീകമായ സുഖം പൂർണമായും കണ്ടെത്താനാവാതെ അവന് പിൻവാങ്ങാൻ കഴിയില്ലായിരുന്നു. ഇങ്ങനെയുള്ള അനവധി വിചാ രങ്ങൾ ആ യുവ സ്വപ്നജീവിയുടെ മനസിലൂടെ കടന്നുപോയി. അവ സാനം തന്റെ പ്രയത്നം തുടരാൻ തന്നെ അവൻ തീരുമാനിച്ചു. പക്ഷേ തന്റെ പ്രവർത്തനങ്ങൾ മറ്റുള്ളവരിൽ നിന്നും മറച്ചുവെക്കാൻ വളരെ ദൂരത്തു തന്നെ അവൻ നിലകൊണ്ടു. മുന്നിൽപ്പോയ അജ്ഞാതയായ യുവതി നടന്നുപോയ വഴി മറന്നുപോകാതിരിക്കാൻ കടയുടെ അടയാ ളങ്ങൾ കണ്ടുവെച്ച് ഇരുപാടും അശ്രദ്ധമായി നോക്കിക്കൊണ്ട് അവൻ നിന്നു. നടന്നു പോകുന്നവരുടെ എണ്ണം കുറഞ്ഞുവന്നു, തെരുവ് വളരെ ശാന്തമായി. സുന്ദരിയായ സ്ത്രീ വീണ്ടും അവനെ തിരിഞ്ഞുനോക്കി. അവളുടെ ചുണ്ടിൽ വിളറിയ ഒരു ചിരി മിന്നിമറഞ്ഞോയെന്നു അവൻ സംശയിച്ചു. അവൻ നിന്നുവിറച്ചു. സ്വന്തം കണ്ണുകളെ അവനു വിശ്വസി ക്കാനായില്ല. ഒരു പക്ഷേ വിളക്കുകളുടെ മാസ്മരികമായ വെളിച്ചം അവ ളുടെ മുഖത്ത് ചിരിപോലൊന്നു കാണിച്ചതാവാം. അവന്റെ സ്വപ്നങ്ങൾ അവനെ കളിയാക്കുകയാണ്. അവന്റെ ശ്വാസം നെഞ്ചിൽ ഞെരുങ്ങി. അവൻ കിടിലംകൊണ്ടു. അവന്റെ വികാരങ്ങൾ കത്തിജ്ജ്വലിച്ച് കൺമു ന്നിലുള്ളതെല്ലാം മറഞ്ഞു. അവന്റെ കാലിനടിയിൽ നിരത്തുകൾ മുന്നോട്ട് കുതിച്ചുപാഞ്ഞു. കുതിച്ചോടുന്ന കുതിരവണ്ടികൾ നിശ്ചലമാ യി. പാലങ്ങൾ നിവർന്ന് അതിന്റെ കമാനങ്ങൾ പൊട്ടിയടർന്നു. മേൽക്കൂര താഴോട്ടായി ഒരു വീട് നിന്നു. ഒരു കുടിൽ തകർന്നുവീണു. അവന്റെ ഓരോ കൺചിമ്മലിനിടകളിലും പാറാവുകാരന്റെ സുവർണാക്ഷരമുദ്ര യുള്ള വെൺമഴുവും ചായം തേച്ച കത്രികകളും തിളങ്ങിക്കണ്ടു. ഇതെ ല്ലാം മനോഹരമായ ഒരു തലയുടെ തിരിയലിന്റെ ഒറ്റ നോട്ടത്തിന്റെ അനു ഭവങ്ങളായിരുന്നു. ഒന്നും കേൾക്കാനോ, കാണാനോ, മനസിലാക്കാനോ ആവാതെ അവളുടെ മൃദുലമായ കാൽപ്പാടുകൾക്ക് പിറകെ ഹൃദയതാ ളങ്ങൾക്കൊപ്പം പദവിന്യാസങ്ങൾ ക്രമപ്പെടുത്താൻ ശ്രമിച്ചുകൊണ്ട് അവൻ ഓടി. അവളുടെ മുഖഭാവം അവനെ ബോധിച്ച രീതിയിലായി രുന്നോ എന്ന സംശയം ഇടയ്ക്കിടെ പിടികൂടുമ്പോൾ അവൻ അൽപ്പ സമയം നിൽക്കും. പക്ഷേ അവന്റെ ഹൃദയമിടിപ്പുകളുടെ തടയാനാ വാത്ത ശക്തിയും വികാരങ്ങളും പ്രക്ഷുബ്ധതയും മുന്നോട്ടായാൻ അവനെ പ്രോത്സാഹിപ്പിച്ചുകൊണ്ടിരുന്നു. ഒരു നാല് നില മാളികയുടെ മുന്നിൽ എത്തിയതുപോലും അവൻ അറിഞ്ഞില്ല. ആ മാളികയുടെ നാലുനിലകളിലെയും ജനലുകളിലൂടെ തിളങ്ങുന്ന വെളിച്ചം അവനെ ഉറ്റുനോക്കി. പൂമുഖത്തിന്റെ പടികളിലെ ഇരുമ്പഴികൾ തട്ടി അവൻ നിന്നു. ആ അപരിചിത ധൃതിപ്പെട്ട് പടികൾ കയറുന്നത് അവൻ കണ്ടു. അവൾ തിരിഞ്ഞുനോക്കി ചുണ്ടിൽ വിരൽ ചേർത്തുവെച്ച് പിസ്കാറെവ്നു പിന്തു ടരാനുള്ള അടയാളം നൽകി. അവന്റെ കാൽമുട്ടുകൾ വിറച്ചു. അവന്റെ വികാരങ്ങളും വിചാരങ്ങളും കത്തിജ്വലിച്ചു. അവന്റെ ഹൃദയത്തിൽ അസ ഹനീയമായ മൂർച്ചയുള്ള ആഹ്ലാദത്തിന്റെ മിന്നൽപിണർ തുളച്ചുകയറി.

സംഭവിക്കുന്നതെല്ലാം ഒരു സ്വപ്നമല്ലായെന്ന് അവന് ബോധ്യമായി. ഈശ്വരാ, ഞൊടിയിടകൊണ്ട് വളരെയധികം സന്തോഷം എനിക്ക് ലഭി ച്ചു. രണ്ട് നിമിഷങ്ങൾ കൊണ്ട് വളരെയധികം അത്ഭുതങ്ങൾ സംഭവി ക്കുന്നതാണ് ഈ ജീവിതം.

സംഭവിക്കുന്നതെല്ലാം ഒരു സ്വപ്നമല്ലേയെന്ന് അവൻ വീണ്ടും സംശയിച്ചു. അവളുടെ ദർശനത്തിനുവേണ്ടി ജീവിതം പൂർണമായും അർപ്പിക്കാൻ തയാറായവനായിരുന്നു അവൻ. ഇപ്പോൾ അവളുടെ വീട്ടിൽ ആ അവാച്യമായ ആനന്ദം അനുഭവിക്കാൻ വന്നിരിക്കയാണ് അവൻ. അവൾക്ക് അവനോട് ശരിക്കും ഇഷ്ടം തോന്നിത്തുടങ്ങിയിട്ടുണ്ടാകുമോ? അവൻ കോണിപ്പടികൾ കുതിച്ചുകയറി ഈ ലോകത്തെക്കുറിച്ചുള്ള യാതൊരു വിചാരങ്ങളും അവനെ അലട്ടിയില്ല. കെട്ടുപോകാനിടയുള്ള സ്നേഹത്തിന്റെ തീജ്ജ്വാലകൾ അവന് താക്കീത് നൽകിയില്ല. നിഷ്കള കമായ നിമിഷത്തിൽ പ്രണയനിർവൃതി ആസ്വദിക്കാൻ കൊതിക്കുക യായിരുന്നു ആ യുവാവ്. ഇത്തരത്തിലുള്ള സന്ദർഭങ്ങളിൽ ദുരാചാരി യായ ഒരാളിൽ മോശമായ ചിന്തകൾ ഉണ്ടാക്കിയേക്കാം. എന്നാൽ അവ നേർവിപരീതമായാണ് അവനിൽ പ്രവർത്തിച്ചത്. ആ സുന്ദരിയോട് അവനുതോന്നിയ ആഗ്രഹം അവനെ ഒരു ആദർശവാദിയാക്കി. അവ ളുടെ എല്ലാ കൽപ്പനകളും ശിരസാവഹിക്കാമെന്ന് അവൻ പ്രതിജ്ഞ യെടുത്തു കഴിഞ്ഞിരുന്നു. അവളുടെ കൽപ്പനകളെല്ലാം നിറവേറ്റുവാൻ ബുദ്ധിമുട്ടുള്ളതായിരിക്കണമെന്നു അവൻ ആഗ്രഹിച്ചു. അങ്ങനെയാവു മ്പോൾ അവന്റെ എല്ലാശക്തിയും ഉപയോഗിച്ച് അവ നിറവേറ്റുവാൻ അവനു ശ്രമിക്കാമല്ലോ. അപരിചിതയും സുന്ദരിയുമായ ഒരു യുവതിക്ക് അവനോട് ഇഷ്ടം തോന്നാനിടയായ നിഗൂഢവും അശുഭകരവുമായ ശക്തികളെക്കുറിച്ച് അവൻ ചിന്തിച്ചതേയില്ല. ഒരുവേള വളരെ പ്രധാ ന്യമുള്ള ഒരുജോലി ചെയ്യാൻ ആരോ അവനെ ഏൽപ്പിച്ചിരിക്കുന്നതായി അവനുതോന്നി. അവനാണെങ്കിൽ എന്തും ചെയ്യാനുള്ള തീരുമാനം എടു ക്കുകയും അതിനുവേണ്ട ശക്തി ആർജിക്കുകയും ചെയ്തിരിക്കുന്നു.

അവൻ കയറിക്കൊണ്ടിരുന്ന ചവിട്ടുപടികൾ ചുറ്റിത്തിരിഞ്ഞ് മുന്നോ ട്ടുപോയി. അവന്റെ വേഗതയുള്ള ചിന്തകളും അതിനെ ചുറ്റിപ്പിണഞ്ഞ് കിടന്നു. നാലാം നിലയുടെ മുകളിലെ ഇരുളിൽ അപരിചിത ഒരു വാതി ലിൽ മുട്ടി. അത് തുറന്നു രണ്ടുപേരും അകത്തേക്ക് പ്രവേശിച്ചു. കാണാൻ കൊള്ളാവുന്ന ഒരു സ്ത്രീ കയ്യിൽ മെഴുതിരിയുമായി അവനെ സ്വീകരിച്ചാനയിച്ചു. പക്ഷേ, അവർ വിചിത്രവും നിർലജ്ജവുമായ രീതി യിലാണ് പിസ്കാറെവ്നെ നോക്കിയത്. ഇതുകണ്ട് അറിയാതെ അവൻ കണ്ണുകൾ പിൻവലിച്ചു. അവർ അടുത്തുള്ള മറ്റൊരുമുറിയിൽ പ്രവേശി ച്ചു. ആ മുറിയുടെ വ്യത്യസ്തമായ ഭാഗങ്ങളിൽ മൂന്ന് സ്ത്രീരൂപങ്ങളെ അവൻ കണ്ടു. അതിൽ ഒരുവൾ ചീട്ടുകൾ അടുക്കിവെക്കുകയായിരു ന്നു. മറ്റൊരുവൾ പിയാനൊക്കരികിലിരുന്നു മനസലിയിക്കുന്ന ഒരു പോലി ഷ്നൃത്ത്ഗാനം ആലപിക്കുകയായിരുന്നു. മൂന്നാമത്തവൾ കണ്ണാടിയുടെ

മുന്നിലിരുന്ന് അവളുടെ നീണ്ടമുടി ചീകുകയായിരുന്നു. അപരിചിതനായ ഒരാളുടെ വരവ് അവളുടെ ജോലി തടസപ്പെടുത്തിയില്ല. സാധാരണ അവി വാഹിതരുടെ മുറിപോലെ അവിടെ എല്ലാം ചിട്ടയില്ലാതെ വാരിവലിച്ചിട്ടി രിക്കുകയാണ്. അവിടെയുള്ള നല്ല ഫർണിച്ചറുകൾ പൊടിമൂടിക്കിടന്നി രുന്നു. കൊത്തുപണിചെയ്ത ചിത്രവരികൾക്ക് മുകളിൽ ചിലന്തി വലവിരി ച്ചിരുന്നു. കൊളുത്തിടാത്ത ഒരു വാതിലിലൂടെ അടുത്തമുറിയിൽ കുതി മുള്ള് ഘടിപ്പിച്ച ബൂട്ടുകളും ചുവന്ന യൂണിഫോമിന്റെ അലങ്കാരത്തുന്ന ലുകളും കാണാമായിരുന്നു. അപ്പോൾ ഉച്ചത്തിലുള്ള ഒരു ആണിന്റെ ശബ്ദവും ഒരു സ്ത്രീയുടെ പൊട്ടിച്ചിരിയും വളരെ അനിയന്ത്രിതമായി അവിടമാകെ മുഴങ്ങി.

ഈശ്വരാ, അവനെവിടെയാണ് എത്തിയിരിക്കുന്നത്. കണ്ടതൊന്നും അവൻ ആദ്യം വിശ്വസിച്ചില്ല. മുറിയിലെ ഓരോവസ്തുവും അവൻ ഉറ്റു നോക്കാൻ തുടങ്ങി. ഒഴിഞ്ഞ ചുവരുകളും കർട്ടനിടാത്ത ജനലുകളും ഒരു നല്ല വീട്ടമ്മയുടെ അഭാവം അവിടെയുണ്ടെന്നു അവനെ ബോധ്യ പ്പെടുത്തി. അവിടെ ഉണ്ടായിരുന്ന ദയനീയമായ ജീവികളുടെ മ്ലാനമായ മുഖങ്ങൾ അവനെ നിരാശനാക്കി. അതിൽ ഒരാൾ വസ്ത്രത്തിൽ പുരണ്ട കറ നോക്കുന്നതുപോലെ അതിസൂക്ഷ്മമമായി തൊട്ടടുത്തിരുന്ന ആളെ നിരീക്ഷിക്കാൻ തുടങ്ങി. ധാർമികമായി അധഃപതിച്ചവർ താമസിക്കുന്ന വൃത്തികെട്ട അഗതിമന്ദിരത്തിലാണ് താൻ എത്തിച്ചേർന്നതെന്നു അവന് മനസിലായി. വളരെ പരിതാപകരമായിരുന്നു അവിടത്തെ സ്ഥിതി. തല സ്ഥാന നഗരിയിലെ ജനപ്പെരുപ്പവും വിലകുറഞ്ഞ സദാചാരബോധവും സൃഷ്ടിച്ചതാണ് ആ അഗതിമന്ദിരം. അവിടെ നാം ജീവിതത്തിൽ സുന്ദ രമായി കരുതുന്ന പലരും നിന്ദ്യമായി തകർക്കപ്പെടുകയും പരിഹസി ക്കപ്പെടുകയും ചെയ്യുന്നു. ലോകത്തിന്റെ സൗന്ദര്യമെന്നും സൃഷ്ടിയുടെ കിരീടമെന്നുമൊക്കെ നാം വിശേഷിപ്പിക്കുന്ന സ്ത്രീകൾ അവിടെ വിചി ത്രമായ രീതിയിൽ അർഥവ്യക്തത നഷ്ടപ്പെട്ട ജീവികളായി പരിണമി ക്കുന്നു. അവിടെ അവൾക്ക് ആത്മാവിന്റെ വിശുദ്ധിയും സ്ത്രീസഹജ മായ പലതും മനുഷ്യസഹജമായി ആർജിച്ച ശീലങ്ങളും നഷ്ടമാകു ന്നു. അവൾ ആത്മവിശ്വാസം നശിച്ച് നമ്മളിൽ നിന്നൊക്കെ വ്യത്യസ്ത മായി മനശ്ചാഞ്ചല്യമുള്ള സുന്ദരജീവികളായി ഒടുങ്ങിത്തീരുന്നു. പിസ്കാറെവ് അത്ഭുതം കൂറുന്ന മിഴികളോടെ അവളെ അടിമുടി അള ന്നു. നെവ്സ്കിയിലെ കാഴ്ചകളിൽ നിന്ന് അവനെ വശീകരിച്ച് ഇവിടെ വരെഎത്തിച്ച സ്ത്രീ യഥാർഥത്തിൽ അവൾതന്നെയാണോ എന്നു അവന് ഉറപ്പുവരുത്തേണ്ടിയിരുന്നു. പക്ഷേ എന്നത്തേയും പോലെ അത്യാകർഷകമായി അവൾ അവന്റെ മുന്നിൽ നിന്നു. അവളുടെ മുടിപ ഴയപോലെതന്നെ വളരെ മനോഹരമായിരുന്നു. ഇപ്പോഴും അവളുടെ കണ്ണുകളിൽ ആദ്യത്തെ അതേ ദിവ്യശക്തി ഉണ്ടായിരുന്നു. അവൾ ഉന്മേ ഷവതിയായിരുന്നു. അവൾക്ക് ഏതാണ്ട് പതിനേഴ് വയസ്സ് മാത്രമേ പ്രായ മുണ്ടായിരുന്നുള്ളൂ. ഈ ഭയാനകമായ അധഃപതനം അവൾക്ക് സംഭവി

ച്ചത് വളരെ അടുത്തുമാത്രമാണെന്നു കാണുന്ന ഏതൊരാൾക്കും മന
സിലാകും. അവളുടെ കവിൾത്തടങ്ങളിൽ ഒന്നുതൊടാൻപോലും അവനു
ധൈര്യമുണ്ടായില്ല. അവൾ ഹർഷോന്മാദത്താൽ തുടുത്തു. അവൾ
വളരെ സുന്ദരിയായിരുന്നു.

അവൻ നിശ്ചലനായി അവൾക്ക് മുന്നിൽനിന്നു. കുറച്ചുമുമ്പ് വളരെ
നിഷ്കളങ്കനായി സ്വയം മറന്നു നിന്നതുപോലെ ഇനിയും തുടരാൻ
അവൻ സന്നദ്ധനായിരുന്നു. പക്ഷേ, നീണ്ടനിശബ്ദതകൊണ്ട് പൊറു
തിമുട്ടിയ പെൺകുട്ടി അർഥഗർഭമായി അവന്റെ കണ്ണുകളിൽ നോക്കി
പുഞ്ചിരിച്ചു. ആ ചിരിയിൽ ഒരുതരം കാരുണ്യം ഉണർത്തുന്ന ധിക്കാരം
ഉണ്ടായിരുന്നു. ആർക്കും ആരാധനയുണർത്തുന്ന അവളുടെ മുഖഭാവ
ത്തിൽ അതു വിചിത്രവും അന്യവും കാവ്യഭാവനക്ക് മുന്നിൽ കണക്കു
പുസ്തകമോ പിടിച്ചുപറിക്കാരനെയോപോലെ തോന്നിച്ചു. അവൻ ഞെട്ടി
വിറച്ചുപോയി. അവൾ മനോഹരമായ ചുണ്ടുകൾ തുറന്നു എന്തോ പറ
യുവാൻ ആരംഭിച്ചു. പക്ഷേ, അത് പവിത്രത നഷ്ടപ്പെടുമ്പോൾ ധിഷണ
ഒരാളെ കൈയൊഴിയുംപോലെ അർഥശൂന്യവും വിരസവുമായിരുന്നു.
അവന് കൂടുതലൊന്നും കേൾക്കണമായിരുന്നില്ല. അവൻ ഒരു കുട്ടിയെ
പ്പോലെ സരളനും വളരെ പരിഹാസ്യനുമായി. അവളെ അനുനയിപ്പി
ക്കുന്ന ഒറ്റവാക്കും അവന് ഉച്ചരിക്കാനായില്ല. അവന്റെ ചുറ്റുപാടുമുള്ള
ഏതൊരാളും നിസംശയം കൊതിക്കുന്ന ഈ അവസരം ആസ്വദിക്കുന്ന
തിനു പകരം അവൻ തിരിഞ്ഞ് ഒരു കാട്ടാടിനെപ്പോലെ തെരുവിലേക്ക്
പാഞ്ഞു.

അമൂല്യമായ മുത്ത് കൈവന്ന് അതു ആഴക്കടലിൽ നഷ്ടപ്പെട്ടവ
നെപ്പോലെ ഒരു ദുരന്താത്മാവായി തലകുനിച്ച് കൈകൾ രണ്ട് വശത്തേ
ക്കും തൂക്കിയിട്ട് അവൻ മുറിയിൽ ഇരുന്നു. വളരെയധികം സൗന്ദര്യ
മുള്ള ദൈവീകമായ മുഖഭാവങ്ങളുള്ള ഒരു സ്ത്രീ വളരെ മോശമായ
ഒരു സ്ഥലത്ത് എത്തിപ്പെട്ടതിനെക്കുറിച്ച് അവനു ചിന്തിക്കാനായില്ല.

നമുക്കൊരിക്കലും സാന്മാർഗികമായി അധഃപതിച്ച സ്ത്രീയെക്കാ
ണുമ്പോൾ ദയതോന്നില്ല എന്നകാര്യം സത്യമാണ്. അതുമായി വൃത്തി
കേടുകൾ ഒത്തുപോവട്ടെ. പക്ഷേ സൗന്ദര്യം തരളമാണ്. നമ്മുടെ ചിന്ത
കളിൽ ശുദ്ധവും നിർമലവുമായിട്ടുള്ളതിനോട് മാത്രമേ അത്കൂടിച്ചേരു
കയുള്ളൂ. പാവപ്പെട്ട പിസ്കാറെവ്നെ വശീകരിച്ച സുന്ദരിയായ പെൺ
കുട്ടി യഥാർഥത്തിൽ ആരെയും വിസ്മയിപ്പിക്കുന്നതും വ്യത്യസ്തഭാവ
ത്തിലുള്ളതുമായിരുന്നു. ആ തരത്തിലുള്ള നികൃഷ്ടമായ ഒരു സ്ഥലത്ത്
അവളുടെ സാന്നിധ്യം ആർക്കും വളരെ അസാധാരണമായി തോന്നാം.
അവളുടെ ലക്ഷണങ്ങൾ സംസ്കാരസമ്പന്നമായതാണ്. ചേതോഹരമായ
അവളുടെ മുഖഭാവങ്ങൾ കുലീനതയുടെ അടയാളങ്ങളാണ്. സാന്മാർഗി
കാധഃപതനത്തിന്റെ മുനകൾ അവളുടെ തലക്കുമുകളിൽ നിവർന്നു
നിൽക്കുന്നതായി ആരും വിഭാവനം ചെയ്യില്ല. ഇഹലോകത്തിലും സ്വർഗ
ത്തിലും മുഴുക്കെ വിലമതിക്കാനാവാത്ത മുത്താണ് അവൾ. അത്യാസ

ക്തിയുള്ള ഭർത്താവിന്റെ നിധി. ചുണ്ടുകൾ മെല്ലെയിളകി മധുരമായി സംസാരിക്കുന്ന അവൾ കുടുംബവ്യത്തങ്ങളിൽ ഒറ്റപ്പെട്ട നക്ഷത്രമായി രിക്കും. തിരക്കുള്ള നൃത്തശാലയിൽ മരപ്പലകകൾ പാകിമിനുക്കിയ നിലത്ത് പ്രകാശിക്കുന്ന മെഴുതിരി വെളിച്ചത്തിൽ അവളുടെ കാലുക ളിൽ നമസ്കരിക്കാൻ തിരക്കുക്കൂട്ടുന്ന ആരാധകർക്കിടയിൽ അവൾ ദേവ തയാണ്. പക്ഷേ, അവളുടെ ജീവിതം വളരെ കഷ്ടതരമാണ്. ജീവിത ത്തിന്റെ ശ്രുതിമാധുര്യം നശിച്ച് അവൾ ദുഃഖിതയായിത്തീർന്നിരിക്കുന്നു. വളരെ ഭയാനകമായ ഒരു ഗർത്തത്തിലേക്ക് അവൾ വീണിരിക്കുന്നു. അവൻ അതിലേക്ക് നോക്കി പൊട്ടിച്ചിരിച്ചു.

കത്തിത്തീർന്നുകൊണ്ടിരിക്കുന്ന മെഴുതിരിക്കുമുന്നിൽ തീവ്രമായ വ്യസനത്തോടെ അവൻ ഇരുന്നു. സമയം അർധരാത്രി കഴിഞ്ഞിരുന്നു. അരമണിക്കൂർ കഴിഞ്ഞു ഗോപുരത്തിലെ മണി മുഴങ്ങി. അവൻ ഉറ ങ്ങാതെ അനക്കമില്ലാതെ ജാഗരൂകമായി ഇരുന്നു. മയക്കം സാവധാന ത്തിൽ അവനെ ബാധിച്ചുത്തുടങ്ങി. അവനു മുന്നിൽ മുറി മാഞ്ഞുപോ കാൻ തുടങ്ങി. അവന്റെ മനോരാജ്യത്തിലൂടെ തിളങ്ങുന്ന മെഴുതിരിവെ ളിച്ചം അവനെ അടിമയാക്കി. അപ്പോൾ വാതിലിൽ മുട്ടുകേട്ട് അവൻ ഞെട്ടിയുണർന്നു. വാതിൽ തുറന്ന് നല്ലവണ്ണം വേഷംധരിച്ച ഒരു വേല ക്കാരൻ കടന്നുവന്നു. അവന്റെ ഒറ്റപ്പെട്ടമുറിയിൽ നല്ലവേഷംധരിച്ച ഒരു വേലക്കാരൻ ഒരിക്കലും വന്നിരുന്നില്ല. അതും അസാധാരണമായ സമ യത്ത്. അവൻ അത് വിശ്വസിക്കാനാവാതെ ആകാംക്ഷയോടെ വേല ക്കാരനെ തുറിച്ചുനോക്കി.

വണങ്ങിക്കൊണ്ട് വേലക്കാരൻ പറഞ്ഞു: "കുറച്ച് സമയം മുമ്പ് നിങ്ങൾ കാണാൻ ആഗ്രഹിച്ച യുവതി, നിങ്ങളെ അവളുടെ വീട്ടിലേക്ക് ക്ഷണിച്ചിരിക്കുന്നു. വണ്ടി അയച്ചിട്ടുണ്ട്."

പിസ്കാറെവ് അത്ഭുതത്തോടെ നിശബ്ദനായിനിന്നു. ഒരു വണ്ടി യുമായി നല്ലവേഷമണിഞ്ഞ ഒരു വേലക്കാരൻ വന്നിരിക്കുന്നു. എവി ടെയോ തെറ്റുപറ്റിയിട്ടുണ്ടെന്ന് അവൻ സംശയിച്ചു. വളരെ സങ്കോച ത്തോടെ അവൻ പറഞ്ഞു; "സുഹൃത്തേ നിങ്ങൾ സ്ഥലംതെറ്റി വന്നതാ ണ്. നിങ്ങളുടെ യജമാനത്തി മറ്റാർക്കോ വേണ്ടിയാണ് നിങ്ങളെ അയച്ച ത്. ഒരിക്കലും എനിക്കുവേണ്ടിയാകില്ല."

"ഇല്ല, സാർ എനിക്ക് തെറ്റിയിട്ടില്ല. ലിത്വേനിയയിലെ വീടിന്റെ നാലാംനിലവരെ നിങ്ങൾ എന്റെ യജമാനത്തിയെ പിന്തുടർന്നിരുന്നു."

"അതെ ശരിയാണ്."

"വളരെ നല്ലത്, എന്നാൽ ദയവുചെയ്ത് വന്നോളൂ. എന്റെ യജമാ നത്തിക്ക് നിങ്ങളെ കാണണം. അവരുടെ വീട്ടിലേക്ക് വരാൻ സമ്മനസു ണ്ടാവണമെന്നു പറഞ്ഞു."

പിസ്കാറെവ് താഴത്തെ നിലയിലേക്ക് ഓടി. മുറ്റത്ത് വണ്ടിനിൽപ്പ് ണ്ടായിരുന്നു. അവൻ വണ്ടിക്കകത്തേക്ക് കയറി. വാതിൽ ഒച്ചയോടെ അടഞ്ഞു. കല്ലുപാകിയ നിരത്തിൽ കുതിരയുടെ കുളമ്പുകളും ചക്ര

ങ്ങളും കൂട്ടിയുരസി. പ്രകാശംചൊരിയുന്ന വീടുകളുടെ നിഴൽച്ചിത്ര
ങ്ങളും മിന്നുന്ന അടയാളങ്ങളും കുതിരവണ്ടിയുടെ ജനലിലൂടെ വേഗ
ത്തിൽ കടന്നുപോയി. യാത്രയിൽ മുഴുവൻ പിസ്കാറെവ് ചിന്താധീന
നായിരുന്നു. പക്ഷേ, വരാൻപോകുന്ന സംഭവങ്ങൾ എങ്ങനെ നേരിടു
മെന്ന് അവന് തീരുമാനിക്കാനായില്ല. ഒരു സ്വകാര്യമായ വീട്, നല്ലവേഷം
ധരിച്ച ഒരു വേലക്കാരൻ ഒരു കുതിരവണ്ടി....ഇതൊന്നും നേരത്തെ
വീടിന്റെ നാലാംനിലയിലെ മുറിയിൽ കണ്ട കാഴ്ചകളുമായി പൊരു
ത്തപ്പെടുന്നവയായിരുന്നില്ല. പൊടിപിടിച്ച ജനലുകൾ, ഈണം നഷ്ട
പ്പെട്ട പിയാനൊ......ഇതൊക്കെയായിരുന്നു അവൻ അവിടെക്കണ്ടത്. കുതി
രവണ്ടി പ്രകാശമാനമായ ഒരു പൂമുഖത്തിന് മുന്നിൽനിന്നു. സന്നാഹ
ങ്ങളുടെ ഒരു നീണ്ടനിര അവൻ അവിടെക്കണ്ടു. കുതിരവണ്ടിക്കാരൻ
എന്തോ ഒച്ചവെച്ചുകൊണ്ടിരുന്നു. പ്രകാശം പരത്തുന്ന വീടിന്റെ ജനലു
കളും സംഗീതത്തിന്റെ താളലയങ്ങളും അവനെ അത്ഭുതപ്പെടുത്തി.
വണ്ടിയിൽനിന്നു ഇറങ്ങാൻ വേലക്കാരൻ അവനെ സഹായിച്ചു.
വെണ്ണക്കൽ സ്തൂപങ്ങളും കിങ്കരന്മാരും പലനിറത്തിലുള്ള വസ്ത്രങ്ങളും
വിളക്കുകളും കൊണ്ടലങ്കരിക്കുകയും ചെയ്ത ഒരു വിശാലമായ തള
ത്തിലേക്ക് വേലക്കാരൻ അവനെ ആനയിച്ചു. അവിടെ തിളങ്ങുന്ന ചെറിയ
തുണുകളോടുകൂടിയ കോണിപ്പടികൾ മുകളിലേക്ക് ഉയർന്നുകിടന്നു.
അവിടെമാകെ ഒരു പ്രത്യേകതരം സുഗന്ധം പരക്കുന്നുണ്ടായിരുന്നു.
അവൻ കോണിപ്പടികൾ കയറി. ആദ്യത്തെ മുറിയിലേക്ക് പ്രവേശിച്ച
പ്പോൾ ആളുകളുടെ തിക്കും തിരക്കുംകൊണ്ട് അവനുകാലുകൾ മുന്നോട്ട്
വെക്കാനായില്ല.

അവിടെക്കണ്ട അപരിചിതമായ മുഖങ്ങൾ അവനെ ആശയക്കുഴപ്പ
ത്തിലാക്കി. ഏതോ ദുഷ്ടശക്തികൾ ലോകം ചെറുകഷ്ണങ്ങളാക്കി വിത
റിയിട്ടിരിക്കുന്നതുപോലെ അവനുതോന്നി. മിന്നുന്ന വിളക്കുകളും ദീപ
വിതാനങ്ങളും കാറ്റിലാടുന്ന നേർത്തതുണികളും സ്ത്രീകളുടെ ചുമ
ലുകളും ആണുങ്ങളുടെ കറുത്ത കുപ്പായങ്ങളും സംഗീതവാദ്യങ്ങളുടെ
താളലയങ്ങളുമെല്ലാം അവനുമനോഹരമായി അനുഭവപ്പെട്ടു. ഒറ്റ നോട്ട
ത്തിൽ സായാഹ്നമോടികളിൽ ആദരണീയരായ വൃദ്ധരെയും മധ്യവയ
സ്കരെയും അവൻ കണ്ടു. വളരെയധികം സ്ത്രീകൾ നിരനിരയായി
ഇരിക്കുകയും പ്രൗഢവും ആകർഷകവുമായി മെല്ലെനടന്നുവരികയും
ചെയ്യുന്നുണ്ടായിരുന്നു. ഇംഗ്ലീഷും ഫ്രഞ്ചും കൂടിക്കലർന്ന അനേകം
വാക്കുകൾ അവൻ അവിടെകേട്ടു. കറുത്തകോട്ടു ധരിച്ച യുവാക്കൾ
കുലീനന്മാരായിരുന്നു. മാന്യമായി സംസാരിച്ചും ചിലപ്പോൾ നിശബ്ദ
മായി ഇരിക്കുകയും ചെയ്യുന്ന അവർക്ക് അനാവശ്യമായി സംസാരിക്ക
രുതെന്നു ബോധ്യമുണ്ടായിരുന്നു. വളരെ ഗൗരവമുള്ള തമാശകൾ
പറഞ്ഞ് മര്യാദയോടെ പുഞ്ചിരിച്ചുകൊണ്ടിരുന്നു അവർ. പ്രൗഢിയുള്ള
കൃതാവ്വെച്ച അവർക്ക് കുപ്പായക്കോളറുകൾ നേരെയാക്കി ശ്രദ്ധയോടെ
കലാചാതുരിയോടെ കൈകൾ പ്രദർശിപ്പിക്കുവാൻ അറിയാമായിരുന്നു.

സ്ത്രീകൾ വളരെ ലാഘവമുള്ളവരായിരുന്നു. സന്തോഷത്തിലും ആത്മസംതൃപ്തിയിലും മുഴുകിയ അവർ വളരെ വശ്യമായി മിഴിതാ ഴ്ത്തിയിരുന്നു. പക്ഷേ, പിസ്കാറെവിന്റേത് ഒരു പാവം രൂപമായിരുന്നു. അവൻ വളരെ സങ്കോചത്തോടെ തൂൺ മറഞ്ഞുനിന്നു. അവന് വല്ലാത്ത ജാള്യംതോന്നി.

ഈ സമയം ഒരു നർത്തകസംഘത്തെ ജനങ്ങൾ പൊതിഞ്ഞുവാ യുവിൽ നിന്നു നെയ്തെടുത്തതുപോലെയുള്ള സുതാര്യമായ വസ്ത്രാ ലങ്കാരങ്ങളിൽ പൊതിഞ്ഞ് അവർ ചുറ്റും കറങ്ങി. നിലത്ത് തൊട്ടില്ലായി രുന്നുവെങ്കിൽ കൂടുതൽ സ്വർഗീയ സുന്ദരമാകുമായിരുന്നു എന്ന മട്ടിൽ തളത്തിൽ അവരുടെ കാലുകൾ തിളങ്ങി. അതിൽ ഒരുവൾ വളരെ ശ്രേഷ്ഠയായിരുന്നു. നല്ല വസ്ത്രങ്ങൾ ധരിച്ച അതീവസുന്ദരി. അവളുടെ വസ്ത്രധാരണ രീതിയിൽ അവാച്യവും അത്യന്തം സൂക്ഷ്മവുമായ ചേർച്ച കാണാമായിരുന്നു. അത് വളരെ സ്വാഭാവികമായി തോന്നിയിരു ന്നു. അവൾ ചുറ്റിലും നോക്കുന്നുണ്ടായിരുന്നു. പക്ഷേ, അത് ചുറ്റിലും കൂടിയിരുന്ന കാണികളെ ആയിരുന്നില്ല. അവളുടെ മനോഹരമായ കൺപീലികൾ അലക്ഷ്യമായി ഇളകി. അവളുടെ മുഖത്തിന്റെ വെളു പ്പുനിറം കണ്ണുകളുടെ ഭംഗിവർധിപ്പിച്ചു. അവൾ തല അൽപ്പം ചെരിച്ച പ്പോൾ നേരിയ ഒരു നിഴൽ കൺപുരികങ്ങൾക്ക് മുകളിലൂടെ കടന്നു പോയി.

പിസ്കാറെവ് എല്ലാ ശക്തിയും ഉപയോഗിച്ച് തിക്കുംതിരക്കും തള്ളി മാറ്റി അവളെ നോക്കാൻ ശ്രമിച്ചുകൊണ്ടിരുന്നു. പക്ഷേ ആരുടെയോ ഇരുണ്ടതല അവന്റെ കാഴ്ചമറച്ച് അവനെ നിരാശനാക്കി. അവന് മുന്നോട്ടോ പിന്നോട്ടോ പോകാനാവാത്തവിധം ജനക്കൂട്ടം അവനെ ഞെരുക്കി. ഏതെങ്കിലും സാമാജികന്റെ ദേഹത്ത് വീണാലോ എന്ന് അവൻ ഭയന്നു. കുറച്ചുകൂടി മുന്നോട്ടുപോയി ഉചിതമായ ഒരു സ്ഥലത്ത് നിൽക്കുന്നതിനുവേണ്ടി ശ്രമിക്കുന്നതിനിടയിൽ സ്വന്തം വസ്ത്രത്തിലേക്ക് അവൻ നോക്കി. ഈശ്വരാ, എന്തായിരുന്നു അത്? ചായം പുരണ്ട അയ ഞ്ഞവസ്ത്രമായിരുന്നു അവൻ ധരിച്ചിരുന്നത്. പോരാനുള്ള തിരക്കിനിട യിൽ നല്ല വസ്ത്രമെടുത്തണിയാൻ അവൻ മറന്നിരുന്നു. അവൻ ലജ്ജ കൊണ്ട് വിവർണനായി തലകുനിച്ചു. അവൻ നിലത്തിരുന്നാൽ മതിയെ നുതോന്നി. പക്ഷേ അതിന് അവനു പറ്റിയില്ല. മുറിയിലുണ്ടായിരുന്ന തിളങ്ങുന്ന യൂണിഫോം ധരിച്ച ആളുകൾ അവന് പിന്നിൽ ചുമരുപോലെ കൂട്ടമായി വന്നുനിന്നു കഴിഞ്ഞിരുന്നു. വളരെ മനോഹരമായ പുരിക ങ്ങളും കൺപീലികളുമുള്ള ആ സുന്ദരി കാണാതെമാറി നിൽക്കണമെന്ന് അവൻ ആഗ്രഹിച്ചു. അവൻ പേടിച്ച് മുഖമുയർത്തിയപ്പോൾ അവൾ അവ നെത്തന്നെ നോക്കിനിൽക്കുകയായിരുന്നു. ഈശ്വരാ, അവൾ എന്റെ മുന്നിൽ നിൽക്കുന്നു. ഇതിന്റെയെല്ലാം അർഥം എന്താണെന്നു അവന് തീരെമനസിലായില്ല. ഇത് അവൾതന്നെയാണെന്ന് അവൻ ഉച്ചത്തിൽ വിളിച്ചു പറഞ്ഞു. അത് നെവ്സ്കിയിൽ അവൻ കണ്ടുമുട്ടുകയും വീടു വരെ താൻ അനുഗമിക്കുകയും ചെയ്ത അതേ സ്ത്രീതന്നെയായിരുന്നു.

അവൾ കൺപീലികൾ ഉയർത്തി വിടർന്നകണ്ണുകളോടെ അവനെ നോക്കി. അവൾ വളരെയധികം സുന്ദരിയായതായി അവനുതോന്നി. ശ്വാസമടക്കി അവൻ ഒന്നും പറയാൻ കഴിഞ്ഞില്ല. ഈ സമയത്തെല്ലാം തന്നെ എല്ലാവരുടെയും ശ്രദ്ധയാകർഷിക്കാൻ അവളുടെ കണ്ണുകൾ അവിടെയെല്ലാം ഉഴറി നടന്നു. പക്ഷേ, ക്ഷീണിച്ച ഒരുതരം ശ്രദ്ധയില്ലായ്മയോടെയാണ് അവൾ പിസ്കാറെവ്നെ നോക്കിയത്. ഇതൊന്നും താങ്ങാനുള്ളശക്തി പാവം പിസ്കാറെവ്നു ഉണ്ടായിരുന്നില്ല. അവൻ ദൈവത്തോടു പ്രാർഥിച്ചു തുടങ്ങി. അവൾ തലകൊണ്ട് എന്തോ ആംഗ്യംകാട്ടി. ആരെയും വശീകരിക്കുന്ന അവളുടെ കണ്ണുകൾ ആകർഷകമായി എന്തോ പ്രതിഫലിപ്പിച്ചു. അവന് അതിന്റെ അർഥം മനസിലായി. നൃത്ത പരിപാടികൾ ഇഴഞ്ഞിഴഞ്ഞ് നീങ്ങിക്കൊണ്ടിരിക്കുകയായിരുന്നു. അതിന്റെ സംഗീതം ആരോഹണത്തിൽ മാഞ്ഞ് ഇല്ലാതാവുകയാണ്. പെട്ടെന്ന് അത് ഉച്ചസ്ഥായിയിലായി. സാമാന്യവും അസാമാന്യവുമായ ശബ്ദത്തിലായിത്തീർന്നു അത്. അവസാനം നൃത്തപരിപാടി കഴിഞ്ഞു. അവൾ ക്ഷീണിച്ച് നിലത്തൊരിടത്ത് ഇരുന്നു. തളർന്ന ആ അവസ്ഥയിലും നേർത്തമഞ്ഞുപോലെയുള്ള തുണിക്കുള്ളിൽ അവളുടെ മാറിടം ഉയരുകയും താഴുകയും ചെയ്തു. അവളുടെ മനോഹരമായ കൈകൾ കാൽമുട്ടിലേക്ക് വീണുകിടന്നു. അതിനു താഴെ നേരിയ വസ്ത്രങ്ങളിൽ ചുളിവ് വീണിരുന്നു. അവൾ ധരിച്ച വസ്ത്രവും സംഗീതം ആവാഹിച്ചതുപോലെതോന്നി. അതുകൊണ്ട് അതിന്റെ ലോലമായ നിറം അവളുടെ കൈകളുടെ തിളങ്ങുന്ന വെളുപ്പിനെക്കാൾ ഭംഗിയുള്ളതായി തോന്നിച്ചു. ഇതിലധികം അവളെവർണിക്കാൻ കഴിയുന്നില്ല. അവന് മറ്റൊരാഗ്രഹവും ഉണ്ടായിരുന്നില്ല. അതെല്ലാം വളരെ മോശമായ കാര്യങ്ങളാണെന്നു അവനുതോന്നി. ഒന്നും സംസാരിക്കാനോ ശ്വാസം വിടാൻ പോലുമാകാതെ അവൻ അവളുടെ കസേരക്ക് പിറകിൽ നിന്നു. "താങ്കൾക്ക് മുഷിഞ്ഞോ?" അവൾ ചോദിച്ചു. "ഞാനാകെ മുഷിഞ്ഞു, താങ്കൾ എന്നെ വെറുക്കുന്നതായി തോന്നുന്നു." ഇത്രയും കൂട്ടിച്ചേർത്ത് അവൾ നീണ്ട കൺപീലികൾ താഴ്ത്തി.

"ഞാൻ നിന്നെ വെറുക്കാനോ?" പിസ്കാറെവ് വല്ലാതെ അത്ഭുതപ്പെട്ടുപോയിരുന്നു. അവന് എന്തെങ്കിലും പറയണമെന്നുണ്ടായിരുന്നു. മിക്കവാറും പരസ്പരബന്ധമില്ലാത്ത വാക്കുകളാണ് അവൻ അപ്പോൾ ഉച്ചരിച്ചത്. പക്ഷേ, അപ്പോൾ തലയിൽ കുടുമവെച്ച ഒരു പള്ളിയറ സൂക്ഷിപ്പുകാരൻ എന്തോഫലിതം പറഞ്ഞുകൊണ്ട് അവിടെ വന്നു. അയാൾ കൂടുതൽ സന്തോഷവാനാകുമ്പോൾ വെളുക്കെ ചിരിച്ചുകൊണ്ടിരുന്നു. അയാൾ പറഞ്ഞ ഓരോ ഫലിതവും പിസ്കാറെവ്ന്റെ ഹൃദയത്തിൽ തറഞ്ഞ് കൊള്ളുന്നതായിരുന്നു. ഭാഗ്യംകൊണ്ട് മറ്റാരോ അയാളോട് ചോദ്യങ്ങൾ ചോദിക്കാൻ തുടങ്ങി. അതോടെ അയാൾ അങ്ങോട്ട് തിരിഞ്ഞു.

"എത്രമാത്രം അസഹനീയമാണിത്!" ഇങ്ങനെ പറഞ്ഞുകൊണ്ട് അവൾ സ്വർഗീയസുന്ദരമായ അവളുടെ കണ്ണുകൾ അവനുനേരെ ഉയർത്തി. "ഞാൻ നൃത്തശാലയുടെ മറ്റേ അറ്റത്ത് ഇരിക്കും, അവിടെ വന്നാൽ മതി." ഇത്രയും പറഞ്ഞ് അവൾ തിരക്കിനിടയിലൂടെ വേഗത്തിൽ നടന്ന് അപ്രത്യക്ഷയായി. കുറച്ചുകഴിഞ്ഞ് തിക്കിത്തിരക്കി വഴി കണ്ടെത്തി അവൻ അവിടെ എത്തിച്ചേർന്നു.

ഇത് അവൾതന്നെയാണോയെന്ന് അവൻ വീണ്ടും സംശയിക്കാൻ തുടങ്ങി. അവൾ മറ്റുള്ളവരെക്കാൾ ഔന്നത്യമുള്ളവളും കൂടുതൽ സുന്ദ രിയുമായി ഒരു രാജ്ഞിയെപ്പോലിരിക്കുന്നു. അവളുടെ കണ്ണുകൾ അവനെ കാണാൻവേണ്ടി ഉഴറി നടക്കാൻ തുടങ്ങി.

"താങ്കൾ ഇവിടെ ഉണ്ടായിരുന്നോ?" വളരെ മൃദുവായി അവൾ ചോദി ച്ചു. "ഞാൻ താങ്കളോട് തുറന്ന് സംസാരിക്കാം. നമ്മൾ തമ്മിൽ കണ്ടു മുട്ടിയ സാഹചര്യങ്ങൾ താങ്കൾക്ക് വളരെ വിചിത്രമായി തോന്നിയിട്ടു ണ്ടാകും. താങ്കൾ അവിടെക്കണ്ട താഴ്ന്ന വിഭാഗത്തിൽപ്പെട്ടവളാണ് ഞാനെന്നു താങ്കൾ വിചാരിക്കുന്നുണ്ടോ? എന്റെ പ്രവർത്തനങ്ങൾ വളരെ അസാധാരണമായി താങ്കൾക്ക് തോന്നാം. പക്ഷേ, ഒരു രഹസ്യം ഞാൻ പറഞ്ഞുതരാം. താങ്കൾ അത് ആരോടും വെളിപ്പെടുത്തില്ലെന്നു വിശ്വ സിക്കാമോ?" ആത്മാർഥതയോടെ അവൾ അവനെനോക്കി.

"തീർച്ചയായും നിനക്ക് എന്നെ വിശ്വസിക്കാം." അപ്പോൾ കുറച്ച് പ്രായമുള്ള ഒരാൾ അവിടെവന്നു. അയാൾ പിസ്കാറെവ്നു മനസിലാ കാത്ത ഭാഷയിൽ എന്തോ പറഞ്ഞുകൊണ്ട് അവൾക്ക് കൈ കൊടുത്തു. അവൾ പിസ്കാറെവ്നെ യാചനാഭാവത്തിൽ ഒന്നുനോക്കി. തിരിച്ചുവരു ന്നതുവരെ നിന്നടുത്തുതന്നെ നിൽക്കാൻ അടയാളം നൽകി അവൾ വേഗം നടന്നുപോയി. പക്ഷേ അവൾ എന്തെങ്കിലും പറഞ്ഞാൽത്തന്നെ അക്ഷമകൊണ്ട് അത്തരം ആജ്ഞകളൊന്നും ശ്രദ്ധിക്കാനുള്ള പരുവ ത്തിലായിരുന്നില്ല അവൻ. അവൻ അവളെ പിന്തുടരാൻ ശ്രമിച്ചു. പക്ഷേ ആൾക്കൂട്ടം അവരെ വേർപ്പെടുത്തിക്കളഞ്ഞു. പിന്നെ പൂക്കളുടെ നിറ മുള്ള ലോലമായ ആ വസ്ത്രം അവൻ അവിടെ ഒരിടത്തും കണ്ടില്ല. മുന്നിൽ വന്നുപ്പെട്ടവരെയെല്ലാം തള്ളിമാറ്റി ഉൽക്കണ്ഠയോടെ ഓരോ മുറിയിലും അവൻ കയറിയിറങ്ങി. പക്ഷേ, എല്ലാമുറികളിലും ആളുകൾ കനത്ത നിശബ്ദതയിലായിരുന്നു. ഒരു വശത്ത് പ്രായംചെന്ന കുറേ ആളുകൾ സൈനിക ജോലിയുടെ മികവിനെപ്പറ്റി വാദപ്രതിവാദം നട ത്തിക്കൊണ്ടിരിക്കുകയായിരുന്നു. നല്ല രീതിയിൽ വസ്ത്രധാരണം ചെയ്ത മറ്റൊരു സംഘം കഠിനാധ്വാനിയായ ഒരു കവിയുടെ അതിബൃ ഹത്തായ സർഗമേഖലകളെക്കുറിച്ച് പരാമർശങ്ങൾ നടത്തി സംസാരി ച്ചുകൊണ്ടിരിക്കുകയായിരുന്നു. അപ്പോൾ പ്രായംചെന്ന വളരെ ആദര ണീയനെന്നു തോന്നിക്കുന്ന ഒരാൾ പിസ്കാറെവ്നെ പിടിച്ചുനിർത്തി അവന്റെ ശ്രദ്ധയാകർഷിക്കുന്നതിനുവേണ്ടി ബുദ്ധിപൂർവമായതെന്തോ സംസാരിക്കാനാരംഭിച്ചു. അവൻ അയാളെ ശക്തിയോടെ തള്ളിമാറ്റി.

അയാൾ കഴുത്തിൽ അണിഞ്ഞിരുന്ന സ്ഥാനമാനങ്ങളെ സൂചിപ്പിക്കുന്ന ചിഹ്നങ്ങളൊന്നുംതന്നെ അവൻ ശ്രദ്ധിച്ചതേയില്ല. അവൻ വേഗത്തിൽ മറ്റൊരു മുറിയിലേക്ക് കടന്നുചെന്നു. അവൾ അവിടെയും ഉണ്ടായിരു ന്നില്ല. അവൻ ചെന്നുനോക്കിയ മൂന്നാമത്തെ മുറിയിലും അവളെ കണ്ടി ല്ല. അവളെവിടെയാണ് എന്നുള്ളതിനു ഒരെത്തും പിടിയും അവനുകിട്ടി യില്ല. അവളില്ലാതെ അവന് ജീവിക്കാനാവില്ലെന്നു ഉറക്കെവിളിച്ചു പറ യണമെന്നു അവന് തോന്നി. അവളെന്താണ് അവനോട് പറയാൻ ശ്രമി ച്ചതെന്ന് അവന് അറിയണമായിരുന്നു. പക്ഷേ അവന്റെ അന്വേഷണങ്ങ ളെല്ലാം വെറുതെയായി. ഉൽക്കണ്ഠയോടെ തളർന്ന് അവശനായി ഒരു തുണിൽപ്പിടിച്ച് നിന്ന് അവൻ ആൾക്കൂട്ടത്തിന്റെ തിക്കിലും തിരക്കിലും അവളെ അന്വേഷിച്ചു. പക്ഷേ അവന്റെ കണ്ണുകൾ ആയാസപ്പെട്ട് കാഴ്ച മങ്ങിയതല്ലാതെ അവളെ അവിടെയെങ്ങും കണ്ടില്ല. അവസാനം സ്വന്തം മുറിയുടെ ചുവരുകൾ അവന് മുന്നിൽ തെളിഞ്ഞു പ്രത്യക്ഷപ്പെടാൻ തുട ങ്ങി. അവൻ സാവധാനം കണ്ണുകൾ ഉയർത്തിനോക്കി ഒരു മെഴുതിരി ക്കാല് അവനുമുന്നിൽ തെളിഞ്ഞുകണ്ടു. അതിന്റെ നാളം അടിത്തട്ടിൽ എത്തിയിരുന്നു. മെഴുതിരി ഉരുകിത്തീരുകയാണ്. ഉരുകിയ മെഴുക് പഴ കിപ്പൊളിഞ്ഞ അവന്റെ മേശയിൽ പരന്നുകിടന്നു.

അവൻ ഇതുവരെ ഉറങ്ങുകയായിരുന്നു. ഈശ്വരാ, വളരെയധികം അത്ഭുകരമായ ഒരു സ്വപ്നമാണ് അവൻ കണ്ടത്. ഉണർന്നത് അവന് തീരെ ഇഷ്ടമായില്ല. കുറച്ചുസമയംകൂടി കഴിഞ്ഞിരുന്നുവെങ്കിൽ അവൾ തീർച്ചയായും വരുമായിരുന്നു. ജനവാതിൽക്കൽ വിരസവും നിരാശാജ നകവുമായ പ്രഭാതം അവൻ കണ്ടു. അവന്റെ മുറി മുഷിഞ്ഞു എല്ലാം സ്ഥാനംതെറ്റി കിടന്നിരുന്നു. യാഥാർഥ്യം വളരെ ഭീകരമാണെന്ന് അവൻ മനസിലാക്കി. സ്വപ്നം തികച്ചും മറ്റൊന്നായിരുന്നു. അവൻ എഴുന്നേറ്റ് വസ്ത്രങ്ങൾ മാറ്റി കിടക്കയിൽ പുതപ്പ് പുതച്ച് കിടന്നു. അറിയാതെ മാഞ്ഞുപോയ സ്വപ്നം തിരികെക്കൊണ്ടുവരാൻ അവൻ ആത്മാർഥ മായും ആഗ്രഹിച്ചു. ഉറക്കം വളരെ പെട്ടെന്നുതന്നെ അവനെ കീഴടക്കി. സ്വപ്നത്തിൽ അവൻ പലതും കണ്ടു. പക്ഷേ, അവൻ ആഗ്രഹിച്ച തൊന്നും കണ്ടില്ല. പൈപ്പ് കടിച്ച് പിടിച്ച് ലെഫ്ടനന്റ് പിറൊഗൊവിന്റെ വരവ്, സർവകലാശാലയിൽ നിന്നുവന്ന ചുമട്ടുകാരൻ, രാഷ്ട്രത്തിന്റെ യഥാർഥ സാമാജികൻ, ഒരിക്കൽ അവൻ വരച്ച ഫിനീഷ്യൻ വനിതയുടെ തല, അങ്ങനെ ചില ചപ്പുചവറുകൾ മാത്രമാണ് അവൻ സ്വപ്നത്തിൽ കണ്ടത്.

ഉറങ്ങാൻ ആഗ്രഹിച്ചുകൊണ്ട് ഉച്ചവരെ അവൻ കിടക്കയിൽത്തന്നെ കിടന്നു. പക്ഷേ ഉറക്കം വന്നില്ല. വീണ്ടും അവളുടെ ചേതോഹരമായ മുഖഭാവങ്ങൾ ഞൊടിയിടനേരം കാണിച്ചിരുന്നെങ്കിൽ, അവളുടെ മൃദു പാദസ്പർശം കേട്ടിരുന്നെങ്കിൽ, മേഘങ്ങൾക്കപ്പുറമുള്ള മഞ്ഞുപോലെ വെളുത്ത നഗ്നമായ അവളുടെ കയ്യുകൾ ഒരിക്കൽക്കൂടി മുന്നിൽ തെളി ഞ്ഞുവന്നെങ്കിൽ എന്ന് അവൻ ആഗ്രഹിച്ചു. എല്ലാം മാറ്റിവെച്ച് എല്ലാം

മറക്കാൻ ശ്രമിച്ചെങ്കിലും കണ്ടസ്വപ്നം അവന് ഒഴിയാബാധയായി. എല്ലാ പ്രതീക്ഷകളും അവസാനിച്ച് പരാജിതന്റെ മുഖഭാവത്തോട അവനി രുന്നു. അവന് ഒന്നും ചെയ്യാൻ തോന്നിയില്ല. ഒന്നിലും പങ്ക് ചേരാതെ അവൻ ജനലിലൂടെ പുറത്തേക്ക് നോക്കിയിരുന്നു. അവിടെ മുറ്റത്ത് വൃത്തിയില്ലാത്ത ഒരു വണ്ടിയിൽ കുടിവെള്ളം വിതരണം ചെയ്യുന്നുണ്ടാ യിരുന്നു. ആടിന്റെ ഒച്ചയിൽ ഒരു ആക്രിക്കച്ചവടക്കാരൻ 'പഴയതുണിക ളുണ്ടോ....തുണി.' എന്ന് വിളിച്ച് പറഞ്ഞുകൊണ്ടിരുന്നു. ദൈനംദിന ജീവിത യാഥാർഥ്യങ്ങൾ അവന്റെ ചെവിയിൽ മുഴങ്ങിക്കൊണ്ടിരുന്നു. എങ്കിലും ദിവസം മുഴുവൻ അവൻ ഒരേയിരിപ്പ് ഇരുന്നു. പിന്നെ ആവേ ശപൂർവം കിടക്കയിൽ പോയിക്കിടന്നു. ഉറക്കമില്ലായ്മകൊണ്ട് അവൻ പൊറുതിമുട്ടുകയായിരുന്നു. അവസാനം ഉറക്കം അവനെ കീഴടക്കി. പിന്നെയും ഏതെല്ലാമോ ബാലിശമായ മോശം സ്വപ്നങ്ങൾ അവൻ കണ്ടു. ഒരിക്കൽക്കൂടി അവളെ സ്വപ്നത്തിൽ ദർശിക്കാൻ കഴിയണമേ യെന്ന് അവൻ ഈശ്വരനോട് പ്രാർഥിച്ചു. സായാഹ്നം വരെ അതിനു വേണ്ടി അവൻ കാത്തിരുന്നു. അവൻ ഒരിക്കൽക്കൂടി ഉറങ്ങി. ഗുമസ്തനും കുഴലൂത്തുകാരനുമായ ഒരാളെ അവൻ സ്വപ്നം കണ്ടു. ഈ വിധത്തി ലുള്ള സ്വപ്നങ്ങൾ അസഹനീയമായി അവനുതോന്നി. അവസാനം ഒരു നിമിഷത്തേക്ക് അവൾ സ്വപ്നത്തിൽ പ്രത്യക്ഷപ്പെട്ടു. അവളുടെ തലയും മുടിയും മാത്രം തെളിഞ്ഞുവന്നു. അവൾ പുറത്തേക്ക് നോക്കിനിൽക്കു കയായിരുന്നു. പെട്ടെന്നവൾ അപ്രത്യക്ഷയാവുകയും ചെയ്തു. വീണ്ടും കാഴ്ചകളിൽ മഞ്ഞുമൂടി. വീണ്ടും ഏതൊക്കെയോ വിഡ്ഢി സ്വപ്നങ്ങൾ അവൻ കണ്ടു. ഒന്നും വ്യക്തമായിരുന്നില്ല.

ഒടുവിൽ സ്വപ്നങ്ങൾ അവന്റെ ജീവിതമായിത്തീർന്നു. ഇവിടന്നു മുതൽ അവന്റെ ജീവിതത്തിനു സവിശേഷമായ ദിശാവ്യതിയാനം സംഭ വിച്ചു. അതായത് അവൻ യാഥാർഥ്യത്തിൽ ഉറങ്ങുകയും അയാഥാർഥ്യ ത്തിലേക്ക് ഉണരുകയും ചെയ്തു എന്നുപറയാം. പിസ്കാറെവ് മേശക്ക രികിൽ ചലനമില്ലാതെ ഇരിക്കുന്നതൊ തെരുവിലൂടെ നടന്നു പോകു ന്നതൊ കണ്ടാൽ അവനെ ഒരു ഭ്രാന്തനായിട്ടോ അല്ലെങ്കിൽ മദ്യപാനം കൊണ്ട് നശിച്ച ഒരാളായിട്ടോ മാത്രമേ ആരും കാണുകയുള്ളൂ. അവന്റെ മുഖഭാവങ്ങൾ അർഥമില്ലാത്തതായി മാറി. അവന്റെ സ്വാഭാവികമായ ശ്രദ്ധ യില്ലായ്മ മുഖത്തെ ഭാവങ്ങൾ പൂർണമായും ഇല്ലാതാക്കുന്ന രീതിയിൽ വളർന്നു. അവൻ രാത്രിയിൽമാത്രം പുനർജനിച്ചു.

ഇത്തരത്തിലുള്ള അവന്റെ അവസ്ഥാവിശേഷങ്ങൾ അവന്റെ ആരോഗ്യം പൂർണമായും നശിപ്പിച്ചു. ഉറക്കം അവനെ കൈയൊഴിഞ്ഞു വളരെ ഭയാനകമായ രീതിയിൽ അവനെ പീഡിപ്പിച്ചുകൊണ്ടിരുന്നു. സ്വപ്നം കാണാൻ എല്ലാക്കഴിവുകളും അവൻ ഉപയോഗിച്ചു. കറുപ്പ് ഉപ യോഗിച്ചാൽ സ്വപ്നം കാണാൻ കഴിയുമെന്ന് അവൻ എവിടെനിന്നോ അറിഞ്ഞു. പക്ഷേ എവിടെ നിന്നാണ് കറുപ്പ് കിട്ടുകയെന്ന് അവൻ അറി യില്ലായിരുന്നു. അവനോട് സുന്ദരിയായ ഒരു സ്ത്രീയുടെ ഛായാചിത്രം

വരച്ചുകൊടുക്കാൻ അടുത്തകാലംവരെ പറഞ്ഞുകൊണ്ടിരുന്ന ഷാൾ വിൽക്കുന്ന പേർഷ്യൻ കടയുടമയെ അവൻ ഓർമിച്ചു. അവനെച്ചെന്നു കാണാൻ പിസ്കാറെവ് തീരുമാനിച്ചു. ഒരു പക്ഷേ അവന്റെ കൈയിൽ കറുപ്പ് ഉണ്ടാകുമെന്ന് പിസ്കാറെവ് വിചാരിച്ചു.

അവനെ പേർഷ്യൻ വ്യാപാരി സ്വീകരിച്ചിരുത്തി. അയാൾ ഒരു ദിവാ നിൽ കാല് മടക്കി ഇരിക്കുകയായിരുന്നു. "നിങ്ങൾക്കെന്തിനാണ് കറുപ്പ്?" അയാൾ ചോദിച്ചു. പിസ്കാറെവ് തന്റെ ഉറക്കമില്ലായ്മയെക്കുറിച്ച് പറ ഞ്ഞു:

"ശരി, ഞാൻ നിനക്ക് മയക്കുമരുന്ന് തരാം. പകരം നീയെനിക്ക് സുന്ദരിയായ പെൺകുട്ടിയുടെ നല്ല ചിത്രം വരച്ചുതരണം, നിനക്കതിനു കഴിയുമോ?" കറുത്ത പുരികങ്ങളും ഒലീവിലപോലെ വലിയ കണ്ണുകളു മുള്ള അവൾ എന്റെ അരികിൽക്കിടന്നു ഹുക്ക വലിക്കുന്നമാതിരിയായി രിക്കണം അത്, നീ കേൾക്കുന്നുണ്ടോ? വളരെ നന്നായിരിക്കണം. ഒരു യഥാർഥ സുന്ദരിയായിരിക്കണം അവൾ!"

പിസ്കാറെവ് ചിത്രം വരച്ചുകൊടുക്കാമെന്ന് വാഗ്ദാനം ചെയ്തു. പേർഷ്യക്കാരൻ അകത്തുപോയി കുറച്ചു കഴിഞ്ഞ് ഒരു ചെറിയ പാത്ര ത്തിൽ നിറയെ കറുത്ത ദ്രാവകവുമായി തിരികെവന്നു. അവൻ വളരെ ശ്രദ്ധയോടെ അതിൽ നിന്ന് കുറച്ചു വേറൊരു ചെറിയ പാത്രത്തിലേക്ക് പകർന്നു പിസ്കാറെവ്നു കൊടുത്തു. വെള്ളത്തിൽ ഏഴ് തുള്ളിയിൽ കൂടുതൽ ചേർത്തുകഴിക്കരുതെന്ന് അവൻ നിർദേശം നൽകി. പിസ്കാ റെവ് വിലമതിക്കാനാവാത്ത ആ പാത്രം വളരെ ആവേശത്തോടെ പിടിച്ചു വാങ്ങി ശ്വാസം വിടാതെ അതിവേഗത്തിൽ വീട്ടിലേക്ക് നടന്നു.

അവൻ വീട്ടിൽ തിരിച്ചെത്തി കുറച്ച് തുള്ളികൾ ഒരു ഗ്ലാസ് വെള്ള ത്തിൽച്ചേർത്ത് കുടിച്ചു. അവൻ പെട്ടെന്ന് കിടന്നുറങ്ങി.

അവൾ വീണ്ടും അവന്റെ സ്വപ്നത്തിൽ വന്നു. അതു വളരെ വ്യത്യ സ്തമായ ഒരു ലോകമായിരുന്നു. അവൾ പ്രകാശമാനമായ ഒരു വീടിന്റെ ജനലരികിൽ ഇരിക്കുകയായിരുന്നു. അവളുടെ ഉടുപ്പുകൾ ഒരു കാവ്യ ഭാവനപോലെ മനോഹരമായിരുന്നു. അവൾ മുടിചീകി വെച്ചരീതി വളരെ ലളിതവും അവൾക്ക് യോജിച്ച രീതിയിലുമായിരുന്നു. നീലം കുറഞ്ഞ ഒരു തുവാല അവൾ കഴുത്തിൽ ചുറ്റിയിരുന്നു. വളരെ നിഗൂഢവും അവാ ച്യവുമായ അനുഭൂതി അവൻ അനുഭവിച്ചു. അവളുടെ നടത്തം ഭംഗിയു ള്ളതായിരുന്നു. അവളുടെ പദചലനങ്ങൾ! വസ്ത്രചലനങ്ങൾ! വളയ ണിഞ്ഞ ഭംഗിയുള്ള കൈകൾ! കണ്ണീരണിഞ്ഞ് കൊണ്ട് അവൾ പറ ഞ്ഞു: "എന്നെ നിന്ദിക്കരുതേ, താങ്കൾ കരുതിയതുപോലെയല്ല ഞാൻ. താങ്കൾ പ്രതീക്ഷിക്കുന്നതുപോലെ എനിക്ക് ചെയ്യാൻ കഴിയും."

അവൻ സ്വപ്നം കണ്ടുകൊണ്ടിരിക്കുകയായിരുന്നു. പക്ഷേ, അവനെ ആരോ ഉണർത്തി. അവൻ കണ്ടുകൊണ്ടിരുന്ന സ്വപ്നം മാഞ്ഞുപോ യി. അവളെപ്പോലെ ഒരുവൾ ഈ ലോകത്ത് ഇല്ലാത്തതാണ് നല്ലത്. അവൾ ഒരു കലാകാരന്റെ ഭാവനാവിലാസം മാത്രമായാൽ മതി. നിന്നെ

വരച്ചുവെച്ച കാൻവാസ് ഒരിക്കലും ഞാൻ ഉപേക്ഷിക്കില്ല. ഞാൻ നിന്നെ
ത്തന്നെ നോക്കിനിൽക്കും. നിന്നെ കെട്ടിപ്പുണരും. അങ്ങനെ എല്ലാനേ
രവും ഞാൻ സന്തോഷവാനായിരിക്കും. എന്റെ ആഗ്രഹങ്ങൾക്ക് ഞാൻ
കടിഞ്ഞാണിടും. ഉറക്കത്തിലും ഉണർവിലും ഒരു കാവൽമാലാഖയെ
പ്പോലെ നിന്നെ ഞാൻ കൊണ്ടുനടക്കും. നിന്നെ ഞാൻ പവിത്രവും
ദൈവീകവുമായതാക്കിമാറ്റും. പക്ഷേ, ഇപ്പോൾ ജീവിതം വളരെയധികം
ഭയാനകമാണ്. അവൾ ജീവിച്ചിരിക്കുന്നതുകൊണ്ട് ഒരു ഗുണവുമില്ലാ
തായിരിക്കുന്നു. ഒരു ഉന്മാദിയുടെ ജീവിതം ഒരിക്കലും അവന്റെ ഏറ്റവും
അടുത്ത ബന്ധുമിത്രാദികൾപോലും ഇഷ്ടപ്പെടില്ല. ഈശ്വരാ സ്വപ്ന
ത്തിനും യാഥാർഥ്യത്തിനുമിടയിൽ സംഘർഷങ്ങൾ നിറഞ്ഞ ഈ
ജീവിതം എന്തിനാണ് ഞങ്ങൾക്ക് നൽകിയത്? ഇങ്ങനെയുള്ള അനേകം
ചിന്തകളാൽ അവൻ അസ്വസ്ഥതനായിത്തീർന്നു. അവൻ മറ്റൊന്നിനെ
ക്കുറിച്ചും ചിന്തിച്ചില്ല, ഭക്ഷണംപോലും കഴിച്ചില്ല. കൊതിപ്പിക്കുന്ന മായ
ക്കാഴ്ചകൾക്കുവേണ്ടി ഒരു കാമുകന്റെ ആകാംക്ഷഭരിതമായ വികാര
വായ്പ്പോടെ കാത്തിരിക്കുകയായിരുന്നു അവൻ. അവന്റെ ആഗ്രഹങ്ങളും
അഭിലാഷങ്ങളും അവളിൽ മാത്രം കേന്ദ്രീകരിച്ചു. അത് അവന് ജീവി
തത്തിലും ഭാവനയിലും ചില ശക്തികൾ നേടിക്കൊടുത്തു. ദൈനംദിന
ജീവിത യാഥാർഥ്യങ്ങളും ചുറ്റുപാടുകളും എത്രമാത്രം പരുക്കനായാലും
അതിനുവിരുദ്ധമായി അവൻ ആഗ്രഹിക്കുന്ന ചിത്രങ്ങൾ അവന്റെ മുന്നിൽ
പ്രത്യക്ഷപ്പെടാൻ തുടങ്ങി. കാരണം അവന്റെ ചിന്തകൾ ഒരു കുട്ടിയുടെ
ചിന്തകൾപോലെ നിർമലമായിരുന്നു. ഇത്തരത്തിലുള്ള സ്വപ്നക്കാഴ്ച
കളാൽ അവന്റെ ജീവിതം രൂപാന്തരപ്പെട്ടുകൊണ്ടിരുന്നു.

അവന്റെ ചിന്തകൾ മയക്കുമരുന്നിന്റെ ഉപയോഗംകൊണ്ട് കൂടു
തൽ ശിഥിലമായി. അവനെപ്പോലെ ഉന്മാദത്തിന്റെ മൂർധന്യത്തിൽ പ്രക്ഷു
ബ്ധവും ഹിംസാത്മവും ദാരുണവുമായി മുങ്ങിപ്പോയ ഒരു കാമുകനും
ഉണ്ടാവില്ല.

അവൻ കാണുന്ന സ്വപ്നങ്ങളിൽ ഒന്ന് അതീവ ഹൃദ്യമായിരുന്നു.
അവൻ ചിത്രം വരയ്ക്കുന്ന മുറി. അവൻ കൈയിൽ ചായപ്പലകയുമായി
സന്തോഷത്താൽ മതിമറന്നു ഇരിക്കുന്നു. അവൾ കസേരയുടെ പുറ
കിൽ മനോഹരമായ കൈമുട്ടുകളൂന്നി അവന്റെ സമീപം നിൽക്കുന്നു.
അവൾ സാകൂതം അവൻ ചെയ്യുന്ന ജോലി വീക്ഷിക്കുകയാണ്. തളർന്നു
ക്ഷീണിച്ച അവളുടെ മിഴികളിൽ നിർവൃതി നിറഞ്ഞിരുന്നു. ആ മുറിയി
ലാകെ സ്വർഗീയാനുഭൂതി തളംകെട്ടിനിന്നിരുന്നു. വൃത്തിയുള്ളതും
വെളിച്ചം നിറഞ്ഞതുമായിരുന്നു മുറി. ഈശ്വരാ, അവൾ വളരെ ആകർഷ
കമായി അവളുടെ ശിരസ്സ് അവന്റെ മാറിലേക്ക് അണച്ചു. ജീവിതത്തിൽ
ഒരിക്കലും അത്രയും നല്ല ഒരു സ്വപ്നം അവൻ കണ്ടിട്ടില്ല. അവൻ ഉന്മേ
ഷത്തോടെ ഉണർന്നു. കാര്യങ്ങളെക്കുറിച്ച് അവൻ കുറേക്കൂടി ശ്രദ്ധാ
ലുവായി. അവന്റെ ചിന്തയിൽ വിചിത്രമായ ഒരാശയം ഉദിച്ചു. അവൻ
ചിന്തിക്കാൻ തുടങ്ങി. ഒരു പക്ഷേ, അവൾ ഇഷ്ടപ്പെടാതെ ഇത്തരം ദുഷി

ച്ചജീവിതത്തിലേക്ക് വരേണ്ടിവന്നതാകും. ഒരു പക്ഷേ അവൾക്ക് വളരെ കുറ്റബോധം തോന്നുന്നുണ്ടാകണം. ഇത്തരം ഭയാനകമായ ചുറ്റുപാടു കളിൽ നിന്ന് രക്ഷനേടണമെന്ന് അവൾ ആഗ്രഹിക്കുന്നുണ്ടാവണം. അവൾ അലക്ഷ്യമായി നാശത്തിലേക്ക് നടന്നുനീങ്ങുന്നത് ആർക്കും കണ്ടുനിൽക്കാൻ കഴിഞ്ഞെന്നു വരില്ല. ആരെങ്കിലും അവളെ സഹായി ക്കണം. ഇങ്ങനെ ചിന്തകൾ മുന്നോട്ട് പോയ്ക്കൊണ്ടിരുന്നു. എന്നെ ആർക്കും മനസിലാക്കാനാവില്ല. എന്നെക്കൊണ്ട് മറ്റുള്ളവർക്ക് എന്തെ ങ്കിലും കാര്യമുണ്ടാകണം. അല്ലെങ്കിൽ മറ്റുള്ളവരെക്കൊണ്ട് എനിക്കെ ന്തെങ്കിലും കാര്യമുണ്ടാകണം. അവൾക്ക് കുറ്റബോധമുണ്ടെങ്കിൽ ജീവിതം തിരുത്തുവാൻ തയാറാണെങ്കിൽ ഞാൻ അവളെ വിവാഹം കഴിക്കും. എന്തായാലും അവളുടെ വീടുകാവൽക്കാരികളുടെ നികൃഷ്ട രായ ഭർത്താക്കന്മാരെക്കാൾ നന്നായി എനിക്ക് പ്രവർത്തിക്കാൻ കഴിയു മെന്നുറപ്പാണ്. എന്റെ ഈ പ്രവർത്തനം ഔദാര്യമോ അതിലുപരി മറ്റെ ന്തെങ്കിലോ ആയേക്കാം. ഈ ലോകത്തിന് നഷ്ടപ്പെട്ടുകൊണ്ടിരിക്കുന്ന സൗന്ദര്യം ഞാൻ തിരിച്ചുനൽകും.

ഇങ്ങനെ സാഹസികമായ ഒരു പദ്ധതി ആവിഷ്കരിച്ചപ്പോൾ തന്റെ മുഖം ചുവന്നുതുടുക്കുന്നതായി അവന് തോന്നി. കണ്ണാടിയുടെ അടു ത്തുചെന്ന് നോക്കിയപ്പോൾ ഒട്ടിയ കവിൾത്തടങ്ങളും വിളറിയ മുഖവും കണ്ട് അവൻ ഞെട്ടിത്തരിച്ച് നിന്നു. അവൻ ശ്രദ്ധയോടെ വസ്ത്രധാ രണം ചെയ്യാൻ ആരംഭിച്ചു. ആദ്യം മുഖം കഴുകി മുടിചീകി പുതിയ കുപ്പായവും അതിനുമീതെ ഭംഗിയുള്ള മേൽക്കുപ്പായവും ധരിച്ച് ചുമ ലിൽ ഷാളെടുത്തിട്ട് അവൻ തെരുവിലേക്കിറങ്ങി. വളരെക്കാലം രോഗി യായിരുന്ന ഒരാൾ രോഗം മാറിയതിനുശേഷം ആരോഗ്യം വീണ്ടെടുത്ത് പുറത്തേക്കിറങ്ങിയതുപോലെയായിരുന്നു അവൻ. ശുദ്ധവായു ശ്വസിച്ച പ്പോൾ അവന് മനസിന് ഉന്മേഷംതോന്നി. അവളെ ആദ്യമായി കണ്ടുമു ട്ടിയ ആ തെരുവിനെ സമീപിക്കുന്തോറും അവന്റെ ഹൃദയമിടിപ്പിന്റെ വേഗത കൂടി.

അവൻ വളരെനേരം ആ വീട് അന്വേഷിച്ചു നടന്നു. അവന് ഒന്നും വ്യക്തമായി ഓർമിച്ചെടുക്കാൻ കഴിഞ്ഞില്ല. വീട് കണ്ടുപിടിക്കാനാവാതെ അവൻ തെരുവിലൂടെ അങ്ങോട്ടും ഇങ്ങോട്ടും രണ്ട് പ്രാവശ്യം നടന്നു. ഒരു വീട് അവന് സുപരിചിതമായിത്തോന്നി. വളരെപ്പെട്ടെന്നുതന്നെ അവൻ മുകളിലത്തെ നിലയിലേക്ക് ഓടിക്കയറിയതിനുശേഷം വാതി ലിൽ മുട്ടി. വാതിൽ തുറന്ന് അവൾ പുറത്തേക്ക് വന്നു. അവൻ നേരത്തെ കണ്ട സുന്ദരവും ശ്രേഷ്ഠവുമായ അതേരൂപം. അവന്റെ സ്വപ്നചിത്ര ങ്ങളുടെ അതേപതിപ്പ്. ദാരുണവും വേദനാജനകവുമായി അവൻ ആർക്കു വേണ്ടിയാണോ ജീവിക്കുന്നത് അവൾ അവന്റെ മുന്നിൽ നിൽക്കുന്നു. ഒരുതരം വിറയൽ അവനെ ബാധിച്ചു. ക്ഷീണംകൊണ്ട് അവന് നിൽക്കാ നായില്ല. എങ്കിലും അവന് വളരെ സന്തോഷംതോന്നി. അവളുടെ മിഴി കൾ ഉറക്കച്ചടവുള്ളതാണെങ്കിലും മുഖത്ത് വിളർച്ച പടർന്നിരുന്നുവെ

ങ്കിലും അവൾ എന്നത്തെയും പോലെ ആകർഷകമായി അവന്റെ മുന്നിൽ നിന്നു. അവൾ അതീവ സുന്ദരിയായിരുന്നു.

അപ്പോൾ സമയം ഏതാണ്ട് രണ്ടു മണി ആയിരുന്നു. അവൾ കണ്ണു തിരുമിക്കൊണ്ട് ചോദിച്ചു: "എന്തിനാണ് ആ സമയത്ത് താങ്കൾ ഓടി പ്പോയത്?" അവൻ ക്ഷീണിച്ച് ഒരു കസേരയിലിരുന്നു അവളെനോക്കി.

"ഞാൻ ഇപ്പോൾ ഉണർന്നതേയുള്ളൂ. ഇന്ന് രാവിലെ ഏഴ് മണി ക്കാണ് എന്നെ അവർ വീട്ടിൽക്കൊണ്ടുവന്നാക്കിയത്. ഞാൻ നന്നായി മദ്യപിച്ചിരുന്നു." ചിരിച്ചുകൊണ്ട് അവൾ കൂട്ടിച്ചേർത്തു.

നിന്റെ ഇത്തരത്തിലുള്ള സംസാരത്തേക്കാൾ നല്ലത് നീ മിണ്ടാതി രിക്കുന്നതാണ്. അവൾ ഉടനെതന്നെ അവളുടെ ജീവിതത്തിന്റെ പൂർണ മായ ഒരു ചിത്രം അവന് വിവരിച്ചുകൊടുത്തു. അതൊന്നും കാര്യമായെ ടുക്കാതെ വളരെ മനഃസാന്നിധ്യത്തോടെ അവളെ ഉപദേശിച്ച് നന്നാക്കാൻ ശ്രമിക്കാമെന്ന് അവൻ തീരുമാനിച്ചു. അവൾ എത്തിച്ചേർന്ന ദാരുണമായ അവസ്ഥയെക്കുറിച്ച് വിറയാർന്ന സ്വരത്തിൽ അവൻ മനസുതുറന്നു സംസാരിച്ചു. ഒരിക്കലും പ്രതീക്ഷിക്കാത്തതും വിചിത്രവുമായ തെന്തോ വ്യക്തമായി കാണുന്ന അതേ വൈകാരികതയോടെ അവൻ പറയുന്ന തെല്ലാം അവൾ ശ്രദ്ധയോടെ കേട്ടു. മുറിയുടെ മറുഭാഗത്ത് മുടിചീകൽ നിർത്തിവെച്ച് പുതിയ ധർമോപദേശകനെ ശ്രദ്ധിച്ചുകൊണ്ടിരിക്കുന്ന അവളുടെ കൂട്ടുകാരിയെ ചെറുചിരിയോടെ അവൾ നോക്കി.

വളരെ നേരത്തെ ധർമോപദേശം നിറത്തി പിസ്കാറെവ് പറഞ്ഞു: "ഞാൻ ദരിദ്രനാണെന്നതു പരമാർഥമാണ്. പക്ഷേ, നമ്മൾ കഠിനാധ്വാനം ചെയ്യണം. നമ്മുടെ ജീവിതം മെച്ചപ്പെടുത്തുന്നതിനുവേണ്ടി നമ്മളൊന്നിച്ച് പ്രവർത്തിക്കണം. ആളുകൾ തന്നത്താൻ ആശ്രയിച്ച് ജീവിക്കുന്നതിൽ പ്പരം സന്തോഷകരമായിട്ടൊന്നുമില്ല. ഞാൻ ചിത്രം വരച്ചുകൊണ്ടിരിക്കും നീ എന്റെ അരികിലിരുന്ന് അതു പ്രോത്സാഹിപ്പിച്ചുകൊണ്ടിരിക്കണം. വേണമെങ്കിൽ തുന്നൽപ്പണിയോ അതുപോലെ മറ്റെന്തെങ്കിലും ജോലിയോ നീയും ചെയ്യണം. നമുക്ക് യാതൊരു ഞെരുക്കവും ഉണ്ടാ വില്ല."

"എനിക്കത് എങ്ങനെ കഴിയും?" അവൾ അവജ്ഞയോടെ അവൻ പറയുന്നതു തടഞ്ഞു. "ജോലിചെയ്യാൻ ഞാനൊരു വേലക്കാരിയോ തുന്നൽക്കാരിയോ അല്ല."

ഈശ്വരാ, അവൾ പറഞ്ഞവാക്കുകളിൽ അവളുടെ നികൃഷ്ടമായ ജീവിതത്തിന്റെ സകലഅധമത്വവും സ്ഫുരിച്ചിരുന്നു. ശൂന്യവും അല സവുമാണ് അവളുടെ ജീവിതം. അസാന്മാർഗികതയുടെ സന്തതസഹ ചാരിണി.

"എന്നെ വിവാഹം കഴിക്കൂ!" മുറിയുടെ മറുഭാഗത്ത് അതുവരെ നിശബ്ദയായിരുന്ന അവളുടെ കൂട്ടുകാരി നിർലജ്ജമായി വിളിച്ചു പറ ഞ്ഞു: "ഞാൻ നിന്റെ ഭാര്യയായാൽ ഇങ്ങനെയായിരിക്കും ഇരിക്കുക." ഇത് പറഞ്ഞ് അവൾ ദയനീയമായ മുഖത്ത് ഒരുതരം വിഡ്ഢിഭാവം

കൊണ്ടുവന്നു. അത് സുന്ദരിയായ പെൺകുട്ടിയെ പരിഹസിക്കുന്ന രീതി
യിലായിരുന്നു.

ഇതൊന്നും സഹിക്കാനുള്ള കഴിവ് അവനില്ലായിരുന്നു നിയന്ത്രണം
വിട്ട് അവൻ പുറത്തേക്ക് ഓടി. അവന്റെ മനസാകെ മുഷിഞ്ഞു. ഒന്നും
കാണാനും കേൾക്കാനും അനുഭവിക്കാനും ആകാതെ ലക്ഷ്യമില്ലാതെ
അവൻ അലഞ്ഞുനടന്നു. ആ രാത്രി എവിടെയാണ് കഴിച്ചുകൂട്ടിയതെന്ന്
അവനോട് ആരും ചോദിച്ചില്ല. പിറ്റെ ദിവസം പാറിപ്പറക്കുന്ന തലമുടിയും
ഉന്മാദത്തിന്റെ ലക്ഷണമുള്ള മുഖഭാവങ്ങളുമായി അവൻ മുറിയിൽ വന്നു
കയറി.

അവൻ മുറിയിൽ ഒറ്റക്ക് അടച്ചിരുന്നു. ആരെയും അകത്ത് കടക്കാൻ
അവൻ അനുവദിച്ചില്ല. അവൻ ഒന്നും ആവശ്യപ്പെട്ടില്ല. അങ്ങനെ നാല്
ദിവസം കടന്നുപോയി. അതിനിടയിൽ ഒരിക്കൽപ്പോലും അവൻ മുറി
യുടെ വാതിൽ തുറന്നില്ല. ഒരാഴ്ചകഴിഞ്ഞിട്ടും മുറിയുടെ വാതിൽ അതേ
പോലെ അടഞ്ഞുകിടന്നു. അവന്റെ മുറിയുടെ മുന്നിൽ ആളുകൾ തിങ്ങി
ക്കൂടി വാതിലിൽ മുട്ടിവിളിച്ചു. പക്ഷേ, അകത്തുനിന്നു യാതൊരു ഒച്ചയും
അനക്കവും ഉണ്ടായില്ല. അവസാനം അവർ വാതിൽ വെട്ടിപ്പൊളിച്ചു തുറ
ന്നു. കഴുത്തുമുറിഞ്ഞ് അവന്റെ ശവശരീരം നിലത്ത് കിടന്നിരുന്നു. ചോര
പുരണ്ട ഒരു കത്തി അതിനുസമീപം ഉണ്ടായിരുന്നു. വളഞ്ഞുകിടക്കുന്ന
കൈകളും മുഖത്ത് വലിഞ്ഞുമുറുകിയ പേശികളും കണ്ടാൽ അവന്റെ
മരണവെപ്രാളവും അതിനെടുത്ത സമയവും ഒരാൾക്ക് മനസിലാക്കാൻ
കഴിയും.

അങ്ങനെ പാവം പിസ്കാറെവ് അകാലചരമം പ്രാപിച്ചു. അവൻ
ഏത് സമയത്തും ആളിപ്പടരാൻ സാധ്യതയുള്ള പ്രതിഭയുടെ കെടാത്ത
തീപ്പൊരി ഉള്ളിൽ സൂക്ഷിച്ചവനും കുട്ടികളുടെ മനസുള്ളവനും ലജ്ജാ
ശീലനും ഉദാരനും ഉന്മത്തമായ അഭിനിവേശങ്ങളുടെ ഇരയുമായിരുന്നു.
ആരും അവനുവേണ്ടി കണ്ണീർ പൊഴിച്ചില്ല. അവന്റെ ചേതനയറ്റ ശരീര
ത്തിനടുത്തു കെട്ടിടങ്ങളുടെ മേൽനോട്ടക്കാരനും പോലീസ് വകുപ്പിലെ
ഒരു ഡോക്ടറും മാത്രമേ ഉണ്ടായിരുന്നുള്ളൂ. പള്ളിയിലെ സാധാരണ
ചടങ്ങുകളൊന്നുമില്ലാതെ അവന്റെ ശവപ്പെട്ടി ശാന്തമായി എടുത്തുകൊ
ണ്ടുപോയി. ഒരാൾ മാത്രം അനുശോചനം രേഖപ്പെടുത്തിക്കൊണ്ട്
അതിനെ പിന്തുടർന്നു. ഒരു ഗ്ലാസ് വോഡ്ക അധികം കുടിച്ചുപോയ
ഒരു സാധാരണ പട്ടാളക്കാരനായിരുന്നു അയാൾ. ജീവിച്ചിരുന്ന കാലത്ത്
തന്റെ മഹത്വത്തെ വാഴ്ത്തിയ അസന്തുഷ്ടനായ ആ പാവത്തിന്റെ ശവ
ശരീരം ഒന്നു കാണാൻ പോലും ലഫ്ടനന്റ് പിറൊഗൊവ് വന്നില്ല. അവന്
അതിനൊന്നും സമയമുണ്ടായിരുന്നില്ലയെന്നതാണ് കാരണം. അവൻ ചില
അത്ഭുതസാഹസിക പ്രവർത്തനങ്ങളിൽ വ്യാപൃതനായിരുന്നു. ഇനി
നമുക്ക് അവന്റെ കാര്യങ്ങളെപ്പറ്റി പറയാം. മരിച്ചവരെയും അവരുടെ ശവ
ശരീരങ്ങളെയും അവൻ ഇഷ്ടപ്പെടുന്നില്ല. വളരെ ദുർബലനായ ഒരു
ഭടൻ അയഞ്ഞ വസ്ത്രംധരിച്ച് വലതുകൈയിൽ ദീപമേന്തി ഇടതുകൈ

കൊണ്ട് ഒരു നുള്ള് പൊടി വലിച്ചുകൊണ്ട് കടന്നുപോകുന്ന ഒരു ശവ ഘോഷയാത്ര വഴിമുറിച്ച് കടന്നുപോകുമ്പോൾ വല്ലാത്ത വിമ്മിഷ്ടം അവന് അനുഭവപ്പെടാറുണ്ട്. അലങ്കരിച്ച ശവമഞ്ചമോ പട്ടുപൊതിഞ്ഞ ശവപ്പെട്ടിയൊ കാണുമ്പോൾ അവന് വലിയ ദുഃഖം തോന്നും. പക്ഷേ, ഒരു വണ്ടിക്കാരൻ തുണികൊണ്ട് മറയ്ക്കാത്ത ഒരു ദരിദ്രന്റെ ശവപ്പെ ട്ടിയും വഹിച്ച് പോകുമ്പോൾ മറ്റൊന്നും ചെയ്യാനില്ലാത്തതുകൊണ്ട് ഒരു യാചകി അതിനെ പിന്തുടരുന്നത് കാണുമ്പോൾ ഉൽക്കണ്ഠയും ദുഃഖവും സമ്മിശ്രമാകും.

പാവം പിസ്കാറെവ്നെ ഒഴിവാക്കി, തവിട്ട് നിറക്കാരിയുടെ പിറകെ പോയിടത്ത് വെച്ച് നാം ലെഫ്ടനന്റ് പിറൊഗൊവിനെ മറന്നിരുന്നു. ആ തവിട്ടുനിറക്കാരി അതിസുന്ദരിയും മറ്റുള്ളവരെ ആകർഷിക്കുന്നവളുമാ യിരുന്നു. അവൾ ഓരോ ജനലരികിലും തൂക്കിയിരുന്ന അരപ്പട്ടകളും തൂവാലയും കാതിലകളും കൈയുറകളും മറ്റ് വില കുറഞ്ഞ ആടയാഭ രണങ്ങളും നോക്കിനിന്നു. എല്ലാ വശങ്ങളിലേക്കും അവളുടെ ഇരു ചുമ ലുകളിലൂടെയും അവൾ മാറിമാറി നോക്കി. "നീ എന്റേതാണ് പ്രിയപ്പെ ട്ടവളേ"യെന്നു പിറഗൊവ് ആത്മവിശ്വാസത്തോടെ പറഞ്ഞു. ആ പരിസരത്ത് അവനെ അറിയാവുന്ന ആരെങ്കിലും ഉണ്ടാവാമെന്നു കരു തി കുപ്പായത്തിന്റെ കോളർ കൊണ്ട് അവൻ മുഖം മറയ്ക്കാൻ ശ്രമിച്ചു കൊണ്ടിരുന്നു. പക്ഷേ, ലെഫ്ടനന്റ് പിറൊഗൊവ്ന്റെ യഥാർഥചിത്രം വായനക്കാർ അറിഞ്ഞിരിക്കേണ്ടതുണ്ട്.

ഒരു പക്ഷേ, ലെഫ്ടനന്റ് പിറൊഗൊവ് ആരായിരുന്നുവെന്നു അറി യുന്നതിന് മുമ്പ് അയാൾ ജീവിക്കുന്ന സമൂഹത്തെക്കുറിച്ച് അറിയുന്നത് നല്ലതാണ്. സെന്റ് പീറ്റേഴ്സ്ബർഗിലെ സമൂഹത്തിൽ ഒരുതരം മധ്യ വർഗമായി ചമയുന്ന ഓഫീസർമാരുണ്ട്. നാൽപ്ത് വർഷത്തോളം കഠി നാധ്വാനം ചെയ്ത രാഷ്ട്രത്തിന്റെ സാമാജികസ്ഥാനം നേടിയെടുക്കു ന്നവർ നൽകുന്ന സായാഹ്നവിരുന്നുകളിലും ഭക്ഷണവേളകളിലും ഇവ രിൽ ചിലരെ നിങ്ങൾക്ക് കാണാൻ കഴിയും. ഇവരിൽ ചിലർക്ക് വിവാ ഹപ്രായം കഴിഞ്ഞതും,ചായമേശക്കും പിയാനോക്കടുത്തും സ്വീകരണമു റിയിലും മാത്രം ഒതുങ്ങികൂടിയവരും, സെന്റ് പീറ്റേഴ്സ്ബർഗിനെപ്പോലെ വിളറിനിറം കെട്ടവരുമായ പെൺമക്കളുണ്ട്. പൊതുവെ തണുപ്പത്തിക ളായ ഇവരാണ് കറുത്ത കുപ്പായക്കോട്ടുകളിൽ തിളങ്ങുന്ന സൈനിക മുദ്രകൾ നേടിക്കൊടുക്കുന്നത്. ഇവർ ഇളകി ചിരിക്കാത്തവരാണ്. അഥ വാ, എപ്പോഴെങ്കിലും അങ്ങനെ വേണ്ടിവന്നാൽ ഒരാൾക്ക് അതിന് വലിയ കൗശലം ആവശ്യമായിവരും. വളരെ കൃത്യമായി പറയുകയാണെങ്കിൽ അത് ഒരു കൗശലമല്ല. വളരെ പാടവത്തോടെ ഫലിതപൂർണമായി നിങ്ങൾ സംസാരിക്കരുത്. അതിൽ സ്ത്രീകൾ ഇഷ്ടപ്പെടുന്ന നിസാര മായ സംഗതികൾ കൂട്ടിച്ചേർക്കണം. അങ്ങനെയൊക്കെ സംസാരിച്ചാൽ ആണുങ്ങൾക്ക് കിട്ടാനുള്ളത് അവർ കൊടുക്കുകയും ചെയ്യും. ഈ നിറം കെട്ട സുന്ദരിമാരെ ചിരിപ്പിക്കുന്നതിനും പരിചരിക്കുന്നതിനും അവർക്ക്

ചിലപ്പോൾ പ്രത്യേക സമ്മാനങ്ങൾ കിട്ടിയെന്നുവരും. "ഓ, ഒന്നു നിർത്താമോ? ഇത്തരം തമാശകൾ പറയുന്നതിൽ നാണമില്ലേ.!" ഇതാ യിരിക്കും അവരുടെ വലിയ സമ്മാനം. സമ്പന്ന വിഭാഗങ്ങളുടെ കൂടെ വളരെ അപൂർവമായി മാത്രമേ അവരെ കാണാറുള്ളൂ. തീരെയില്ല എന്ന് തന്നെ പറയാം. സമ്പന്നവർഗം അവരെ അവിടെ നിന്നു ഓടിച്ചുകളഞ്ഞ താണ്. വളരെ വിദ്യാസമ്പന്നരും ചിട്ടയോടെ വളർന്നവരുമായ ആളുക ളായിട്ടാണ് അവരെ കണക്കാക്കുന്നത്. അവർ സാഹിത്യം ചർച്ചചെയ്യാൻ ഇഷ്ടപ്പെടുന്നു. അവർ പുഷ്കിൻ, ബർഗറിൻ, ഗ്രെഷ് മുതലായവരെ പുകഴ്ത്തുന്നു. ഓർലോവ്നെക്കുറിച്ച് പുഹരത്തോടെയും മൂർച്ചയേറിയ പരിഹാസത്തോടെയും സംസാരിക്കുന്നു. കണക്കെഴുത്തിനെക്കുറിച്ചാ യാലും വനസംരക്ഷണത്തെക്കുറിച്ചായാലും ഒരു പൊതുപ്രഭാഷണം പോലും അവർ നഷ്ടപ്പെടുത്തില്ല. ഏത് നാടകമായാലും തരക്കേടില്ല നാടകശാലയിൽ അവരുണ്ടാകും. ചിലപ്പോൾ അവരുടെ ബുദ്ധിക്ക് നിര ക്കാത്തതായ 'ഫിലാട്ക'യായിരിക്കും കളിച്ചുകൊണ്ടിരിക്കുന്നത്. എന്നാലും അവർക്ക് അത് കാണണം. അതുകൊണ്ട് അവർ നാടകസം വിധായകർക്ക് വളരെ ഗുണമുള്ള ആളുകളാണ്. അവരിൽ പലരും സിവിൽ സർവീസ് പരീക്ഷക്ക് തയാറാകുമ്പോഴും പരീക്ഷയെഴുതു മ്പോഴും നാടകത്തിലെ ഇഷ്ടപ്പെട്ട കവിതാശകലങ്ങളും നടന്മാരുടെ പേരുകളും വിളിച്ചു പറഞ്ഞുകൊണ്ടിരിക്കും. പക്ഷേ, മറ്റൊരുകാര്യം എടു ത്തുപറയാനുള്ളത് സ്വന്തമായി ഒരു വണ്ടിയും കൂടെ ഒരു പെണ്ണും അവർക്ക് ഉണ്ടായിരിക്കും എന്നുള്ളതാണ്. പിന്നെ അവരുടെ പരിചിത വൃത്തം വലുതായിക്കൊണ്ടിരിക്കും. ഒടുവിൽ സംഗീതമറിയാവുന്ന സമ്പ ന്നയായ ഒരു യുവതിയുമായി അവരുടെ വിവാഹം നടക്കും. പക്ഷേ ഒരു കേണലെങ്കിലും ആകുന്നതുവരെ വലിയ പദവിയിൽ എത്താൻ അവർക്ക് ആകില്ല. കാര്യങ്ങളിങ്ങനെയൊക്കെയാണെങ്കിലും കാബേജിന്റെ മണ മുള്ള റഷ്യൻ കച്ചവടക്കാർ കേണലിന്റെ പദവിയിൽ താഴെയുള്ള ഒരാൾക്ക് അവരുടെ പെൺമക്കളെ വിവാഹം ചെയ്ത് കൊടുക്കാറില്ല.

ഇത്തരത്തിലുള്ള യുവാക്കളുടെ പ്രധാന സ്വഭാവസവിശേഷതകൾ ഇങ്ങനെയാണ്. പക്ഷേ ലഫ്ടനന്റ് പിറൊഗൊവ് വ്യക്തിപരമായി വളരെ കഴിവുള്ള ഒരാളാണ്. അയാൾ 'ദിമിത്രി ഡൊൻസ്കോയ്'യിലെ സമർഥ നായിരിക്കുന്നതിലുള്ള നിർഭാഗ്യത്തിൽ നിന്നുമുള്ള വരികൾ സന്ദർഭോ ചിതമായി ഉദ്ധരിച്ച് വളരെ വാചാലനാകും. കൂടാതെ പൈപ്പ് വലിച്ച് ഊതി തുടർച്ചയായി പത്ത് പുകവലയങ്ങൾ വരെ ഉണ്ടാക്കാനുള്ള ഒരു പ്രത്യേക കഴിവും അയാൾക്കുണ്ട്. യുദ്ധത്തോക്കുകളും സാധാരണ ചെറിയ തോക്കുകളും തമ്മിലുള്ള വ്യത്യാസം വളരെ രസകരമായി വിവ രിക്കാനും അയാൾക്കറിയാം. ഭാഗ്യദേവത പിറൊഗൊവിന് കനിഞ്ഞരു ളിയ പലവിധത്തിലുള്ള കഴിവുകളുടെ കുറിപ്പ് ഉണ്ടാക്കുക വിഷമകര മാണ്. നടികളെയും നർത്തകികളെയും കുറിച്ച് ചർച്ചചെയ്യുന്നത് അവന് ഇഷ്ടമാണ്. പക്ഷേ മാന്യമല്ലാത്ത രീതിയിൽ ഒരേ വിഷയത്തിൽത്തന്നെ

ഉറച്ച് നില്‍ക്കില്ല. അടുത്തകാലത്ത് ലഭിച്ച പദവികളില്‍ അവന്‍ വളരെ സന്തോഷവാനാണ്. എന്നാലും ദിവാനില്‍ നീണ്ട് നിവര്‍ന്നിരുന്ന് അവന്‍ പറഞ്ഞു: "ദാ, എല്ലാം പൊങ്ങച്ചമാണ്, ഞാന്‍ ഒരു ലഫ്ടനന്റ് ആയിട്ട് എന്താണ് കാര്യം?" എങ്കിലും പുതിയതായി ലഭിച്ച പദവിയില്‍ രഹസ്യ മായി അവന്‍ സന്തോഷിച്ചിരുന്നു. തന്റെ സംഭാഷണങ്ങളില്‍ അതിന്റെ രഹസ്യ സൂചന നല്‍കാന്‍ അവന്‍ ശ്രമിച്ചിരുന്നു. ഒരിക്കല്‍ തെരുവില്‍ വെച്ച് അവനെ മാനിക്കാതെപോയ ഒരു പകര്‍ത്തിയെഴുത്തു ഗുമസ്തനെ അവന്‍ തടഞ്ഞുനിര്‍ത്തി. വേണമെങ്കില്‍ അവനെ ശിക്ഷിക്കാനുള്ള ലെഫ്ടനന്റ് പദവി തനിക്കുണ്ടെന്ന് ചുരുങ്ങിയ വാക്കുകളില്‍ അവനെ ഓര്‍മപ്പെടുത്തി. ആ സമയത്ത് രണ്ട് സുന്ദരികളായ സ്ത്രീകള്‍ തെരു വിലൂടെ നടന്നുപോകുന്നുണ്ടായിരുന്നു. അതാണ് ഇത്തരത്തിലുള്ള ഒരു വാചകമടി നടത്താനുള്ള കാരണം. ഭംഗിയുള്ള എല്ലാറ്റിനോടും പിറൊ ഗൊവിന് താല്‍പ്പര്യമുണ്ട്. അതാണ് ചിത്രകാരനായ പിസ്കാറെവ്നെ അവന്‍ പ്രോത്സാഹിപ്പിച്ചത്. മാത്രമല്ല തന്റെ വീരസൗകുമാര്യമുള്ള ഒരു ചിത്രം അവനെക്കൊണ്ട് വരപ്പിക്കണമെന്നും പിറൊഗൊവ് ഉദ്ദേശിച്ചിരു ന്നു. പിറൊഗൊവിന്റെ സവിശേഷതകളുടെ വിവരണം ഇത്രയും മതി. ആര്‍ക്കും എണ്ണിത്തിട്ടപ്പെടുത്താനാവാത്ത നല്ല ഗുണങ്ങളുള്ള അത്ഭുത ജീവിയാണ് മനുഷ്യന്‍. കൂടുതല്‍ അടുത്ത് അവനെ അറിയുമ്പോള്‍ പുതിയ സവിശേഷതകള്‍ നിങ്ങള്‍ക്ക് കാണാന്‍ കഴിയും. അവയുടെ വിവരണം അസാധ്യവുമായിരിക്കും.

അങ്ങനെ പിറൊഗൊവ് അപരിചിതമായ യുവതിയെ പിന്തുടര്‍ന്നു. അവന്‍ സന്ദര്‍ഭത്തിനൊത്ത് അവളോട് ചോദ്യങ്ങള്‍ ചോദിച്ച് രസിപ്പിച്ചു. ചോദ്യങ്ങള്‍ക്കെല്ലാം വളരെ ചുരുക്കി ഇടവിട്ട് അസ്പഷ്ടമായി അവള്‍ ഉത്തരം പറഞ്ഞുകൊണ്ടിരുന്നു. ഇരുണ്ട കാസന്‍ഗേറ്റ് കടന്ന് അവര്‍ മെഷ്ചാന്‍സ്കായിലെത്തി. ചില്ലറ പുകയില കച്ചവടക്കാരും ചെറിയ കട കളും ജര്‍മന്‍ കൈത്തൊഴിലുകാരും ഫിനീഷ്യന്‍ സുന്ദരികളും ഉള്ള താണ് ആ തെരുവ്. അവിടെ എത്തിയപ്പോള്‍ തവിട്ട് നിറക്കാരി വേഗ ത്തില്‍ മുന്നോട്ട് ഓടി ഗേറ്റ് കടന്ന് അധികം വൃത്തിയില്ലാത്ത വീട്ടിലേക്ക് കയറിപ്പോയി. മടിക്കാതെ പിറൊഗൊവ് അവളെ പിന്തുടര്‍ന്നു. ഇടുങ്ങി യതും ഇരുണ്ടതുമായ കോണിപ്പടികളിലൂടെ ഓടിക്കയറി ഒരു വാതി ലിലൂടെ അവള്‍ അകത്ത് കടന്നു. ധൈര്യപൂര്‍വം പിറൊഗൊവ് അങ്ങ നെതന്നെ ചെയ്തു. കറുത്ത ചുമരുകളും കരിപിടിച്ച മേല്‍ത്തട്ടുകളു മുള്ള വിശാലമായ ഒരു മുറിയിലാണ് പിറൊഗൊവ് ഇപ്പോള്‍ നില്‍ക്കു ന്നത്. ലോഹം കൊണ്ട് നിര്‍മിച്ച പിരിയാണികളും കൊല്ലന്റെ പണിയാ യുധങ്ങളും തിളങ്ങുന്ന കാപ്പിപ്പാത്രങ്ങളും മെഴുതിരിക്കാലുകളും ഒരു മേശപ്പുറത്ത് ചിതറിക്കിടക്കുന്നു. തറമുഴുവന്‍ പിച്ചളയുടെയും ഇരുമ്പി ന്റെയും രാക്കുപൊടി നിറഞ്ഞിരുന്നു. അതൊരു കൈത്തൊഴിലുകാരന്റെ വീടാണെന്നു പെട്ടെന്ന് പിറൊഗൊവ് തിരിച്ചറിഞ്ഞു. അപരിചിതയായ യുവതി ഒരു വശത്തുള്ള വാതിലിലൂടെ വേഗത്തില്‍ അകത്തേക്ക് കട

ന്നുപോയി. പിറൊഗൊവ് ഒരു നിമിഷം ചിന്തിച്ചുനിന്നു. പിന്നെ റഷ്യൻ രീതിയനുസരിച്ച് മുന്നോട്ട് നടന്നു. ആദ്യത്തേതിൽ നിന്നും വളരെ വ്യത്യസ്തമായ മറ്റൊരു വീട്ടിലേക്കാണ് അവൻ ചെന്നത്. വളരെ വൃത്തിയുള്ള ഒന്നായിരുന്നു അത്. അതിന്റെ ഉടമസ്ഥൻ ഒരു ജർമൻകാരനാണെന്നു കണ്ടാലറിയാം. അസാധാരണമായ ഒരു കാഴ്ചകണ്ട് അവൻ സ്തബ്ധനായി നിന്നുപോയി. അവന്റെ മുന്നിൽ ഷില്ലെർ ഇരിക്കുന്നു. *വിൽഹെം ടെൽ, ഹിസ്റ്ററി ഓഫ് തേർട്ടി ഇയേഴ്സ് വാറും* എഴുതിയ ഷില്ലെർ അല്ല. പക്ഷേ ഇത് പ്രസിദ്ധനായ ഷില്ലെർ, മെഷ്ചാൻസ്കായ തെരുവിലെ ലോഹപ്പണിക്കാരൻ. ഹോഫ്മാൻ അടുത്ത് നിൽക്കുന്നുണ്ടായിരുന്നു. എഴുത്തുക്കാരനായ ഹോഫ്മാൻ അല്ല. പക്ഷേ അവൻ ഓഫീസേഴ്സ് തെരുവിലെ ഏറ്റവും പ്രഗത്ഭനായ ചെരുപ്പുകുത്തിയാണ്. ഷില്ലെറുടെ ഏറ്റവും അടുത്ത ചങ്ങാതി. ഷില്ലെർ മദ്യപിച്ച് കസേരയിലിരിക്കുകയായിരുന്നു. നിലത്ത് തൊഴിച്ചുകൊണ്ട് സംസാരിക്കുകയാണ് അയാൾ. ഇതൊന്നുമായിരുന്നില്ല പിറൊഗൊവ്നെ സ്തബ്ധനാക്കിയത്. അസാധാരണമായ ഇവരുടെ കൂടിച്ചേരലായിരുന്നു അവനെ ആശ്ചര്യപ്പെടുത്തിയത്. ഷില്ലെർ മുഖം ഉയർത്തി ഇരുന്നു. തടിച്ച് പുറത്തേക്ക് തള്ളിയ അയാളുടെ മൂക്ക് ഹോഫ്മാൻ വിരലുകൾകൊണ്ട് മുറുകെ പിടിച്ച് അതിന്റെ അറ്റത്ത് അയാളുടെ മൂർച്ചയുള്ള കത്തി അണച്ച് പിടിച്ചിരുന്നു. രണ്ടാളും ജർമൻ ഭാഷയാണ് സംസാരിച്ചിരുന്നത്. പിറൊഗൊവ്നാണെങ്കിൽ ജർമൻ ഭാഷ അറിയില്ല. അതുകൊണ്ട് സംഭവങ്ങളുടെ വാലുംതലയും അവന് പിടികിട്ടിയില്ല. ഷില്ലെറുടെ വാക്കുകളിൽ താഴെപ്പറയുന്ന കാര്യങ്ങൾ ഉണ്ടായിരുന്നു.

"എനിക്കിത് വേണ്ട, ഒരു മൂക്കിന്റെ ആവശ്യം എനിക്കില്ല." കൈകൾ ഉയർത്തിവീശിക്കൊണ്ട് അവൻ പറഞ്ഞു. 'എന്റെ മൂക്കിനു വേണ്ടിമാത്രം ഒരുമാസം മൂന്ന് പൗണ്ടിന്റെ പുകയില ഞാൻ ചെലവാക്കുന്നു. ഒരു ദുഷിച്ച റഷ്യൻ കടയിലാണ് ഞാൻ പണം കൊടുക്കുന്നത് (കാരണം ജർമൻ കടകളിൽ റഷ്യൻ പുകയില സൂക്ഷിക്കില്ല). ആ റഷ്യൻ കടയിൽ ഓരോ പൗണ്ടിനും നാൽപ്പത് കോപെക് ഞാൻ കൊടുക്കുന്നു. അത് ഒരു റൂബിളും ഇരുപത് കോപെക്കളുമാണ്. ഒരു റൂബിളും ഇരുപത് കോപെകും പന്ത്രണ്ട് പ്രാവശ്യം കൂട്ടിയാൽ പതിനാല് റൂബിളും നാൽപ്പത് കോപെക്കളുമാണ്. നീ കേൾക്കുന്നുണ്ടോ, ഫോഹ്മാൻ ചങ്ങാതി? പതിനാല് റൂബിളുകളും നാൽപ്പത് കോപെക്കളും ഒരു മൂക്കിനുവേണ്ടിമാത്രം! ഒഴിവ് ദിനങ്ങളിൽ ഞാൻ 'റപ്' ഉപയോഗിക്കുന്നു. കാരണം ഒഴിവ് ദിനങ്ങളിൽ മോശമായ റഷ്യൻ പുകയില എനിക്ക് വേണ്ടാ. ഒരു വർഷം രണ്ട് റൂബിളിന്റെ 'റപ്' ഞാൻ ഉപയോഗിക്കുന്നു. ഇരുപത് റൂബിളുകളും നാൽപ്പത് കോപെക്കളും പുകയിലക്ക് വേണ്ടി മാത്രം! ഇത് കൊള്ളചെയ്യലാണ്. ഫോഹ്മാൻ ചങ്ങാതി, ഞാൻ ചോദിക്കട്ടെ, അങ്ങനെ അല്ലേ?" നല്ലവണ്ണം മദ്യപിച്ചിരുന്ന ഹോഫ്മാൻ അതെല്ലാം അംഗീകരിക്കുന്ന രീതിയിലാണ് മറുപടി പറഞ്ഞത്. "ഇരു

പത് റൂബിളും നാൽപത് കോപെക്കളും! ഞാൻ ജർമനിയിലെ സ്വാഭി യക്കാരനാണ്, എനിക്ക് ജർമനിയിൽ ഒരു രാജാവുണ്ട്. എനിക്ക് മൂക്കു വേണ്ട! എന്റെ മൂക്ക് മുറിച്ചെടുക്കൂ! ഇതാ ഇവിടെ!."

ലഫ്ടനന്റ് പിറൊഗൊവ് അവിടെ പെട്ടെന്ന് വന്നില്ലായിരുന്നുവെ ങ്കിൽ തീർച്ചയായും ഷില്ലെറുടെ മൂക്ക് ഹോഫ്മാൻ അതെപടി മുറിക്കു മായിരുന്നു. കാരണം അയാൾ കത്തിപിടിച്ചത് ആ തരത്തിലായിരുന്നു, ഒരു കഷ്ണം മുറിച്ചെടുക്കാനെന്ന രീതിയിൽ.

ക്ഷണിക്കാതെ അനവസരത്തിലുള്ള ഒരു അപരിചിതന്റെ രംഗപ്ര വേശം ഷില്ലെറെ വല്ലാതെ അരിശംകൊള്ളിച്ചു. ലഹരിയുടെ പിടിയിലാ യിരുന്നെങ്കിലും സംഭവിച്ചതെല്ലാം വളരെ അനുചിതമായി അയാൾക്ക് തോന്നി. അതേസമയം പിറൊഗൊവ് അവന്റേതായ ശൈലിയിൽ ഭംഗി യോടെ വണങ്ങിക്കൊണ്ട് പറഞ്ഞു: "എനിക്ക് മാപ്പു തരൂ....."

"പുറത്ത് പോകൂ." ഷില്ലെർ ഉത്തരം നൽകി. ഇത് ലെഫ്ടനന്റ് പിറൊഗൊവ്നെ വല്ലാതെ ആശയക്കുഴപ്പത്തിലാക്കി. ജീവിതത്തിൽ ഇത്തരം ഒരനുഭവം ആദ്യത്തേതായിരുന്നു അവന്. അവന്റെ ചുണ്ടിൽ വന്നു തങ്ങിനിന്ന പുഞ്ചിരി മാഞ്ഞുപോയി. സ്വന്തം അഭിമാനം വ്രണ പ്പെട്ട വികാരത്തോടെ പിറൊഗൊവ് പറഞ്ഞു: "എനിക്ക് ആശ്ചര്യം തോന്നുന്നു സാർ, താങ്കൾ ശ്രദ്ധിച്ചിട്ടുണ്ടാവില്ല. ഞാൻ ഒരു ഓഫീസറാ ണ്..."

"എന്താണ് ഓഫീസർ എന്നുവെച്ചാൽ! ഞാൻ സ്വാഭിയയിൽ നിന്നുള്ള ജർമൻകാരനാണ്." ഇത് പറഞ്ഞ് ഷില്ലെർ ശക്തിയോടെ മേശ പ്പുറത്തടിച്ചു. ഓഫീസറായിരിക്കാം, ഒന്നരവർഷത്തോളം സൈനിക പരി ശീലനം കിട്ടുക. രണ്ട് കൊല്ലം ലഫ്ടനന്റ് പിറ്റേദിവസം പെട്ടെന്ന് ഞാനൊരു ഓഫീസറാണ്. പക്ഷേ ഞാൻ സേവിക്കില്ല. ഓഫീസറോട് ഞാൻ ഇതാണ് ചെയ്യുക. "ത്ഫൂ" ഷില്ലെർ കൈവെള്ള തുറന്നു അതിൽ നീട്ടിത്തുപ്പി.

സ്ഥലം വിടുകയല്ലാതെ മറ്റൊരു മാർഗവും ലഫ്ടനന്റ് പിറൊഗൊ വിന് മുന്നിലുണ്ടായിരുന്നില്ല. എങ്ങനെയായാലും ഇത്തരം ഒരനുഭവം അവന്റെ പദവിക്ക് ഒട്ടും യോജിച്ചതല്ല. അവന് വളരെ വിഷമം തോന്നി. കോണിപ്പടികൾ ഇറങ്ങുമ്പോൾ അവൻ പലപ്രാവശ്യം നിന്നു, വീണ്ടും തിരിച്ചുചെന്നാലോ എന്നാലോചിച്ചു. ഷില്ലെറുടെ പരുക്കൻ പെരുമാറ്റം അയാളെ ബോധ്യപ്പെടുത്തണമെന്ന് പിറൊഗൊവ്ന് ഉണ്ടായിരുന്നു. അവ സാനം ഷില്ലെറോട് ക്ഷമിക്കാൻതന്നെ അവൻ തീരുമാനിച്ചു. കാരണം അവന്റെ തല മുഴുവൻ ബീയറിന്റെയും വൈനിന്റെയും ലഹരിയായിരു ന്നുവല്ലോ. കൂടാതെ സുന്ദരിയായ തവിട്ടുനിറക്കാരിയെ ഓർമിച്ചപ്പോൾ ആ സംഭവം മറക്കാൻ തന്നെ അവൻ തീരുമാനിച്ചു. അടുത്ത ദിവസം അതിരാവിലെതന്നെ ലോഹപ്പണിക്കാരന്റെ പണിശാലയിൽ ലഫ്ടനന്റ് പിറൊഗൊവ് എത്തി. ഒന്നാമത്തെ മുറിയിൽത്തന്നെ സുന്ദരിയായ തവി ട്ടുനിറക്കാരിയെ അവൻ കണ്ടു. അവളുടെ സൗന്ദര്യത്തിന് തികച്ചും അനു

യോജ്യമല്ലാത്ത രീതിയിൽ വളരെ പരുക്കനായി അവൾ ചോദിച്ചു:
"നിനക്ക് എന്താണ് വേണ്ടത്?"

"വളരെ നല്ലതുതന്നെ പ്രിയപ്പെട്ടവളേ, എന്നെ അറിയുമോ? നീ
വളരെ സുന്ദരിയാണ്." ഇത്രയും പറഞ്ഞ് പിറൊഗൊവ് വളരെ വശ്യ
മായി അവളുടെ താടിയിൽ തടവാൻ ശ്രമിച്ചു. പക്ഷേ തവിട്ടുനിറക്കാരി
പേടിച്ച് പരിഭ്രാന്തയായി. വീണ്ടും അവൾ അതേരീതിയിൽ ചോദിച്ചു:
"പറയൂ, നിനക്കെന്താണ് വേണ്ടത്?"

"നിന്നെക്കണ്ടാൽ മാത്രം മതി, എനിക്ക് മറ്റൊന്നും വേണ്ടാ" ചിരിച്ച്
ഉന്മേഷവാനായി ലെഫ്ടനന്റ് പിറൊഗൊവ് അവളുടെ അടുത്തേക്ക്
ചെന്നു. തവിട്ടുനിറക്കാരി പേടിച്ച് വാതിലിലൂടെ ഓടിമറയാൻ ശ്രമിക്കു
ന്നതുകണ്ട് അവൻ കൂട്ടിച്ചേർത്തു; "ഞാൻ കുതിമുള്ളുകൾ ഓർഡർ
ചെയ്യാൻ വന്നതാണ്. നീ ഒരു ജോടി കുതിമുള്ളുകൾ നിർമിച്ച് തരുമോ?
നിന്നെ പ്രണയിച്ച് തുടങ്ങാൻ ആർക്കും പ്രചോദനം ആവശ്യമില്ല,
പക്ഷേ, ഒരു കടിഞ്ഞാൺ വേണമെന്നുമാത്രം. വളരെയധികം സൗന്ദര്യ
മുള്ളതാണ് നിന്റെ കൈയുകൾ."

ലഫ്ടനന്റ് പിറൊഗൊവ്നു എല്ലായ്പ്പോഴും ഇത്തരത്തിലുള്ള വശ്യ
മോഹനമായ ചില വിശദീകരണങ്ങൾ ഉണ്ടാകും.

"ഞാൻ ഭർത്താവിനെ വിളിക്കാം." ആ ജർമൻ പെൺകുട്ടി ഇത്രയും
പറഞ്ഞ് പുറത്തേക്ക് പോയി. കുറേനേരം കഴിഞ്ഞ് ഉറക്കച്ചടവുള്ള കണ്ണു
കളുമായി ഷില്ലെർ വരുന്നത് പിറൊഗൊവ് കണ്ടു. കഴിഞ്ഞ രാത്രിയിലെ
മദ്യലഹരി അയാളെ ഇനിയും വിട്ടൊഴിഞ്ഞിരുന്നില്ല. ഓഫീസർക്ക് നേരെ
യുള്ള ഒറ്റനോട്ടം അയാളിൽ ഇന്നലെക്കഴിഞ്ഞ സംഭവത്തിന്റെ സ്വപ്നസ
ദൃശ്യമായ മങ്ങിയ ഓർമകളുണർത്തി. സംഭവിച്ച അതേപോലെ കൃത്യ
മായി ഒന്നും ഓർമിച്ചെടുക്കാൻ അവന് കഴിഞ്ഞില്ല. പക്ഷേ എന്തോ ചില
വിഡ്ഢിത്തങ്ങൾ താൻ ചെയ്തുവെന്ന് അവന് ബോധ്യമായി. അതു
കൊണ്ട് ഇണക്കമില്ലാത്ത ഭാവത്തോടെയാണ് അവൻ ഓഫീസറെ
സ്വീകരിച്ചത്. "പതിനഞ്ച് റൂബിലിൽ കുറഞ്ഞ് കുതിമുള്ളുകൾ തരാൻ
കഴിയില്ല." പിറൊഗൊവിനെ ഒഴിവാക്കാനായി അവൻ പറഞ്ഞു. കാരണം
ഷില്ലെർ സത്യസന്ധനായ ഒരു ജർമൻകാരനായിരുന്നു. അവനെ മാന്യ
മല്ലാത്ത അവസ്ഥയിൽ കണ്ട ഒരാളെ നേരിടുമ്പോൾ വളരെ മനഃസാക്ഷി
ക്കുത്ത് അവൻ അനുഭവിച്ചു. രണ്ടോ മൂന്നോ സുഹൃത്തുക്കളൊന്നിച്ച്
മറ്റാരും കാണാതെ മദ്യപിക്കുന്നതാണ് ഷില്ലെർക്ക് ഇഷ്ടം. അവന്റെ
ജോലിക്കാർ അത് കാണുന്നതുപോലും അവന് ഇഷ്ടമായിരുന്നില്ല.

"എന്താണ് ഇത്ര വിലകൂടുതൽ?" പിറൊഗൊവ് പതുക്കെ ചോദിച്ചു.

"ജർമൻ തൊഴിൽ വൈദഗ്ധ്യം തന്നെ കാരണം." താടിയിൽ തട
വിക്കൊണ്ട് ഷില്ലെർ ഉത്തരം നൽകി. "ഒരു റഷ്യക്കാരൻ അത് രണ്ട്
റൂബിലിനെ വാങ്ങുകയുള്ളൂ."

"വളരെ നല്ലത്. ഞാനും നിങ്ങളെപ്പോലെ തന്നെയാണ്. നിങ്ങളു
മായി പരിചയപ്പെടാൻ എനിക്കാഗ്രഹമുണ്ട്. ഞാൻ പതിനഞ്ച് റൂബിൽ
തരാം."

ഷില്ലെർ ഒരു നിമിഷനേരത്തേക്ക് ചിന്താമഗ്നനായി. ഒരു സത്യസ ന്ധനായ ജർമൻകാരൻ എന്ന നിലയിൽ അവൻ വീണ്ടും മന:സാക്ഷി ക്കുത്ത് അനുഭവപ്പെടാൻ തുടങ്ങി. കുതിമുള്ളിനു ഓർഡർ നൽകുന്ന തിൽ നിന്ന് പിറൊഗൊവിനെ പിന്തിരിപ്പിക്കാൻ ആഗ്രഹിച്ചുകൊണ്ട് അവൻ പറഞ്ഞു: "കുതിമുള്ളുകൾ പണിതീരണമെങ്കിൽ രണ്ടാഴ്ചയെങ്കിലും വേണം." പക്ഷേ പിറൊഗൊവ് എതിരൊന്നും പറഞ്ഞില്ല. പൂർണമായ സംതൃപ്തി പ്രകടമാക്കുകയും ചെയ്തു.

തന്നെ ഏൽപ്പിച്ച ജോലി നന്നായി ചെയ്തു തീർക്കുന്നതിനെപ്പറ്റി ഷില്ലെർ ചിന്താമഗ്നനായി. കാരണം അത് പതിനഞ്ച് റൂബിൽ വിലക്കു ള്ളതായി തീർക്കണമല്ലോ.

ഈ സന്ദർഭത്തിൽ തവിട്ടുനിറക്കാരി പണിശാലയിലേക്ക് കടന്നുവ ന്നു. അവൾ കാപ്പിപ്പാത്രങ്ങൾ നിരത്തിവെച്ച മേശമേൽ എന്തോ തിരയു വാൻ തുടങ്ങി. ഷില്ലെർ എന്തോ ചിന്തിച്ചുകൊണ്ടിരിക്കുന്ന സന്ദർഭം ശരിക്കും മുതലെടുക്കുവാൻ ലഫ്ടനന്റ് പിറൊഗൊവ് തീരുമാനിച്ചു. അവൻ അടുത്ത് ചെന്ന് അവളുടെ കൈയിൽ കടന്നുപിടിച്ചു. തോൾവരെ അവളുടെ കൈയുകൾ നഗ്നമായിരുന്നു.

ഈ സംഗതി ഷില്ലെർക്ക് വളരെയധികം മുഷിച്ചിലുണ്ടാക്കി. തവി ട്ടുനിറക്കാരി ഉടനെതന്നെ അകത്തേക്ക് പോകുകയും ചെയ്തു.

"പിന്നെ, രണ്ടാഴ്ചക്കകം ഞാൻ വരാം." പിറൊഗൊവ് പറഞ്ഞു.

"ശരി രണ്ടാഴ്ചക്കകം ശരിയാക്കിത്തരാം." ഷില്ലെർ മറുപടി നൽകി. അയാൾ വീണ്ടും ചിന്താധീനനനായി. "എനിക്ക് വളരെ തിരക്കുള്ള സമ യമാണ്."

"വീണ്ടും കാണാം."

"ശരി." ഇത്രയും പറഞ്ഞ് ഷില്ലെർ വാതിലുകളടച്ചു.

സുന്ദരിയായ ജർമൻ പെൺകുട്ടി അവനെ നിരാകരിച്ചെങ്കിലും തന്റെ ശ്രമം തുടരാൻ തന്നെ ലെഫ്ടനന്റ് പിറൊഗൊവ് തീരുമാനിച്ചു. എല്ലാ വരും അവനോട് സൗഹൃദമില്ലാതെ പെരുമാറുന്നതെന്താണെന്ന് അവന് മനസിലായില്ല. അവന്റെ ആകാരവടിവും പദവിയുംകൊണ്ട് ആരുമവനെ ശ്രദ്ധിക്കേണ്ടതാണ്. ഇവിടെ മറ്റൊരുകാര്യം കൂടി എടുത്തുപറയേണ്ട തുണ്ട്.

വളരെ സുന്ദരിയാണെങ്കിലും ഷില്ലെറുടെ ഭാര്യ ഒരു വിഡ്ഢിയാ യിരുന്നു. കാര്യമിതാണ്, സുന്ദരിയായ സ്ത്രീക്ക് വിഡ്ഢിത്തം ഒരു അല ങ്കാരമാണ്. ഭാര്യമാരുടെ വിഡ്ഢിത്തരങ്ങളിൽ ആഹ്ലാദിക്കുന്ന വളരെ യധികം ഭർത്താക്കന്മാരെ എനിക്കറിയാം. കുട്ടികളുടേതുപോലുള്ള നിഷ്കളങ്കതയായി അതിനെ അവൻ കാണുന്നു. സൗന്ദര്യം നിരുപാധി കമായ അത്ഭുതങ്ങൾ സൃഷ്ടിക്കുന്നു എന്ന് പറയാം. സുന്ദരിയായ ഒരു സ്ത്രീയുടെ എല്ലാ വിധത്തിലുള്ള മാനസിക കഴിവുകേടുകളും അവരെ നമ്മളിൽ നിന്നും അകറ്റുന്നതിന് പകരം അനന്യസാധാരണമായ സൗമ നസ്യത്തോടെ നമ്മെ അവരിലേക്ക് അടുപ്പിക്കുകയാണ് ചെയ്യുന്നത്.

പക്ഷേ സൗന്ദര്യം ഇല്ലാതാവുമ്പോൾ ഒരു സ്ത്രീ പുരുഷന്മാരേക്കാൾ ഇരുപതു പ്രാവശ്യം സമർഥകളായിരിക്കും. സ്നേഹമില്ലെങ്കിലും മറ്റു ള്ളവരെ ആകർഷിക്കാൻ അവർ ശ്രമിക്കും. ഏറ്റവും കുറഞ്ഞത് ബഹു മാനിക്കാനെങ്കിലും അവർ പഠിച്ചുവെക്കും. സത്യമിതാണ്, ഷില്ലെറുടെ ഭാര്യ വിഡ്ഢിയാണെങ്കിലും അവളുടെ കടമകൾ ഭംഗിയായി നിർവഹി ച്ചിരുന്നു. അതുകൊണ്ട് പിറൊഗൊവിന് അവന്റെ ധൈര്യപൂർവമുള്ള ഉദ്യ മത്തിൽ വിജയിക്കുക വളരെയധികം ബുദ്ധിമുട്ടുള്ള കാര്യമായിരുന്നു. പക്ഷേ തടസങ്ങൾ ഉണ്ടാവുമ്പോൾ അത് മറികടക്കാൻ ശ്രമിക്കുന്നത് സന്തോഷകരമായ കാര്യമാണ്. ഓരോ ദിവസവും കഴിയുന്തോറും തവി ട്ടുനിറക്കാരി അവനെ ആവേശം കൊള്ളിച്ചുകൊണ്ടിരുന്നു. അവൻ കുതി മുള്ളുകളെപ്പറ്റി അടിക്കടി അന്വേഷണം നടത്തി. ഷില്ലെർ ആകട്ടെ അവ നെക്കൊണ്ട് മടുത്തു. കഴിവതും വേഗത്തിൽ കുതിമുള്ളുകൾ നിർമിച്ച് കൊടുക്കുന്നതിൽ അവൻ വ്യാപൃതനായി. അവസാനം അതിന്റെ പണി പൂർത്തിയായി.

"എത്ര തികഞ്ഞ തൊഴിൽ വൈദഗ്ധ്യമാണ് താങ്കളുടേത്. ഞാൻ അംഗീകരിച്ചിരിക്കുന്നു." കുതിമുള്ളുകൾ കണ്ടപ്പോൾ ലെഫ്ടനന്റ് പിറൊ ഗൊവ് വിളിച്ചു പറഞ്ഞു: "അവ വളരെ നന്നായിരിക്കുന്നു, നമ്മുടെ ജന റലിന് പോലും ഇങ്ങനെയൊന്നില്ല."

ഷില്ലെർക്ക് മനസിൽ വളരെ സംതൃപ്തിതോന്നി. അധികമായ സന്തോഷം കണ്ണുകളിൽ പ്രകടമായി. പിറൊഗൊവുമായി മാനസികമായി അവൻ വളരെ പൊരുത്തപ്പെട്ടു.

"റഷ്യൻ ഓഫീസർമാർക്ക് കാര്യങ്ങളറിയാം." അവൻ സ്വയം വിചാ രിച്ചു.

"ഒരു കഠാരിക്കോ അതുപോലുള്ള സാധനങ്ങൾക്കൊ പിടിയുണ്ടാ ക്കുവാൻ നിങ്ങൾക്ക് കഴിയുമോ?"

"ഓ, തീർച്ചയായും പറ്റും!" ചിരിച്ചുകൊണ്ട് ഷില്ലെർ പറഞ്ഞു.

"ഒരു നല്ല തുർക്കി കഠാര എന്റെ കൈയിലുണ്ട്. അതിന് പറ്റിയ ഒരു പുതിയ പിടി ഉണ്ടാക്കണം. ഞാൻ അത് കൊണ്ടുവരാം."

ഈ പ്രഖ്യാപനം ഒരു ബോംബുസ്ഫോടനം പോലെയായിരുന്നു ഷില്ലെർക്ക്. അവന്റെ കൺപുരികങ്ങൾ പെട്ടെന്ന് ചുളിഞ്ഞു.

"നമ്മൾ വീണ്ടും പഴയസ്ഥലത്തുതന്നെ" അവൻ ആലോചിച്ചു. പിറൊഗൊവ് നിർദേശിച്ച ജോലി വീണ്ടും ഏറ്റെടുക്കേണ്ടിവന്നതിൽ അവൻ ഉള്ളാലെ ശപിച്ചുകൊണ്ടിരുന്നു. ഇപ്പോൾ പറ്റില്ല എന്ന് പറയു ന്നത് അനാദരവ് ആയിത്തീരുമെന്ന് അവൻ കരുതി. മാത്രമല്ല അവന്റെ ജോലിയെ പിറൊഗൊവ് പുകഴ്ത്തിയിട്ടുമുണ്ട്. തല അല്പം കുനിച്ച് അവൻ സമ്മതം പ്രകടിപ്പിച്ചു. പക്ഷേ, തന്റെ ഭാര്യയോടുള്ള പിറൊഗൊ വിന്റെ ധിക്കാരപരമായ ഇടപെടലുകൾ ഷില്ലെറെ വളരെ സംശായലു വാക്കി.

ഷില്ലെറെ കുറിച്ചുകൂടി വിശദമായി വായനക്കാരെ പരിചയപ്പെടുത്തു

ന്നത് പ്രസക്തമാണെന്ന് എനിക്ക് തോന്നുന്നു. ഷില്ലെർ അക്ഷരാർഥ ത്തിൽ തികഞ്ഞ ഒരു ജർമൻകാരനാണ്. ഷില്ലെർ ഇരുപതാമത്തെ വയ സിൽത്തന്നെ ജീവിതത്തെക്കുറിച്ച് ഒരു പദ്ധതി രൂപപ്പെടുത്തി. ഏതൊരു പ്രതികൂലമായ സാഹചര്യത്തിലും അതിന്റെ നിയമാവലികളോട് വിട്ടു വീഴ്ചക്ക് അവൻ തയാറായിരുന്നില്ല. ഒരു സാധാരണ റഷ്യക്കാരൻ ആ പ്രായത്തിൽ സുഖംതേടി അലയുകയായിരിക്കും. എല്ലാ ദിവസവും രാവിലെ ഏഴുമണിക്ക് ഉണരാൻ അവൻ തീരുമാനിച്ചു. രണ്ട് മണിക്ക് ഉച്ചഭക്ഷണം കഴിക്കും. എല്ലാക്കാര്യങ്ങളിലും കൃത്യനിഷ്ഠത പുലർത്തി. ഞായറാഴ്ചകളിൽ മാത്രം മദ്യപിച്ചു. പത്തുവർഷം കൊണ്ട് അമ്പതി നായിരം റൂബിൾ മൂലധനമായി സ്വരൂപിക്കാൻ അവൻ തീരുമാനിച്ചു. അതെല്ലാം സത്യവും വിധിപോലെ അലംഘനീയവുമായി നടന്നു. കാരണം ജർമൻകാർ വാക്കുപാലിക്കുന്നവരാണ്. ഒരിക്കലും അവൻ ചെലവ് വർധിപ്പിച്ചില്ല. ഉരുളക്കിഴങ്ങിന്റെ വില വർധിക്കുകയാണെങ്കിൽ ഒരു നയാപൈസ പോലും അവൻ കൂടുതൽ ചെലവാക്കിയില്ല. വാങ്ങുന്ന സാധനത്തിന്റെ അളവ് കുറക്കുക മാത്രം ചെയ്തു. അവന്റെ ചിട്ടകൾ അങ്ങനെയായിരുന്നു. ദിവസേന ഭാര്യക്ക് രണ്ട് ചുംബനങ്ങൾ എന്നുവരെ അവൻ ക്ലിപ്തപ്പെടുത്തി. കൂടുതൽ സമയം അവളെ ചുംബിക്കാതിരി ക്കുന്നതിനായി കഴിക്കുന്ന സൂപ്പിൽ ഉപയോഗിക്കുന്ന കുരുമുളകുപൊ ടിയുടെ അളവ് കുറച്ചു. ഈ നിയമാവലികൾ ഞായറാഴ്ചകളിൽ മാത്രാം കർശനമായി പാലിച്ചിരുന്നില്ല. കാരണം ഞായറാഴ്ചകളിൽ ഷില്ലെർ രണ്ട് കുപ്പിബീയറും ഒരു കുപ്പി വോഡ്കയും കുടിക്കുക പതിവാക്കിയിരുന്നു. ആ സ്വഭാവത്തെ അവൻ തന്നെ കുറ്റപ്പെടുത്തി സംസാരിക്കുകയും പതി വായിരുന്നു. അവൻ ഒരിക്കലും ഇംഗ്ലീഷുകാരെപ്പോലെ ഭക്ഷണം കഴിച്ച് ഉടനെതന്നെ വാതിലടച്ച് ഒറ്റക്കിരുന്നു മദ്യപാനം ചെയ്തില്ല. മറിച്ച് ഒരു യഥാർഥ ജർമൻകാരനെപ്പോലെ ചെരുപ്പ് കുത്തി ഹോഫ്മാനും ആശാ രികുൻട്സനും അല്ലെങ്കിൽ മറ്റൊരു ജർമൻകാരനായ മദ്യപാനിക്കും ഒപ്പം ഇരുന്നു വളരെ ഉഷാറോടെ അവൻ മദ്യപിച്ചു. ഒടുവിൽ മോശമായ അവ സ്ഥയിലെത്തിയ വളരെ ഉദാരനായ ഷില്ലെറുടെ ഇപ്പോഴത്തെ അവസ്ഥ ഇതാണ്. ജർമൻക്കാരനും ചുണയില്ലാത്തവനും ആണെങ്കിലും പിറൊ ഗൊവിന്റെ പ്രവർത്തനങ്ങൾ അയാളിൽ അസൂയക്ക് സമാനമായ എന്തോ ചില വികാരങ്ങൾ ഉണർത്തി. ഇപ്പോൾ താൻ ആശയക്കുഴപ്പത്തിലായി രിക്കുകയാണെന്നും റഷ്യൻ ഓഫീസറെ ഒഴിവാക്കുവാൻ യാതൊരു മാർഗവും കാണാനായില്ലെന്നും അവൻ ആലോചിച്ചു. ഈ സമയത്ത് പിറൊഗൊവ് സുഹൃത്തുക്കൾക്കൊന്നിച്ചിരുന്ന് ഹുക്കവലിക്കുകയാ യിരുന്നു. ഓഫീസർമാരുള്ളടെത്തെല്ലാം ഹുക്കയും ഉണ്ടാകുമെന്നത് വിധിയുടെ ഒരു ലീലാവിലാസമാണ്. വളരെ അർഥഗർഭമായി വശ്യമായ ചിരിയോടെ ജർമൻ സുന്ദരിയുമായുള്ള തന്റെ ഇടപെടലുകളെക്കുറിച്ച് അവൻ സൂചിപ്പിച്ചു. അവളുമായി നല്ല അടുപ്പത്തിലാണ് അവൻ എന്നാണ് പറഞ്ഞത്. എന്നാൽ യഥാർഥത്തിൽ അവൻ ഉദ്ദേശിച്ച രീതിയിൽ അവളെ

വശത്താക്കാൻ അവന് കഴിഞ്ഞിരുന്നുമില്ല. ഇത്രയുമാണ് പിറൊ
ഗൊവ്ന്റെ വാക്കുകളിൽ നിന്നും അനുമാനിക്കാനായത്.

ഒരു ദിവസം പിറൊഗൊവ് മെഴ്ചാൻസ്കായയിലൂടെ നടന്നുപോ
കുമ്പോൾ കാപ്പിപ്പാത്രങ്ങളുടെയും സമോവറുകളുടെയും അടയാളങ്ങ
ളുള്ള ഷില്ലെറുടെ വീട്ടിന് മുന്നിലെത്തി. അപ്പോൾ അവൻ ഹൃദ്യമായ
ഒരു കാഴ്ചകണ്ടു. തവിട്ടുനിറക്കാരി ജനലിലൂടെ തല വെളിയിലേക്കിട്ട്
കാൽനടക്കാരെ നോക്കിനിൽക്കുകയായിരുന്നു. അവൻ നടത്തം നിർത്തി
കൈ ഉയർത്തി വീശിപറഞ്ഞു: "മോർഗൻ" തവിട്ടുനിറക്കാരി സുഹൃ
ത്തിനെപ്പോലെ തിരിച്ച് കൈവീശി.

"നിന്റെ ഭർത്താവ് അകത്തുണ്ടോ?"

"ഉണ്ട്," അവർ മറുപടി പറഞ്ഞു.

"അവൻ വീട്ടിലില്ലാത്തത് എപ്പോഴാണ്?"

"ഞായറാഴ്ച വീട്ടിലുണ്ടാവില്ല," വിഡ്ഢിയായ തവിട്ടുനിറക്കാരി
മറുപടി നൽകി, "അത് മോശമില്ല" പിറൊഗൊവ് വിചാരിച്ചു. "നമുക്കത്
ഉപയോഗപ്പെടുത്താം" അടുത്ത ഞായറാഴ്ച പിറൊഗൊവ് അവളുടെ
മുമ്പിലെത്തി. ഷില്ലെർ വീട്ടിലുണ്ടായിരുന്നില്ല. അവൾ വല്ലാതെ പരിഭ്ര
മിച്ചു. പക്ഷേ, ഈ സമയത്ത് പിറൊഗൊവ് വളരെ ശ്രദ്ധകാണിച്ചു. അവ
ളോട് ബഹുമാനപൂർവമാണ് അവൻ പെരുമാറിയത്. അവൻ ധരിച്ച ഇറു
കിയ വസ്ത്രവും പ്രത്യേക രൂപത്തിലുള്ള വണങ്ങലും അവന്റെ ശരീര
വഴക്കത്തിന്റെ ഭംഗി വർധിപ്പിച്ച് കാണിച്ചു. അവൻ തമാശകൾ പറഞ്ഞത്
സന്തോഷത്തോടെയും ആദരവോടെയും ആയിരുന്നു. പക്ഷേ വിഡ്ഢി
യായ ജർമൻകാരി മറുപടി പറഞ്ഞത് ഒറ്റ അക്ഷരങ്ങളിലായിരുന്നു. ഒടു
വിൽ എല്ലാ ശ്രമങ്ങളും പരാജയപ്പെട്ട് അവളെ രസിപ്പിക്കാൻ വേറൊരു
മാർഗവും ഇല്ലെന്ന്കണ്ട് നൃത്തം ചെയ്യാമെന്ന് അവൻ പറഞ്ഞു.
ജർമൻകാരി ഉടനടി അത് സമ്മതിച്ചു. കാരണം ജർമൻ യുവതികൾ
നൃത്തത്തിൽ വലിയതാൽപ്പര്യമുള്ളവരാണ്. ഇത് പിറൊഗൊവിൽ പ്രതീ
ക്ഷകൾ ഉണർത്തി. കാരണം, ഒന്നാമതായി നൃത്തം അവൾക്കിഷ്ടമാ
ണ്, രണ്ടാമതായി അവന്റെ ശരീരവടിവും ആകർഷണീയതയും പ്രകടി
പ്പിക്കാം, മൂന്നാമതായി നൃത്തച്ചുവടുകൾ ആളുകളെ അടുത്തടുത്ത്
കൊണ്ടുവരുന്ന അവസരത്തിൽ സുന്ദരിയായ ജർമൻകാരിയെ അവന്
ആലിംഗനം ചെയ്യാൻ എളുപ്പമാവുകയും ചെയ്യും. അങ്ങനെ എല്ലാറ്റിനും
ഒരു തുടക്കമാവുമെന്ന് അവൻ വിചാരിച്ചു. ചുരുക്കത്തിൽ എല്ലാം വൻ
വിജയമാകുമെന്ന് അവൻ സങ്കൽപ്പിച്ചു. വളരെ സാവധാനത്തിൽ മാത്രമേ
ജർമൻ പെൺകുട്ടികളുമായി ഇടപഴകാൻ പാടുള്ളൂ എന്ന് മനസിലാ
ക്കിയ അവൻ ഒരു ഫ്രെഞ്ച് നൃത്തഗാനത്തിന്റെ ഈരടികൾ മൂളാൻ തുട
ങ്ങി. മുറിയുടെ മധ്യഭാഗത്തേക്ക് നീങ്ങി അവൾ മനോഹരമായി ചുവടു
കളുയർത്തി. ഇത് പിറൊഗൊവിനെ ആവേശം കൊള്ളിച്ചു. അവളെ
ചുംബിക്കുവാൻ അവൻ മുന്നോട്ടാഞ്ഞു. ഉടനെത്തന്നെ ജർമൻകാരി അല
റിക്കരയാൻ ആരംഭിച്ചു. ഇത് അവളെ കൂടുതൽ ആകർഷവതിയാക്കിയ

തായി പിറൊഗൊവിന് തോന്നി. അവൻ ചുംബനങ്ങൾ കൊണ്ട് അവളെ പൊതിഞ്ഞു. പെട്ടെന്ന് ഷില്ലെർ വാതിൽ തുറന്ന് ഹോഫ്മാനും ആശാരി കുൻട്സുമൊന്നിച്ച് മുറിയിലേക്ക് പ്രവേശിച്ചു. വളരെ യോഗ്യന്മാരായ ഈ കൈത്തൊഴിലുകാരെല്ലാം നല്ലവണ്ണം മദ്യപിച്ചിരുന്നു. ഷില്ലെറുടെ ധാർമികരോഷം ഊഹിക്കാവുന്നതേയുള്ളൂ.

"ധിക്കാരം" അവൻ ദേഷ്യത്തോടെ അലറി വിളിച്ചു. "എന്റെ ഭാര്യയെ ചുംബിക്കുവാൻ നിനക്കെങ്ങനെ ധൈര്യം വന്നു! നീയൊരു തെമ്മാടിയാണ്, റഷ്യൻ ഓഫീസറല്ല, ചെകുത്താന്മാരാണ് ഇത് ചെയ്യു ക. അങ്ങനെയല്ലേ, ഹോഫ്മാൻ ചങ്ങാതി, ഞാനൊരു ജർമൻകാരനാ ണ്. റഷ്യൻ പന്നിയല്ല," അത് സമ്മതിക്കുന്ന രീതിയിൽ ഹോഫ്മാൻ തല കുലുക്കി. "എനിക്ക് കൊമ്പുകളില്ല! ഹോഫ്മാൻ അവനെ കോള റിനു പിടിച്ച് പുറത്താക്കൂ. ഞാനത് ചെയ്യുന്നില്ല." കൈയുകൾ വായുവി ലുയർത്തി വീശിക്കൊണ്ട് അവൻ കൂട്ടിച്ചേർത്തു. അവൻ ധരിച്ച ചുവപ്പ് കുപ്പായത്തിന്റെ നിറം മുഖത്ത് പ്രതിഫലിക്കുന്നുണ്ടായിരുന്നു. "ഞാൻ എട്ടുകൊല്ലം സെന്റ് പീറ്റേഴ്സ്ബർഗിൽ ജീവിച്ചു. സ്വാബിയയിലാണ് എന്റെ അമ്മ, ന്യൂറംബർഗിലാണ് എന്റെ അമ്മാവൻ, ഞാനൊരു ജർമൻകാരനാണ്. കൊമ്പുള്ള കാളയല്ല. ഹോഫ്മാൻ ചങ്ങാതി, അവന് കൊടുക്കാനുള്ളത് കൊടുത്ത് അവനെ പുറത്താക്കിയേക്. അവന്റെ കൈയും കാലും പിടിച്ച് തൂക്കിയെടുക്ക്, കമെറാഡ് കൂൻസ്."

ആ മൂന്ന് ജർമൻകാരുംകൂടി പിറൊഗൊവിനെ കൈയും കാലും പിടിച്ച് തൂക്കിയെടുത്തു. അവൻ വെറുതെ കുതറിനോക്കി. ആ മൂന്ന് കൈത്തൊഴിലുകാരും സെന്റ് പീറ്റേഴ്സ്ബർഗിലെ ജർമൻകാരിൽ ഏറ്റ വും ബലവാന്മാരായിരുന്നു അവർ പരുക്കനായും മോശമായും അവനെ പെരുമാറി. തുടർന്നുണ്ടായ ദുഃഖകരമായ സംഭവവികാസങ്ങൾ വിശദീ കരിക്കുവാൻ എനിക്ക് വാക്കുകളില്ല.

പിറ്റേദിവസം ഷില്ലെർ പോലീസിന്റെ വരവ് പ്രതീക്ഷിച്ച് പേടിച്ചു വിറച്ച് ഇരിക്കുകയായിരുന്നു. ഇന്നലെ കഴിഞ്ഞതെല്ലാം സ്വപ്നസദൃശ മായി അവന് തോന്നി. അവൻ എല്ലാം ദൈവത്തിന് വിട്ടുകൊടുത്തു. എന്നാലും അതൊന്നും മറക്കാനും അവന് കഴിയുമായിരുന്നില്ല. പിറൊ ഗൊവിന്റെ രോഷത്തോട് തുലനം ചെയ്യാൻ ഒന്നുമുണ്ടായിരുന്നില്ല. സംഭ വിച്ചകാര്യങ്ങളോർത്ത് അയാൾ ദേഷ്യംകൊണ്ട് കത്തിജ്വലിച്ചു. സൈബീ രിയയിലേക്ക് നാടുകടത്തലാണ് ഷില്ലെർക്ക് കൊടുക്കാവുന്ന ഏറ്റവും കുറഞ്ഞ ശിക്ഷയെന്ന് അവൻ തീരുമാനിച്ചു. വേഗം വീട്ടിൽ ചെന്ന് സേനാധിപതിയുടെ അടുത്തേക്ക് പുറപ്പെടാൻ അവൻ തീരുമാനിച്ചു. അദ്ദേഹത്തെക്കണ്ട് മൂന്ന് ജർമൻ കൈത്തൊഴിലുകാർ കാണിച്ച പരാ ക്രമങ്ങൾ നിറം പിടിപ്പിച്ച് വിശദീകരിക്കണമായിരുന്നു. അതിന് മുമ്പേ പട്ടാളമേധാവിയെക്കണ്ട് അപേക്ഷ തയാറാക്കണം. അവന് കൊടുക്കുന്ന ശിക്ഷ തൃപ്തികരമല്ലെങ്കിൽ വീണ്ടും മുകളിലേക്ക് പരാതിബോധിപ്പി ക്കാനും അവൻ തീരുമാനിച്ചു.

പക്ഷേ കാര്യങ്ങളെല്ലാം വേറൊരു രീതിയിലാണ് അവസാനിച്ചത്. വീട്ടിലേക്കുള്ള വഴിയിൽ അവൻ ഒരു പലഹാരക്കടയിൽ കയറി കുറച്ച് മധുരപലഹാരങ്ങൾ കഴിച്ചു. അൽപ്പനേരം അവൻ അവിടെ ചെലവഴിച്ചു. പുറത്തേക്കിറങ്ങുമ്പോൾ അവന്റെ മനസിലെ അമർഷം കുറച്ച് അയഞ്ഞിരുന്നു. കൂടാതെ ശീതളമായ സായാഹ്നം അവനെ നെവ്സ്കിയിലൂടെ അൽപ്പനേരം അലസ സവാരി ചെയ്യുന്നതിന് പ്രേരിപ്പിച്ചു. ഏതാണ്ട് ഒമ്പതുമണി ആയപ്പോഴേക്കും അവൻ ശാന്തനായി. മാത്രമല്ല ഒരു ഞായറാഴ്ച ദിവസം സേനാധിപതിയെ ശല്യം ചെയ്യുന്നത് ശരിയല്ല എന്ന് അവന് തോന്നി. കൂടാതെ ആ ദിവസം അവനെ ഒരിടത്തേക്ക് ക്ഷണിച്ചിരുന്നു. അങ്ങനെ സൈനികവകുപ്പിലെ ഉദ്യോഗസ്ഥന്മാരും ഗുമസ്തന്മാരും ഒത്തുച്ചേരുന്ന സ്ഥലത്തേക്ക് അവൻ പോയി. വളരെ ആസ്വാദ്യകരമായ ഒരു സായാഹ്നം അവൻ അവിടെ ചെലവഴിച്ചു. ധാരാളം സ്ത്രീകളും അവരുടെ പങ്കാളികളും പങ്കെടുത്ത ഒരു പോളിഷ് നൃത്ത സംഘത്തിൽ അവൻ വളരെ ശ്രദ്ധേയനായിത്തീരുകയും ചെയ്തു.

നമ്മുടെ ലോകം വളരെ അത്ഭുതകരമായവിധം ക്രമീകരിച്ചതാണെന്ന് ഈ രണ്ട് സംഭവങ്ങളും ഓർത്തുകൊണ്ട് നെവ്സ്കിയിലൂടെ നടന്നുപോകുമ്പോൾ എനിക്ക് തോന്നി. വളരെ വിചിത്രമായ ഒരിക്കലും മുൻകൂട്ടിക്കാണാൻ കഴിയാത്ത കളികളാണ് വിധി നമ്മളോടൊപ്പം പങ്ക് വെക്കുന്നത്. എപ്പോഴും ആഗ്രഹിക്കുന്നതെന്തും നമുക്ക് കിട്ടാറില്ല. നമ്മുടെ കഴിവിനനുസരിച്ച് എന്തെങ്കിലും നേടാൻ നമുക്ക് കഴിയാറില്ല. എല്ലാം നേർ വിപരീതമായ രീതിയിൽ സംഭവിക്കുന്നു. വിധി ഒരാൾക്ക് അത്ഭുതശക്തിയുള്ള കുതിരകളെ സമ്മാനിക്കുന്നു. അവർ പൂർണമായ അനാസ്ഥയോടെ അവയുടെ ഭംഗിപോലും ശ്രദ്ധിക്കാതെ അവയുടെ മേൽ സവാരിചെയ്യുന്നു. അതേസമയത്ത് കാൽനടയായി പോകുന്ന മറ്റൊരാൾ കുതിരയിറച്ചിക്കുവേണ്ടി മനസിൽ തീയുമായി കൊതിച്ച് നിൽക്കുന്നു. പന്തയക്കുതിര പാഞ്ഞുപോകുമ്പോൾ കൊതിയോടെ നാവിളക്കി ശബ്ദമുണ്ടാക്കി അവൻ സന്തുഷ്ടനാവുന്നു. ഒരാൾക്ക് നല്ല പാചകക്കാരനുണ്ട്. പക്ഷേ നിർഭാഗ്യവശാൽ ഒന്നോ രണ്ടോ ചെറിയ കഷണങ്ങൾ തിന്നാൻമാത്രം കഴിയുന്ന ചെറിയ വായയായിരുന്നു അവനുണ്ടായിരുന്നത്. മറ്റൊരാൾക്ക് സൈനിക കാര്യാലയത്തിന്റെ കമാനംപോലെ വലിപ്പമുള്ള വായയാണ് ഉള്ളത്. പക്ഷേ, ഉരുളക്കിഴങ്ങുകൊണ്ടുണ്ടാക്കിയ ജർമൻ ഭക്ഷണം കഴിച്ച് അവന് തൃപ്തിപ്പെടേണ്ടതായി വന്നു. ഇങ്ങനെ വളരെയധികം ക്രൂരമായാണ് വിധി നമ്മോട് പെരുമാറുന്നത്.

പക്ഷേ, നെവ്സ്കിയിൽ സംഭവിക്കുന്നതെല്ലാം വളരെ വിചിത്രവും സാഹസികവുമാണ്. നെവ്സ്കി ദൃശ്യങ്ങളെ ഒരിക്കലും വിശ്വസിക്കരുത്. ഞാൻ വസ്ത്രങ്ങൾ നേരാംവണ്ണം ഉടുത്താണ് നെവ്സ്കിയിലൂടെ നടക്കുക. മുന്നിൽ കാണുന്ന വസ്തുക്കളെ ഉറ്റുനോക്കാതിരിക്കാൻ ശ്രമിക്കും. ഇവിടെയുള്ളതെല്ലാം ചെപ്പടിവിദ്യകളും ദിവാസ്വപ്നങ്ങളുമാണ്. ഒന്നും നാം കാണുന്നതുപോലെയല്ല. നെവ്സ്കിയിലൂടെ നല്ല കോട്ട്

ധരിച്ച് നടന്നുപോകുന്നയാൾ വളരെ സമ്പന്നനാണെന്ന് നിങ്ങൾ വിചാ
രിക്കുന്നു. എന്നാൽ ആ കോട്ട് മാത്രമാണ് അയാളുടെ സമ്പാദ്യം. അവിടെ
ക്രിസ്ത്യൻപള്ളിയുടെ മുന്നിൽ നിൽക്കുന്ന രണ്ട് തടിച്ച ആളുകൾ
അതിന്റെ വാസ്തുവിദ്യയെക്കുറിച്ച് വിലയിരുത്തുകയാണെന്ന് നിങ്ങൾ
വിചാരിക്കുന്നു. എന്നാൽ അവർ അവിടെ പുറംതിരിഞ്ഞിരിക്കുന്ന രണ്ട്
കാക്കകളുടെ വിചിത്രസ്വഭാവത്തെക്കുറിച്ചായിരിക്കും സംസാരിക്കുന്നത്.
കൈകൾ വീശിക്കൊണ്ട് വളരെ ഉത്സാഹത്തോടെ സംസാരിക്കുന്നയാൾ
അയാളുടെ ഭാര്യ അജ്ഞാതനായ ഓഫീസർക്കുനേരെ ജനലിലൂടെ അല
ക്ഷ്യമായി പന്തെറിഞ്ഞതിനെ കുറിച്ചാണ് സംസാരിക്കുന്നത് എന്ന്
നിങ്ങൾ വിചാരിക്കുന്നു. എന്നാൽ ലഫായെറ്റി (Laffayette) നെക്കുറിച്ചാണ്
അവൻ ചർച്ചചെയ്യുന്നത്. നിങ്ങൾ വിചാരിക്കുന്നത്പോലെ സ്ത്രീകൾ...
പക്ഷേ സ്ത്രീകളെ അധികം വിശ്വസിക്കരുത്. കടകളുടെ ജനലിലൂടെ
അധികനേരം തുറിച്ച് നോക്കരുത്. അവിടെ പ്രദർശിപ്പിച്ചിരിക്കുന്ന ആഢ്യം
ബര വസ്തുക്കൾ മനോഹരമാണ്. പക്ഷേ അതിന്റെ വില താങ്ങാൻ
പറ്റില്ല. സ്ത്രീകളുടെ തൊപ്പിക്കടിയിലേക്ക് കുനിഞ്ഞ് നോക്കുന്നതിൽ
നിന്ന് ദൈവം നിങ്ങളെ തടയട്ടെ. വൈകുന്നേരങ്ങളിൽ ഏതെങ്കിലും സുന്ദ
രിയായ യുവതിയുടെ വസ്ത്രം അകലെ മനോഹരമായി നീങ്ങുന്നത്
കണ്ടാൽ ഞാൻ അതിന് പിറകെ അലയാറില്ല. ദൈവത്തെ വിചാരിച്ച്
വിളക്കിൽ നിന്ന് വളരെ അകന്ന് ആവുന്നത്ര വേഗത്തിൽ പോവുക. നിങ്ങ
ളുടെ നല്ല കുപ്പായത്തിൽ എണ്ണമണക്കുന്ന കറ മാത്രം പുരണ്ട് അതിൽ
നിന്നും രക്ഷപ്പെടുകയാണെങ്കിൽ നിങ്ങൾ ഭാഗ്യവാനാണ്. പക്ഷേ,
ഇവിടെ വിളക്കുമാത്രമല്ല എല്ലാം പൂർണമായും കൃത്രിമമാണ്. നെവ്സ്കി
യിലെ കാഴ്ചകൾ എല്ലാക്കാലവും ഉണ്ടാവാം. ഒരു പക്ഷേ നിത്യതക്കു
മപ്പുറം വരെ. വളരെ സാന്ദ്രമായ രാത്രി നെവ്സ്കിക്ക് മീതെ പരന്നു
വെള്ളയും മഞ്ഞയും കലർന്ന ചുമരുകൾ തെളിയുമ്പോൾ നഗരം മുഴു
വൻ ഇടിവെട്ടുംപോലെ അതിദീപ്തമായി തെരുവിലൂടെ അനേകം വണ്ടി
കൾ ഒഴുകി നീങ്ങുമ്പോൾ, കുതിരസവാരിക്കാർ ഒച്ചവെച്ച് കുതിരപ്പു
റത്ത് കയറുമ്പോൾ എല്ലാം അയഥാർഥമായി പ്രദർശിപ്പിക്കാൻ പിശാച്
സ്വന്തം വിളക്കുകൾ പ്രകാശിപ്പിക്കും.

3

ഛായാചിത്രം

ഷക്കിനുവോറിലെ ചിത്രം വിൽക്കുന്ന ചെറിയ കടക്കുമുന്നിൽ എന്നതുപോലെ മറ്റൊരിടത്തും ഇത്രയേറെ ആളുകൾ അറിയാതെ നിന്നു പോകുമായിരുന്നില്ല. കാരണം, ആ കടയിൽ വളരെയധികം വൈവിധ്യ മാർന്ന അപൂർവ ചിത്രശേഖരങ്ങളുണ്ട്. അവയിലധികവും നിറം മങ്ങിയ മഞ്ഞച്ചട്ടകളിട്ട എണ്ണഛായാചിത്രങ്ങളാണ്. അസ്തമയത്തിന്റെ ചുവപ്പ് രാശിപടർന്ന വെള്ള മരങ്ങളുടെ മഞ്ഞുകാലദൃശ്യങ്ങൾ. അവ വലിയ അഗ്നിജ്ജ്വാലപോലെ തോന്നും. ഒരു കുപ്പായം ധരിച്ച ടർക്കിക്കോഴിയെപ്പോ ലുള്ള ഫ്ളെമിഷ് പ്രാകൃതൻ. ഇതൊക്കെയാണ് ചിത്രത്തിന്റെ വിഷയ ങ്ങൾ. ഇവ കൂടാതെ കുറച്ച് കൊത്തുപണികളുണ്ട്. ആട്ടിൻതോലിന്റെ തൊപ്പിയിട്ട വോസ്റെഫ് മിർസയുടെയും വളഞ്ഞ മൂക്കും മുക്കോൺ തൊപ്പിയും വെച്ച ചില സേനാധിപതികളുടെയും ഛായാചിത്രങ്ങൾ അവിടെയുണ്ട്. ഇത് കൂടാതെ കടയുടെ പ്രവേശന കവാടത്തിൽ അവിടെ പ്രദർശിപ്പിച്ചിട്ടുള്ള സാധനങ്ങളുടെ പേരുകൾ മരത്തൊലിയിൽ എഴുതി നിറം കൊടുത്ത് വെച്ചിട്ടുണ്ട്. ഇതെല്ലാം യഥാർഥ റഷ്യൻ കരവിരുതിന്റെ കഴിവുകളുടെ സാക്ഷ്യങ്ങളാണ്.

ഒരു ചിത്രത്തിൽ സാറെവ്‌ന മിലിക്‌ട്രിസ കർബിടേവ്‌ന. മറ്റൊരു ചിത്രത്തിൽ ജറുസലേം നഗരം. ഈ സൃഷ്ടികളെല്ലാം വിലകൊടുത്ത് വാങ്ങുന്നവർ കുറച്ചേയുള്ളൂ. പക്ഷേ കാണികൾ ധാരാളമുണ്ട്. മടിയ ന്മാരായ ചില സേവകന്മാർ ഇവയുടെ മുന്നിൽ കോട്ടുവായിട്ട് നിൽക്കു ന്നത് കാണാം. അവന്റെ യജമാനന് അടുത്ത ഹോട്ടലിൽ നിന്നും വാങ്ങിയ ഭക്ഷണപ്പൊതി അവന്റെ കൈയിലുണ്ടാകും. അയാൾക്ക് ആ കറികളെല്ലാം തണുത്തിട്ട് മാത്രമേ കിട്ടുകയുള്ളൂ. ഒരു പട്ടാളക്കാരൻ, പേനാക്കത്തികൾ വിൽക്കുന്ന പഴയ തുണിപ്പീടികക്കാരൻ, കുട്ട നിറയെ

ചെരുപ്പുകളുമായി ചില്ലറ വിൽപ്പനക്കാരി അങ്ങനെയുള്ള ആരെയെങ്കിലും അവിടെ കണ്ടെന്നുവരും. ചിത്രങ്ങളോടുള്ള ആരാധന ഓരോരുത്തരും അവരുടെ രീതിയിൽ പ്രകടിപ്പിക്കുന്നു. വിരൽകൊണ്ട് ചിലർ അത് തൊട്ടുനോക്കും. അവിടെ ജോലിചെയ്യുന്ന കുട്ടികളും മറ്റ് പണിക്കാരും പരസ്യചിത്രങ്ങൾ നോക്കി പരസ്പരം എന്തെങ്കിലും തമാശപറഞ്ഞ് ചിരി ച്ചെന്നിരിക്കും. സമയം വെറുതെ പാഴാക്കുന്നതിന് വേണ്ടി വളരെ പ്രായം ചെന്ന സേവകന്മാർ ചിത്രങ്ങൾ നോക്കി ഒരുപാട് സമയം നിൽക്കും. നേരമ്പോക്കുകൾ കാണാനും കേൾക്കാനും വഴിവാണിഭക്കാരികളും റഷ്യൻ യുവതികളും അവിടെ കൂട്ടംകൂടി നിൽക്കും.

കഥ തുടങ്ങുമ്പോൾ യുവചിത്രകാരനായ ചാർട്ട്കോഫ് കടയുടെ മുന്നിലൂടെ നടന്ന് പോകുകയാണ്. അയാൾ അറിയാതെ അവിടെ നിന്നു. അവൻ കലയ്ക്ക് വേണ്ടി ആത്മാർപ്പണം ചെയ്ത ഒരാളാണെന്ന് അവന്റെ വേഷം കണ്ടാലറിയാം. വസ്ത്രം മാറുന്നതിനു പോലും അവന് സമയ മില്ല. ആ ചെറിയ കടയ്ക്ക് മുന്നിൽ അവൻ അൽപ്പനേരം നിന്ന് ചിത്രങ്ങ ളെന്ന പേരിൽ അവിടെ പ്രദർശിപ്പിച്ച വൈകൃതങ്ങൾ കണ്ട് ഉള്ളാലെ ആസ്വദിച്ചു ചിരിച്ചു.

ഒടുവിൽ അറിയാതെ അവൻ ഒരു ദിവാസ്വപ്നത്തിൽ മുഴുകി. ഏതുതരത്തിലുള്ള ആൾക്കാർക്കാണ് ഇത്തരത്തിലുള്ള സാധനങ്ങൾ ആവശ്യമെന്ന് അവൻ ആലോചിച്ചു നോക്കി. റഷ്യയിലെ സാധാരണ ജനങ്ങൾ വളരെ ആനന്ദത്തോടെ 'റുസ്ലാനോഫ് ലസാറിവിച്ച്', 'ദി ഗ്ലു ട്ടൻ', 'ദി കൗസർ', ' തോമസ് ആന്റ് ഇറേമ' ഇവയൊക്കെ നോക്കി തരിച്ച് നിൽക്കുന്നത് അവന് ശ്രദ്ധേയമായി തോന്നിയിട്ടില്ല. കാരണം ഇത്തരം ചിത്രങ്ങളുടെ വിഷയങ്ങൾ സാധാരണ ജനങ്ങൾക്ക് മനസിലാ ക്കാൻ കഴിയുന്നതാണ്. പക്ഷേ പല നിറത്തിലുള്ള എണ്ണഛായാചിത്ര ങ്ങൾ വിലകൊടുത്ത് വാങ്ങുന്നത് എവിടേക്കാണ്? ഫ്ളെമിഷ് പ്രാകൃത നെയും ചുവപ്പും നീലയും കലർന്ന ഭൂഭാഗങ്ങളും ആർക്കാണാവശ്യം? കലയുടെ ഉദാത്തമാതൃകയെന്ന് അവ അവകാശവാദം ഉന്നയിക്കുന്നു ണ്ട്. പക്ഷേ യഥാർഥത്തിൽ അവ കലയുടെ അധഃപതനത്തിന്റെ ആഴ മാണ് സൂചിപ്പിക്കുന്നത്. അവയൊന്നും നല്ല പരിശീലനം ലഭിച്ച ഒരാ ളുടെ രചനകളല്ല. അങ്ങനെയായിരുന്നെങ്കിൽ ഹാസ്യചിത്രീകരണത്തെ അപേക്ഷിച്ച് വ്യക്തമായ സവിശേഷത അതിൽ പ്രത്യക്ഷമാവേണ്ടിയി രുന്നു. പക്ഷേ, ഇവിടെ വെളിപ്പെടുന്നത് വളരെ നിശ്ശേതനത്വം തുടർച്ച യായ കഴിവില്ലായ്മ മാത്രം. എന്നിട്ടും തികഞ്ഞ ആത്മവിശ്വാസത്തോടെ അവ കലയാണെന്ന് നമ്മെ ബോധ്യപ്പെടുത്താൻ ശ്രമിക്കുന്നു. എന്നാൽ അതിന്റെ സ്ഥാനം താഴ്ന്നയിനം വ്യവഹാരങ്ങളിലാണ്. ഒരു രീതിയിൽ പരിശീലനം സിദ്ധിച്ച കൈകൾ കൊണ്ടുള്ള നിറങ്ങളും രീതികളുമാണ് അതിലുള്ളത്. ഒരു മനുഷ്യനേക്കാളുപരി യന്ത്രംപോലെ പ്രവർത്തിക്കുന്ന ഒരാളുടെ കരവിരുതിന്റെ പ്രകടനമായിരുന്നു അതിലുള്ളത്.

മോശമായ ചിത്രങ്ങൾക്ക് മുന്നിൽ അവൻ കുറച്ചുനേരം നിന്നു. ആ സമയത്ത് അവന്റെ ചിന്തകൾ വേറെ ചില കാര്യങ്ങളിലൂടെ കടന്നുപോയി. കടയുടെ ഉടമസ്ഥൻ ചിത്രങ്ങൾ വാങ്ങാൻ അവനെ പ്രേരിപ്പിച്ചു. ഇളംചാരനിറമുള്ള അവൻ ധരിച്ചിരുന്നത് അലങ്കാരപ്പണികൾ ചെയ്ത വസ്ത്രമായിരുന്നു. അവൻ മുഖം ക്ഷൗരം ചെയ്തിട്ട് അനേകം ദിവസങ്ങളായിരുന്നു. അവന് ഏത് ചിത്രമാണ് ഇഷ്ടപ്പെട്ടതെന്നോ വേണ്ടതെന്നോ അറിയാതെ ഓരോന്നിന്റെയും വില കടക്കാരൻ പറഞ്ഞുകൊണ്ടിരുന്നു. "ഈ പ്രകൃതി ദൃശ്യത്തിന്റെയും കർഷകരുടെയും ചിത്രത്തിന് കുറഞ്ഞ വില മാത്രമേ ഇവിടെ ഞാൻ വാങ്ങുന്നുള്ളൂ. വളരെ നല്ല ചിത്രമാണിത്. ഇത് ആരെയും വിസ്മയിപ്പിക്കും. വർക്ക്ഷോപ്പിൽ നിന്ന് ഇപ്പോൾ കൊണ്ടുവന്നതേയുള്ളൂ. വാർണീഷ് ഉണങ്ങിയിട്ടില്ല. അല്ലെങ്കിൽ ഈ മഞ്ഞുകാലദൃശ്യമെടുത്തോളൂ. പതിനഞ്ച് റൂബിൾ തന്നാൽ മതി. ഇതിന്റെ ചട്ടയ്ക്കുതന്നെ അത്രയുംവരും. വളരെ മനോഹരമായ മഞ്ഞുകാലദൃശ്യമാണിത്." അപ്പോൾ കച്ചവടക്കാരൻ മഞ്ഞുകാലദൃശ്യത്തിന്റെ മേന്മകൾ വിവരിക്കുന്നതിന് കാൻവാസിന്റെ അരികിലേക്ക് നീങ്ങിനിന്നു. എന്നിട്ട് പതുക്കെ വിരൽ ഞൊടിച്ചു. "ഇത് പൊതിഞ്ഞു കെട്ടി വീട്ടിലെത്തിക്കാൻ പറയട്ടെ. എവിടെയാണ് നിങ്ങളുടെ വീട്? ചെക്കാ, ഇവിടെ കുറച്ച് ചരട് കൊണ്ടുവരൂ!"

"നിൽക്കട്ടെ, പെട്ടെന്ന് വേണ്ട!" ചിന്തകളിൽ നിന്ന് സ്വയം മടങ്ങി വന്ന് ചിത്രകാരൻ പറഞ്ഞു. വളരെ ചുറുചുറുക്കോടെ കച്ചവടക്കാരൻ ചിത്രങ്ങൾ പൊതിയാൻ തുടങ്ങുകയാണെന്ന് അവന് മനസിലായി. വളരെസമയം കടയ്ക്കുമുന്നിൽ നിന്നതിനുശേഷം ഒന്നും വാങ്ങിക്കാതെ പോകുന്നതിൽ അവന് സങ്കോചം തോന്നി. അവൻ പറഞ്ഞു: "നിർത്തൂ പൊതിയാൻ വരട്ടെ! എനിക്ക് ആവശ്യമുള്ളതെന്തെങ്കിലും ഇവിടെ ഉണ്ടോ എന്ന് നോക്കട്ടെ!" അവൻ തറയിൽ കൂമ്പാരമായി ഇട്ടിരിക്കുന്ന പഴകിപ്പൊടിപിടിച്ച ചിത്രങ്ങൾ പെറുക്കിയെടുക്കുവാൻ തുടങ്ങി. കീറിയ കാൻവാസും ഫ്രെയിമുകളുമുള്ള ഭംഗിനഷ്ടപ്പെട്ട കുടുംബചിത്രങ്ങളായിരുന്നു അവയെല്ലാം. ചുരുക്കത്തിൽ ചവറുകൾ എന്നുതന്നെ പറയാം. ആ ചിത്രത്തിലുള്ളവരുടെ പിൻഗാമികൾപോലും ഇപ്പോൾ ഭൂമുഖത്ത് ഉണ്ടാവില്ല. ഒരു പക്ഷേ എന്തെങ്കിലും ആവശ്യമുള്ളത് കണ്ടെത്താൻ കഴിയുമെന്ന് വിചാരിച്ച് ചിത്രകാരൻ തിരച്ചിൽ തുടർന്നുകൊണ്ടിരുന്നു. വലിയ മഹാന്മാരുടെ ചിത്രരചനകൾ ഇത്തരം താണ അച്ചടിച്ചിത്രങ്ങൾ വിൽക്കുന്ന ചവറുകളിൽ നിന്ന് കണ്ടെത്തിയ കഥകൾ അവൻ കേട്ടിരുന്നു. കച്ചവടക്കാരൻ അവനോട് അപേക്ഷിക്കുന്നത് നിർത്തി കടയുടെ വാതിൽക്കൽ തന്നെപോയി നിന്നു. അവൻ വഴിയിലൂടെ നടന്ന് പോകുന്നവരോട് വിളിച്ചു പറയാൻ തുടങ്ങി: "സുഹൃത്തുക്കളേ, ഇങ്ങോട്ട്. ഇവിടെയാണ് ചിത്രങ്ങളുള്ളത്. കടന്നുവരൂ, കടന്നുവരൂ, ഇപ്പോൾ കൊണ്ടുവന്ന ചിത്രങ്ങൾ!" ആവുന്നത്ര ഉച്ചത്തിൽ അവൻ വിളിച്ചു പറഞ്ഞു. അതു

കൊണ്ട് യാതൊരു ഫലവുമുണ്ടായില്ല. കടയുടെ മറുഭാഗത്ത് നിൽക്കുന്ന പഴന്തുണി വിൽപ്പനക്കാരനുമായി കുറേനേരം അവൻ സംസാരിച്ചു. ഒടു വിൽ കടയിൽ സാധനം വാങ്ങാൻ വന്ന ആളെ ഓർമവന്ന് ഉള്ളിലേക്ക് നടന്നു. "നല്ലത് സുഹൃത്തേ, നിങ്ങളെന്തെങ്കിലും തെരഞ്ഞെടുത്തോ?" അവൻ ചോദിച്ചു പക്ഷേ, അപ്പോൾ ചിത്രകാരൻ വലിയതും നല്ല ചട്ടക ളിട്ടതുമായ ഒരു ഛായാചിത്രത്തിന് മുന്നിൽ നിശ്ചലനായി നിൽക്കുക യായിരുന്നു. അതിൽ എവിടെയോ ലാവണ്യത്തിന്റെ ഒരംശം അപ്പോഴും അവശേഷിച്ചിരുന്നു.

ഉന്തിയ കവിളെല്ലുകൾ മെലിഞ്ഞ് വെങ്കലമുഖവുമുള്ള ഒരു വൃദ്ധ ന്റേതായിരുന്നു ആ ഛായാചിത്രം. അതിന്റെ രൂപഭാവങ്ങൾ മാനസിക വിക്ഷോഭത്തിന്റേതായ ഒരു നിമിഷമായിരുന്നു വരച്ചുവെച്ചിരുന്നത്. വളരെ ഒഴുക്കനായ ഏഷ്യൻ മാതൃകയിലുള്ള വസ്ത്രധാരണ രീതിയാ യിരുന്നു അയാളുടേത്. ആ ഛായാചിത്രം പൊടിപിടിച്ച് വികൃതമായതാ ണെങ്കിലും അതിന്റെ മുഖത്ത് നിന്ന് അഴുക്ക് തുടച്ചുമാറ്റിയപ്പോൾ മഹാ നായ ഒരു കലാകാരന്റെ പരിശ്രമത്തിന്റെ അടയാളം ചാർട്ട്കോഫ് അതിൽ കണ്ടു. ആ ഛായാചിത്രം അപൂർണമായ ഒന്നായി അവന് തോന്നി. പക്ഷേ അതിന്റെ പരിചരണരീതി അത്ഭുതപ്പെടുത്തുന്നതായി രുന്നു. വളരെ ശ്രദ്ധേയമായ ചിത്രീകരണം അതിന്റെ കണ്ണുകളായിരു ന്നു. കലാവിരുതിന്റെ പൂർണത അതിൽ നമുക്ക് ദർശിക്കാൻ കഴിയും. ജീവനുള്ളതും വിചിത്രവുമായ അതിന്റെ ചേർച്ച ഇല്ലാതാക്കിക്കൊണ്ട് ചിത്രത്തിൽ നിന്നും അവ ശരിക്കും പുറത്തേക്ക് തുറിച്ച് നോക്കുന്നു ണ്ടായിരുന്നു. അവൻ ഛായാചിത്രം വാതിൽക്കലേക്ക് കൊണ്ടുവന്നപ്പോൾ കണ്ണുകൾ കൂടുതൽ തിളങ്ങി. മറ്റുള്ളവരിലും അവ അതേരീതിയിൽ തന്നെയാണ് പ്രവർത്തിച്ചത്. അവന്റെ പിറകിൽ നിന്ന ഒരു സ്ത്രീ വിളിച്ച് പറഞ്ഞു: "അവൻ എന്നെത്തന്നെ നോക്കുന്നു!" ഇത് പറഞ്ഞ് അവൾ പിറകോട്ട് മാറി. സ്വയം വിശദീകരിക്കാനാവാത്ത ഒരുതരം അസന്തുഷ്ടി ചാർട്ട്കോഫ് അനുഭവിച്ചു. അവൻ ഛായാചിത്രം നിലത്ത് വെച്ചു.

"താങ്കൾ ഈ ഛായാചിത്രം വാങ്ങുന്നുണ്ടോ?" കച്ചവടക്കാരൻ ചോദിച്ചു:

"ഇതിനെന്താണ് വില?" ചിത്രകാരൻ അന്വേഷിച്ചു.

"വില പേശൽ വേണ്ട! എഴുപത്തഞ്ച് കോപെക്കുകൾ തന്നാൽ മതി."

"വേണ്ട."

"അതേ, താങ്കളെത്ര തരും?"

"ഇരുപത് കോപെക്ക് തരാം," ഇത് പറഞ്ഞ് ചിത്രകാരൻ പോകാ നൊരുങ്ങി.

"അത് വളരെ കുറഞ്ഞുപോയി! അതിന്റെ ചട്ടംപോലും ആ വിലക്ക് കിട്ടില്ല! ഒരു പക്ഷേ, നാളെ വാങ്ങുമെന്ന് നിങ്ങൾ തീരുമാനിച്ചിരിക്കും.

സാർ, തിരിച്ചു വരൂ! പത്തു കോപെക്ക് കൂട്ടിത്തന്ന് എടുത്തോളൂ. അല്ലെ ങ്കിൽ വേണ്ട, ഇരുപത് കോപെക്കുകൾ തരൂ. സത്യം പറയാമല്ലോ ഇന്നത്തെ ഏക ഇടപാടുകാരൻ താങ്കളാണ്. അതുകൊണ്ടാണ് വില കുറച്ച് വിൽക്കുന്നത്."

അങ്ങനെ തികച്ചും അപ്രതീക്ഷിതമായി ചാർട്ട്കോഫ് പഴയ ഛായാ ചിത്രം വിലക്ക് വാങ്ങി. ആ സമയത്ത് അവൻ ആലോചിച്ചു, എന്തിനാണ് ഞാനിത് വാങ്ങിയത്? എനിക്ക് ഇതുകൊണ്ട് എന്താണ് പ്രയോജനം? പക്ഷേ, അവന് മറ്റൊന്നും ചെയ്യാനില്ലായിരുന്നു. കീശയിൽ നിന്നും ഇരു പത് കോപെക്ക് എടുത്ത് അവൻ കച്ചവടക്കാരന് കൊടുത്തു. അതിന് ശേഷം ഛായാചിത്രമെടുത്ത് വീട്ടിലേക്ക് നടന്നു. കച്ചവടക്കാരന് കൊടുത്ത ഇരുപത് കോപെക്ക് തന്റെ കൈയിലുള്ള അവസാനത്തേ തായിരുന്നുവെന്ന് വഴിയിലൂടെ നടന്നു പോകുമ്പോൾ അവനോർത്തു. അവന്റെ ചിന്തകളിൽ പെട്ടെന്ന് മ്ലാനത പടർന്നു. അതേനിമിഷത്തിൽ തന്നെ വിവരിക്കാനാവാത്ത ഒരുതരം അസ്വസ്ഥത അവനെ അലട്ടാൻ തുടങ്ങി. ആകാശത്തിന്റെ ഒരു ഭാഗത്ത് സൂര്യാസ്തമയത്തിന്റെ ചുവപ്പ്രാശി പടർന്നുകിടന്നു. അതിന് അഭിമുഖമായി നിൽക്കുന്ന വീടു കൾ അസ്തമയ ശോഭയിൽ തിളങ്ങി. ഒരു ഭാഗത്ത് നിലാവ് പരക്കാൻ തുടങ്ങി. നേരിയ സുതാര്യമായ നിഴൽക്കൂട്ടങ്ങൾ നിലത്ത് വീണ് കിട ന്നു. ചാർട്ട്കോഫ് ആകാശത്തേക്ക് നോക്കി. അവൻ അറിയാതെ പറഞ്ഞു പോയി: "സൈ്വരം കെടുത്തുന്ന സൂക്ഷ്മമായ ശൈലി. ഡ്യൂസ് ഇത് വാങ്ങിയേക്കാം" കയിൽ നിന്നും ഊർന്ന് വീഴാൻ പോയ ഛായാചിത്രം നേരെയാക്കി പിടിച്ച് അവൻ നടത്തത്തിന് വേഗത കൂട്ടി.

വളരെ ക്ഷീണിച്ച് അവൻ വാസീലീവ്സ്കി ഓസ്ട്രോഫിലെത്തി. സോപ്പതയും പൂച്ചയുടെയും നായയുടെയും കാൽപ്പാടുകളും പതിഞ്ഞ പടികളിലൂടെ കഷ്ടപ്പെട്ട് കിതച്ച് കൊണ്ട് അവൻ മേലോട്ട് കയറി. അവൻ വാതിലിൽ മുട്ടിയിട്ടും മറുപടിയൊന്നും ഉണ്ടായില്ല. ആരും വീട്ടിനകത്ത് ഇല്ലായിരുന്നു. അവൻ ജനലിൽ ചാരി കാത്തിരിക്കാൻ തീരുമാനിച്ചു. കുറച്ച് കഴിഞ്ഞ് നീലക്കുപ്പായമണിഞ്ഞ ഒരു പയ്യൻ അവന്റെ പിറകിൽ വന്ന് നിന്നു. ആ പയ്യൻ അവന്റെ വേലക്കാരനും മോഡലും ആയിരുന്നു. ചിത്രം വരക്കാനുള്ള ഛായം കൂട്ടിക്കൊടുത്തിരുന്നതും അവൻ തന്നെ യായിരുന്നു. നികിത എന്നായിരുന്നു അവന്റെ പേര്. ചാർട്ട്കോഫ് വീട്ടിലില്ലാത്തപ്പോൾ മിക്കവാറും അവൻ തെരുവിൽത്തന്നെ സമയം ചെലവഴിക്കും. പൂട്ടിനുള്ളിൽ ചാവിയിടാൻ നികിത വളരെയധികം സമ യമെടുത്തു. കാരണം ഇരുട്ടുകൊണ്ട് കണ്ണ് തീരെ കാണാൻ കഴിയില്ലാ യിരുന്നു.

അവസാനം വാതിൽ തുറന്നു. ചാർട്ട്കോഫ് മുന്നിലത്തെ മുറിയിൽ പ്രവേശിച്ചു. ആ മുറി നല്ല തണുപ്പുള്ളതായിരുന്നു. കോട്ട് ഊരി നികിത യുടെ കൈയിൽ കൊടുക്കാതെ അവൻ ചിത്രം വരക്കുന്ന മുറിയിലേക്ക്

ചെന്നു. വളരെ ഉയരം കുറഞ്ഞതായിരുന്നു ആ മുറി. അവിടെ ചിത്രം വരയ്ക്കുന്ന ഉപയോഗശൂന്യമായ വസ്തുക്കൾകൊണ്ട് നിറഞ്ഞിരുന്നു. അവിടെ പ്ലാസ്റ്റർ കഷ്ണങ്ങളും കാൻവാസുകളും വരക്കാൻ തുടങ്ങി. ഉപേക്ഷിച്ച രേഖാചിത്രങ്ങളും കസേരമേൽ അഴിച്ചിട്ട വസ്ത്രങ്ങളും അല ങ്കോലപ്പെട്ടുകിടന്നു. അവൻ തീരെ ശ്രദ്ധയില്ലാതെ ഛായാചിത്രം രണ്ട് കാൻവാസുകൾക്കിടയിൽ തിരുകിവെച്ചു. വളരെക്ഷീണം തോന്നിയതി നാൽ അവൻ വസ്ത്രങ്ങൾ മാറ്റി വീതികുറഞ്ഞ ഒരു ദിവാനിൽ കയറിക്കി ടന്നു. നീണ്ടുനിവർന്നു കിടന്നു വെളിച്ചം കൊണ്ടുവരാൻ അവൻ നികി തയോട് ആവശ്യപ്പെട്ടു.

"ഇവിടെ മെഴുതിരികളില്ല," നികിത പറഞ്ഞു.

"എന്ത്, ഒറ്റയൊന്നുമില്ലേ?"

"അതേ, കഴിഞ്ഞ രാത്രിയേയില്ല." നികിത പറഞ്ഞു. ഇന്നലെ വൈകുന്നേരം മെഴുതിരി ഇല്ലാത്ത കാര്യമോർത്തു ചിത്രകാരൻ നിശ ബ്ദനായിരുന്നു. നികിതയോട് കോട്ട് എടുത്ത് മാറ്റാൻ പറഞ്ഞ് അവൻ കീറിയ വലിയ കുപ്പായമെടുത്തണിഞ്ഞു.

"ഇവിടെ ഒരാൾ വന്നിരുന്നു," നികിത പറഞ്ഞു.

"അതേ അവൻ പണത്തിന് വേണ്ടി വന്നതായിരുന്നോ, എനിക്കറിയാം," കൈ ഉയർത്തിക്കൊണ്ട് ചിത്രകാരൻ പറഞ്ഞു.

"അയാൾ ഒറ്റക്കായിരുന്നില്ല," നികിത പറഞ്ഞു.

"ആരാണ് അവന്റെ കൂടെ ഉണ്ടായിരുന്നത്?"

"എനിക്കറിയില്ല, ഏതോ പോലീസുദ്യോഗസ്ഥനാണെന്ന് തോന്നുന്നു."

"പക്ഷേ, എന്തിനാണ് പോലീസുദ്യോഗസ്ഥൻ വന്നത്?"

"എന്തിനാണെന്ന് എനിക്കറിയില്ല, പക്ഷേ വാടക കൊടുത്തില്ലെന്ന് അയാൾ പറഞ്ഞു."

"നല്ലത്, അതുകൊണ്ടിപ്പോൾ എന്താണ് സംഭവിക്കുക?"

"അതുകൊണ്ട് എന്താണ്, സംഭവിക്കുകയെന്ന് എനിക്കറിയില്ല" അവൻ പറഞ്ഞു: "വാടക അടച്ചില്ലെങ്കിൽ മുറികൾ ഒഴിഞ്ഞുകൊടുക്ക ണം, അവർ രണ്ടുപേരും നാളെ വീണ്ടും വരും."

"അവർ വന്നോട്ടെ," ചാർട്ട് കോഫ് അലക്ഷ്യമായി പറഞ്ഞു. പിന്നെ അവൻ എന്തോ ചിന്തിക്കാൻ തുടങ്ങി.

യുവാവായ ചാർട്ട്കോഫ് പ്രതിഭാധനനായ കലാകാരനായിരുന്നു. മഹത്തായ പലതും അവന് ചെയ്യാൻ കഴിയും. അവന്റെ ചിത്രങ്ങൾ ചിന്ത യുടെയും പ്രകൃതി നിരീക്ഷണത്തിന്റെയും സാക്ഷ്യങ്ങളാണ്.

"ഇവിടെ ശ്രദ്ധിക്കൂ, എന്റെ സുഹൃത്തേ," അവന്റെ പ്രൊഫസർ ഒന്നിലധികം പ്രാവശ്യം അവനോട് പറഞ്ഞു, "നീ പ്രതിഭാശാലിയാണ്. നീ അത് പാഴാക്കുകയാണെങ്കിൽ വളരെ ലജ്ജാകരമാണ്. നീ വളരെ അക്ഷമനാണ്. എന്തും നിന്നെ ആകർഷിക്കുകയും ചെയ്യും. നീ അതിൽ

മാത്രം താല്‍പ്പര്യം കാണിക്കുന്നതോടുകൂടി നിന്റെ എല്ലാക്കഴിവുകളും വെറുതെയൊക്കും. ഇപ്പോള്‍ നിനക്കത് മനസിലായെന്ന് വരില്ല. നീ ഒരി ക്കലുമൊരു ആകര്‍ഷക ചിത്രകാരനാകരുത്. നിന്റെ ചായമിടല്‍ അത് വ്യക്തമാക്കിയിട്ടുണ്ട്. നീ ഇപ്പോള്‍ ഭംഗിയുള്ള ശൈലിക്ക് പിറകെ പോകു കയാണ്. കാരണം അത് കണ്ണുകളെ പെട്ടെന്ന് ആകര്‍ഷിക്കും. വളരെ ശ്രദ്ധവേണം. ആളുകള്‍ നിന്നെ ശ്രദ്ധിച്ചു തുടങ്ങിയിട്ടുണ്ട്. പളപളാമി ന്നുന്ന തൊപ്പിയും കഴുത്തില്‍ തൂവാലയുമായി നല്ല വേഷം ധരിച്ച് നിന്നെ ഞാന്‍ കാണാറുണ്ട്. ഛായാചിത്രങ്ങളും മറ്റും വരക്കുന്നത് പണത്തിന് വേണ്ടിമാത്രമാണ്. അതുകൊണ്ട് പ്രതിഭ ഇല്ലാതാകും. അത് വികസി ക്കുകയില്ല. വളരെ ക്ഷമയോടെ വര്‍ണശബളിമ ഒഴിവാക്കി ഓരോരച നയും ആലോചിച്ച് ചെയ്യണം. മറ്റുള്ളവര്‍ പണം ഉണ്ടാക്കട്ടെ. നിന്റെ ഇഛാശക്തി നിന്നെ പരാജയപ്പെടുത്തില്ല.

പ്രൊഫസര്‍ പറഞ്ഞത് ഭാഗികമായി ശരിയായിരുന്നു. ചില സമയ ങ്ങളില്‍ ചാര്‍ട്ട്‌കോഫ് സുഖിമാനായിരുന്നു. അവന്റെ യുവത്വം പലതിനും അവനെ പ്രേരിപ്പിച്ചു. പക്ഷേ അവനെ നിയന്ത്രിക്കാനും അവന് അറിയാ മായിരുന്നു. ബ്രഷ് കൈയിലെടുത്താല്‍ അവന്‍ എല്ലാം മറക്കും. ആന ന്ദകരമായ ഒരു സ്വപ്നത്തിലെന്നപോലെ അവനെ അതില്‍നിന്ന് അടര്‍ത്തി മാറ്റാന്‍ കഴിയില്ല. അവന്റെ കലാപരമായ കഴിവുകള്‍ നല്ല വണ്ണം വികസിക്കാന്‍ തുടങ്ങി. പക്ഷേ റാഫേലിന്റെ രചനകളുടെ ആഴ ങ്ങള്‍ അവന് ഇനിയും സംവേദനക്ഷമമമായിട്ടില്ല. പക്ഷേ ഗിഡ്ഡോയുടെ വിശാലവും ദ്രുതഗതിയിലുള്ളതുമായ വരകള്‍ അവനെ വളരെയധികം ആകര്‍ഷിച്ചു. ടിഷ്യന്‍ ഛായചിത്രങ്ങള്‍ക്ക് മുന്നില്‍ അവന്‍ ധ്യാനതിരത നായി നിന്നു. ഫ്ലെമിഷ് ഗുരുക്കന്മാരില്‍ അവന്‍ നിര്‍വൃതി കണ്ടെത്തി. പുരാതന ചിത്രങ്ങളെ മറയ്ക്കുന്ന മൂടുപടം അവയുടെ മുന്നില്‍ നിന്ന് പൂര്‍ണമായും മാഞ്ഞുപോയിട്ടില്ല. പക്ഷേ അവന്‍ അതിലെല്ലാം മറ്റുള്ള വര്‍ക്ക് കാണാന്‍ കഴിയാത്തതെന്തോ കണ്ടു. അതുകൊണ്ട് പഴയകാല ഗുരുക്കന്മാരുടെ ചിത്രകലയിലെ നിഗൂഢമായ കഴിവുകള്‍ വീണ്ടെടുക്കാ നാവാത്ത രീതിയില്‍ നഷ്ടപ്പെട്ടുവെന്ന പ്രൊഫസറുടെ അഭിപ്രായത്തോട് അവന് സ്വകാര്യമായി യോജിക്കാനായില്ല. പത്തൊമ്പതാം നൂറ്റാണ്ട് അവ രുടെ കലാസമ്പ്രദായങ്ങളെ ഗണനീയമായ രീതിയില്‍ മെച്ചപ്പെടുത്തി യെന്ന് അവന് മനസിലായി. അതുകൊണ്ട് പ്രകൃതിയെ വളരെ അടുത്തും തെളിഞ്ഞും സ്പഷ്ടമായും ചിത്രീകരിക്കാന്‍ അവര്‍ക്ക് കഴിഞ്ഞു. ഇത്ത രത്തിലുള്ള ചിത്രങ്ങള്‍ അവനെ ചിലപ്പോഴെല്ലാം ശല്യപ്പെടുത്തിക്കൊ ണ്ടിരുന്നു. അപരിചിതരായ ഫ്രഞ്ചുകാരൊ ജര്‍മന്‍കാരൊ ആയ കലാ കാരന്മാരായിരിക്കാം അവ വരച്ചത്. ചിലപ്പോള്‍ തൊഴില്‍ കൊണ്ട് അവന്‍ ചിത്രകാരന്മാരേ അല്ലായിരിക്കാം. ഒരു പക്ഷേ പരിചയ സമ്പന്നരായ ചായം തേപ്പുകാര്‍ മാത്രമായിരിക്കാം അവര്‍. എങ്കിലും വേഗതയുള്ള അവരുടെ ബ്രഷുകളുടെ ചലനം സൃഷ്ടിച്ച ചായം കൊടുക്കലിന്റെ

സ്പഷ്ടത, അതുണ്ടാക്കിയ പ്രശസ്തി, സമ്പാദിച്ച പണം ഇതൊന്നും തന്നെ തന്റെ ജോലിയിൽ ഏർപ്പെട്ടിരിക്കുമ്പോൾ അവൻ ഓർക്കാറില്ല. ആ സമയത്ത് ഭക്ഷണവും ജലപാനവും മാത്രമല്ല ഈ ലോകം തന്നെയും അവൻ മറന്നുപോകാറുണ്ടായിരുന്നു. പക്ഷേ, വലിയ ആവ ശ്യങ്ങൾ വരുമ്പോൾ ബ്രഷുകളും ചായവും വാങ്ങാൻ കൈയിൽ പണ മില്ലാതെ വരുമ്പോൾ ഒരു ദിവസം പത്തു പ്രാവശ്യമെങ്കിലും മുറി വാടക ആവശ്യപ്പെട്ട് മെരുക്കമില്ലാത്ത വീട്ടുടമസ്ഥൻ വരുമ്പോൾ സർഗധനനായ ഈ കലാകാരന്റെ യോഗം തീവ്രമായ ഭാവനയിലേക്ക് തന്നെ തിരിച്ച് പോകാനായിരിക്കും. ഇങ്ങനെയാണ് ചിന്തകൾകൊണ്ട് റഷ്യൻ മനസു കൾ പ്രശ്നങ്ങൾ തരണം ചെയ്യുക. എല്ലാം ഒരു നിമിഷം കൊണ്ട് വേണ്ടെന്നുവെക്കും. മനസിനെ നിയന്ത്രിച്ച് എല്ലാപ്രശ്നങ്ങളെയും മറി കടക്കും.

വളരെ വിഷമത്തോടെ അവൻ പറഞ്ഞു: "ഇതെല്ലാം വളരെ നല്ല തിന് തന്നെയാണ്. പക്ഷേ ക്ഷമയ്ക്ക് ഒരതിരില്ലേ? നാളെ ഭക്ഷണം കഴി ക്കാനുള്ള പണമെവിടെയാണുള്ളത്? ആരും കടം തരില്ല. ഞാൻ വരച്ച എല്ലാ ചിത്രങ്ങളും വിറ്റാലും ഇരുപത് കോപെക്കുകൾ ആരും തരില്ല. അവ പലരീതിയിലും ഉപയോഗപ്രദമായിട്ടുണ്ട്. അവയൊന്നും തന്നെ വരച്ചത് വെറുതെയായിപ്പോയിട്ടില്ല. അവ ഓരോന്നിൽ നിന്നും ഞാൻ ചിലതെല്ലാം പഠിച്ചിട്ടുണ്ട്. പക്ഷേ അതുകൊണ്ട് എന്ത് ഉപയോഗം? ആദ്യ വര മുതൽ അവസാനം വരെ എല്ലാം പരീക്ഷണങ്ങൾ തന്നെ. എന്റെ പേർപോലും അറിയാതെ അവയൊക്കെ ആര് വാങ്ങാനാണ്? അല്ലെങ്കിൽ പ്രാചീനരീതികൾ പിന്തുടരുന്ന ചിത്രങ്ങൾ ആർക്കാണ് വേണ്ടത്? നമ്മുടെ ജീവിത പരിസരങ്ങളിൽ നിന്നുള്ള ചിത്രങ്ങളും ആത്മാവിന്റെ നൊമ്പരങ്ങൾ ആവിഷ്കരിക്കുന്ന ചിത്രങ്ങളും നികിതയുടെ ഛായാചി ത്രങ്ങളുമൊക്കെ ആരാണ് വാങ്ങുക? സത്യം പറയാമല്ലോ ഏതെങ്കിലും പരിഷ്കൃതനായ ഒരു കലാകാരന്റെ ചിത്രങ്ങൾ വാങ്ങുന്നതായിരിക്കും നല്ലത്. ഞാനെന്തിനാണ് ഇങ്ങിനെ ദുഃഖിക്കുന്നത്? അക്ഷരങ്ങളുമായി ഒരു വിദ്യാർഥിയെപ്പോലെ അധ്വാനിക്കുന്നത്? മറ്റുള്ളവരെപ്പോലെ പണ മുണ്ടാക്കാൻ എനിക്കും കഴിഞ്ഞാൽ ജീവിതം പ്രകാശമാനമാവുക യില്ലേ?"

ഇങ്ങനെ സ്വയം സംസാരിച്ചുകൊണ്ടിരുന്നപ്പോൾ കലാകാരൻ പെട്ടെന്ന് പേടിച്ച് വിറച്ചുപോയി. വികൃതമായ ഏതോ ഒരു മുഖം അവ നെത്തന്നെ ഉറ്റുനോക്കിക്കൊണ്ടിരിക്കുന്നു. അടുത്തുണ്ടായിരുന്ന കാൻവാ സിന്റെ പിറകിൽ നിന്ന് ഒളിഞ്ഞ് നോക്കുന്ന രണ്ട് ഭയപ്പെടുത്തുന്ന കണ്ണു കൾ അവന്റെ മേൽ തറഞ്ഞുനിന്നു. അതിന്റെ മുഖത്ത് ഭീഷണമായ ഒരുതരം നിശബ്ദത നിറഞ്ഞ് നിന്നിരുന്നു. വളരെ പേടിച്ച് അവൻ നികി തയെ വിളിച്ചു. അവൻ മുന്നിലത്തെ മുറിയിൽ കൂർക്കംവലിച്ച് ഉറങ്ങുക യായിരുന്നു. പക്ഷേ, പെട്ടെന്നുതന്നെ അവൻ കരച്ചിൽ നിർത്തി പൊട്ടി

ചിരിക്കാൻ തുടങ്ങി. ഒരു നിമിഷംകൊണ്ട് അവന് പേടി ഇല്ലാതായി. കാരണം അവൻ വാങ്ങിച്ച ഛായാചിത്രമായിരുന്നു അത്. അതിന്റെ കാര്യം അവൻ മറന്നു പോയിരുന്നു. ആ മുറിയിൽ പരന്നുതുടങ്ങിയ നിലാവ് ഛായാചിത്രത്തിനുമേൽ പതിച്ച് അതിന് ജീവനുള്ളതുപോലെ തോന്നിപ്പിച്ചു.

അവൻ ഛായാചിത്രം പരിശോധിക്കാൻ തുടങ്ങി. സ്പോഞ്ച് നനച്ച് അതിന് മീതെ അവൻ പലപ്രാവശ്യം തുടച്ചു. അതിന് മേൽ കട്ടിപിടിച്ച് കിടന്നിരുന്ന പൊടിയും അഴുക്കും ഏതാണ്ട് ഇല്ലാതായി. പിന്നീട് അവൻ അത് മുന്നിലുള്ള ചുവരിൽ തൂക്കി, അതിന്റെ കരവിരുതിനെക്കുറിച്ച് അത്ഭുതപ്പെടാൻ തുടങ്ങി. അതിന്റെ മുഖത്തിന് ഒരു ചൈതന്യം വന്നി രുന്നു. അതിന്റെ കണ്ണുകൾ അവനെ നോക്കുമ്പോൾ അവൻ പേടിച്ച് വി റച്ചുപോയി. പിറകോട്ട് മാറിനിന്നു വളരെ അത്ഭുതത്തോടെ അവൻ പറ ഞ്ഞു: "ഒരു മനുഷ്യന്റെ കണ്ണുകൾ പോലെയുണ്ട്!" വളരെമുമ്പ് അവന്റെ പ്രൊഫസർ പറഞ്ഞ ഒരു കഥ പെട്ടെന്ന് അവന് ഓർമവന്നു. വിഖ്യാത നായ ലിയോനാർഡോ ഡാവിഞ്ചിയുടെ ഏതോ ഒരു ഛായാചിത്രത്തെ പ്പറ്റിയുള്ളതായിരുന്നു അത്. മഹാനായ ആ കലാകാരൻ എത്രയോ വർഷം ആ ചിത്രത്തിന് വേണ്ടി കഠിനാധ്വാനം ചെയ്തു. പക്ഷേ, ഇപ്പോഴും ആ ചിത്രം അപൂർണമായ ഒന്നായിട്ടാണ് കണക്കാക്കുന്നത്. പക്ഷേ, വാസാരി അതിനെപ്പറ്റി പറയുന്നത് ഡാവിഞ്ചിയുടെ പൂർണമായ ഒരു കലാസൃഷ്ടി അതാണെന്നാണ്. ആ ചിത്രത്തിൽ ഏറ്റവും പൂർണ മായത് കണ്ണുകളായിരുന്നു. അവ സമകാലീനരായ ചിത്രകാരന്മാരെ അത്ഭുതപ്പെടുത്തി. കണ്ണുകളിൽ തീരെ കാണാൻ കഴിയാത്ത സിര കൾപോലും കാൻവാസിൽ പകർത്താൻ കഴിഞ്ഞിരുന്നു.

അവന്റെ മുന്നിലുള്ള ഛായാചിത്രത്തിൽ വിലക്ഷണമായ ചിലത് ഉണ്ടായിരുന്നു. അത് യഥാർഥത്തിൽ കലയായിരുന്നില്ല. ഛായാചിത്ര ത്തിന്റെ ചേർച്ച അത് ഇല്ലാതാക്കി. അത് ജീവനുള്ള മനുഷ്യന്റെ കണ്ണു കളായിരുന്നു. അവ ജീവനുള്ള മനുഷ്യനിൽ നിന്ന് ചൂഴ്ന്നെടുത്ത് അവിടെ ഒട്ടിച്ചുവെച്ചതുപോലെ തോന്നി. അവിടെ തെരഞ്ഞെടുത്ത വിഷയം എത്രമാത്രം ഉൽകൃഷ്ടമായാലും ഒരു കലാകാരന്റെ സൃഷ്ടി യുടെ ആത്മാവിനെ ഉൾക്കൊണ്ടുകൊണ്ടുള്ള ആസ്വാദനത്തിന്റെ ഉയർന്ന തലങ്ങൾ ഇല്ലാതാവുന്നു.

വിസ്മയം ജനിപ്പിക്കുന്ന ആ കണ്ണുകൾ ഒരിക്കൽക്കൂടി കാണുന്ന തിന് വേണ്ടി അവൻ ഛായാചിത്രത്തിനരികിലേക്ക് ചെന്നു. അവനെത്ത ന്നെയാണ് അവ ഉറ്റുനോക്കുന്നതെന്ന് ഭയത്തോടെ അവൻ അറിഞ്ഞു. അത് പ്രകൃതിയിൽ നിന്നുള്ള പകർപ്പായിരുന്നില്ല. ജീവിതം തന്നെയാ യിരുന്നു അത്. മരിച്ചുപോയ മനുഷ്യന്റെ ജീവിതം പ്രകാശമാനമാക്കിയ വിചിത്രമായ ഒരു ചിത്രം. ശ്മശാനത്തിൽ നിന്നുള്ള ഉയിർപ്പ് എന്ന് പറ യാം. വിഭ്രാമകമായ ചിന്തകൾക്കൊപ്പം നിലാവിന്റെ പ്രഭാവമായിരിക്കാം

മുറിയിലുള്ള വസ്തുക്കളിൽ അത് വിചിത്രമായ സമാനതകൾ സൃഷ്ടി ച്ചു. യഥാർഥ വസ്തുതകൾക്ക് നേർവിപരീതമായി എന്തൊക്കെയൊ കാര ണങ്ങൾ കൊണ്ട് അവന് പെട്ടെന്ന് പേടിതോന്നി. ഒറ്റക്ക് മുറിയിലിരിക്കു ന്നതിന്റെ കാരണം അവന് നിശ്ചയമില്ലായിരുന്നു. ഛായാചിത്രത്തിനരി കിൽ നിന്ന് അവൻ പിറകോട്ട് മാറി ഒരു വശത്തേക്ക് നിന്നു. ആവു ന്നതും ഛായാചിത്രത്തിന് നേരെ നോക്കാതിരിക്കാൻ ശ്രമിച്ചു. പക്ഷേ അവന്റെ കണ്ണുകൾ അറിയാതെ അതിലേക്ക് തന്നെ പാളിവീണുകൊ ണ്ടിരുന്നു. മുറിയിൽ നടക്കാൻ അവന് പേടിതോന്നിത്തുടങ്ങി. ഓരോ ചുവടിലും അവന് പിറകിൽ ആരോ ഉണ്ടെന്ന് അവന് തോന്നി. ഓരോ നിമിഷവും അവൻ ഭയത്തോടെ തിരിഞ്ഞ് പിറകിലേക്ക് നോക്കി. അവ നൊരിക്കലും ഒരു ഭീരുവായിരുന്നില്ല. പക്ഷേ അവന്റെ ഭാവനാശക്തിയും നാഡികളും വളരെ സംവേദക്ഷമതയുള്ളതായിരുന്നു. അന്നത്തെ സായാ ഹ്നത്തിൽ അവനെ പിടികൂടിയ ഭയത്തിന് ഒരു വിശദീകരണവുമില്ലായി രുന്നു. മുറിയുടെ ഒരു മൂലയിൽ അവൻ ഒറ്റക്കിരുന്നു. പക്ഷേ അപ്പോഴും അവന്റെ ചുമലിലൂടെ മുഖത്തേക്ക് ആരോ ഒളിഞ്ഞുനോക്കുന്നതായി അവന് അനുഭവപ്പെട്ടു. മുന്നിലത്തെ മുറിയിൽ നിന്നുള്ള നികിതയുടെ കൂർക്കംവലി പോലും അവന്റെ ഭയം ഇല്ലാതാക്കിയില്ല. ഒടുവിൽ അവൻ എഴുന്നേറ്റ് കണ്ണുകളുയർത്താതെ മറയ്ക്ക് പിന്നിലേക്ക് നീങ്ങി കിടക്ക യിൽ പോയിക്കിടന്നു. മുറിയിൽ മുഴുവൻ നിലാവ് പരന്നിരിക്കുന്നതും ചുമരിൽ ഛായാചിത്രം വിറങ്ങലിച്ച് തൂങ്ങിക്കിടക്കുന്നതും മറയുടെ വിള്ള ലുകളിലൂടെ അവൻ കണ്ടു. ആ കണ്ണുകൾ അവനെയല്ലാതെ വേറൊന്നും നോക്കാനില്ലെന്ന രീതിയിൽ അവനെത്തന്നെ തറപ്പിച്ച് നോക്കുകയായി രുന്നു. ആ നോട്ടം സഹിക്കാനാവാതെ അവൻ കിടക്കയിൽ നിന്ന് എഴു ന്നേൽക്കാൻ തീരുമാനിച്ചു. ഒരു പുതപ്പെടുത്ത് ഛായാചിത്രത്തിനടുത്ത് ചെന്ന് അത് മൂടിവെച്ചു.

അതിനുശേഷം ആശ്വാസത്തോടെ അവൻ കിടക്കയിൽ പോയി കിട ന്നു. കലാകാരന്മാരുടെ ദരിദ്രവും ദയനീയവുമായ ജീവിതത്തെക്കുറിച്ചും അവന്റെ മുന്നിൽ നീണ്ടു കിടക്കുന്ന മുള്ള് നിറഞ്ഞ പാതയെക്കുറിച്ചും അവൻ ഗാഢമായി ചിന്തിച്ചു. പക്ഷേ, ഈ സമയത്ത് അവനറിയാതെ അവന്റെ കണ്ണുകൾ മറയുടെ വിടവിലൂടെ തുണിയിൽ പൊതിഞ്ഞിരി ക്കുന്ന ഛായാചിത്രത്തിൽ ചെന്നു പതിച്ചു. നിലാവ് തുണിയുടെ തൂവെ ള്ളനിറം വർധിപ്പിച്ചു. ഭയാനകമായ ആ കണ്ണുകൾ തുണിക്കുള്ളിലൂടെ മിന്നുന്നത് അവൻ കണ്ടു. ഭയത്തോടെ അവൻ കാണുന്നതെല്ലാം അസം ബന്ധമാണെന്ന് സ്വയം ബോധ്യപ്പെടുത്താൻ എന്നോണം അവിടേക്ക് തന്നെ തുറിച്ചുനോക്കി. പക്ഷേ ഒടുവിൽ അവൻ നോക്കിയപ്പോൾ അത് മൂടിയ തുണി അവിടെ ഇല്ലായിരുന്നു. ആ ഛായാചിത്രം അനാഛാദനം ചെയ്യപ്പെട്ടിരുന്നു. അവിടെ ഉണ്ടായിരുന്ന എല്ലാ വസ്തുക്കളുടെയും പിറ കിൽ നിന്ന് അവൻ നേരെതന്നെ തുറിച്ച്നോക്കുകയായിരുന്നു അത്. ആ

നോട്ടം അവന്റെ ഹൃദയത്തിലേക്ക് ചൂഴിഞ്ഞിറങ്ങുന്നത്പോലെ അവനു തോന്നി. അവന്റെ ഹൃദയം വിറങ്ങലിച്ചുപോയി. വളരെ ഉൽക്കണ്ഠയോടെ അവൻ ഛായാചിത്രത്തിലേക്ക് നോക്കി. അതിലെ വൃദ്ധൻ ചലിക്കുന്ന തായി അവൻ കണ്ടു. പെട്ടെന്ന് രണ്ട് കൈകൾകൊണ്ടും ചട്ടക്കൂടിൽ ഊന്നിനിന്ന് കൈകൾ കുത്തി ഉയർന്ന് രണ്ട് കാൽപ്പാദങ്ങളും മുന്നോട്ട് വെച്ച് ചിത്രത്തിന്റെ ചട്ടക്കൂടിൽ നിന്നും വൃദ്ധൻ പുറത്തേക്ക് വന്നു. മറ യുടെ വിടവിലൂടെ ഒഴിഞ്ഞ ചട്ടക്കൂട് മാത്രമേ ഇപ്പോൾ കാണാനുള്ളൂ. കാലൊച്ചകൾ മുറിയിൽ പ്രതിധ്വനിച്ച് അത് മറയുടെ സമീപത്തേക്ക് അടുത്തുവന്നു. പാവം കലാകാരന്റെ ഹൃദയമിടിപ്പിന്റെ വേഗത കൂടി. ഏത് നിമിഷവും വൃദ്ധൻ മറയുടെ അടുത്തുവന്ന് അവനെ നോക്കുമെന്നും പേടികൊണ്ട് അവന്റെ ശ്വാസം നിലച്ചുപോകുമെന്നും അവൻ കരുതി. മറയുടെ പിറകിൽ വന്ന് വൃദ്ധൻ വെങ്കലമുഖവും ചുറ്റിത്തിരിയുന്ന വലിയ കണ്ണുകളുമായി ചാർട്ട്കോഫിനെ നോക്കി.

ചാർട്ട്കോഫ് ഉറക്കെക്കരയാൻ ശ്രമിച്ചു. പക്ഷേ ശബ്ദം പുറത്ത് വന്നില്ല. അവൻ ഇളകാൻ ശ്രമിച്ചു. പക്ഷേ അവന്റെ കാൽ ഇളകിയില്ല. വായ തുറന്ന് ശ്വാസമില്ലാതെ ഒഴുകിപ്പറക്കുന്ന വസ്ത്രമണിഞ്ഞ ആ മായാരൂപത്തെ അവൻ നോക്കി. അത് എന്താണ് ചെയ്യാൻ പോകുന്ന തെന്നറിയാൻ അവൻ കാത്തിരുന്നു. ആ വൃദ്ധൻ അവന്റെ പാദങ്ങൾക്ക് സമീപം ഇരുന്നു. പിന്നെ വലിയ വസ്ത്രത്തിന്റെ മടക്കുകളിൽ നിന്ന് എന്തോ വലിച്ചെടുത്തു. അതൊരു പണസഞ്ചിയായിരുന്നു. വൃദ്ധൻ അതിന്റെ കെട്ടുകളഴിച്ചു. അതിന്റെ ഒരറ്റത്തുപിടിച്ച് പതുക്കെ കുടഞ്ഞു. അപ്പോൾ ഭാരമുള്ള നാണയത്തിന്റെ കെട്ടുകൾ ശബ്ദത്തോടെ നില ത്തേക്ക് വീണു. അവ ഓരോന്നും നീലക്കടലാസിൽ പൊതിഞ്ഞതായി രുന്നു. ഓരോന്നിനും മീതെ '1000 ഡ്യൂക്കേറ്റ്സ്' എന്ന് അടയാളപ്പെടു ത്തിയിരുന്നു. വൃദ്ധൻ തന്റെ നീളമുള്ള കുപ്പായക്കൈകൾക്കുള്ളിൽ നിന്ന് മെലിഞ്ഞ കൈകൾ പുറത്തേക്ക് നീട്ടി കെട്ടുകളഴിക്കാൻ തുടങ്ങി. അതിനുള്ളിൽ സ്വർണനാണയങ്ങൾ തിളങ്ങി. അകാരണമായ ഒരു ഭീതി ചാർട്ട്കോഫിനെ ബാധിച്ചു. അവൻ സ്വർണനാണയങ്ങളിൽ മാത്രം ശ്രദ്ധ കേന്ദ്രീകരിച്ച് നിശ്ചലനായി നോക്കിനിന്നു. വീണ്ടും അത് പൊതിയു മ്പോൾ ചെറിയതോതിൽ ഒച്ചയുണ്ടായി. അത് തിളങ്ങിക്കൊണ്ടിരുന്നു. അപ്പോൾ അവന്റെ കട്ടിലിന്റെ കാൽഭാഗത്ത് തലയിണക്കരികിൽ നന്നായി മുറുക്കിക്കെട്ടിയ ഒരു പൊതി അവന്റെ ശ്രദ്ധയിൽപ്പെട്ടു. വളഞ്ഞ് ഒരു വിധം അവൻ അത് കൈക്കലാക്കി. വൃദ്ധൻ അത് ശ്രദ്ധിച്ചോ എന്നറി യാൻ അവൻ ഭയപ്പാടോടെ വൃദ്ധനെ നോക്കി.

പക്ഷേ, എല്ലാം കൈവശമുണ്ടെന്ന് ബോധ്യപ്പെട്ടതിനുശേഷം വൃദ്ധൻ അതെല്ലാം സഞ്ചിയിൽ തിരികെവെച്ചു. അതിനുശേഷം അവനെ ശ്രദ്ധിക്കാതെ മറയുടെ മറുപുറത്തേക്ക് പോയി. അകന്നകന്ന് പോകുന്ന പാദപതനം മുറിയിൽ പ്രതിധ്വനിക്കുന്നത് കേട്ട് ചാർട്ട്കോഫിന് ഹൃദയ

മിടിപ്പ് കൂടി. അവൻ നാണയത്തിന്റെ കെട്ട് മുറുകെ പിടിച്ചു. വീണ്ടും പാദപതനം അടുത്തുവരുന്നത് അവൻ കേട്ടു. ഒരു കെട്ട് നഷ്ടപ്പെട്ടത് വൃദ്ധന് മനസിലായി എന്ന് തോന്നുന്നു. മറയുടെ അരികിൽ നിന്ന് വൃദ്ധൻ അയാളെ നോക്കി. അവൻ ആകെ വിറച്ചു. ചാർട്ട്കോഫ് കെട്ട് മറച്ചുവെ ക്കാൻ ഒരു ശ്രമംനടത്തി നിരാശനായി. അവന്റെ ശരീരം ഒന്ന് ഇളക്കാൻ അവൻ ശ്രമിച്ചു. അവന് അതിന് കഴിഞ്ഞില്ല. അലറി നിലവിളിച്ചുകൊണ്ട് അവൻ ഉറക്കമുണർന്നു.

അവൻ വിയർത്തുകുളിച്ച് ശരീരമാകെ തണുത്തിരുന്നു. അവന്റെ ഹൃദയം അതിശക്തമായി മിടിച്ചു. അവന് നെഞ്ചിൽ സമ്മർദം അനുഭവ പ്പെട്ടു. അത് ഒരു സ്വപ്നമായിരുന്നോ? രണ്ട് കൈകൾ കൊണ്ടും തല താങ്ങിക്കൊണ്ട് അവൻ പറഞ്ഞു. പക്ഷേ സ്വപ്നമെന്നതിലുപരി അതൊരു പ്രേതബാധപോലെ അവനുതോന്നി. അവൻ ഉണരുമ്പോൾ വൃദ്ധൻ ഛായാചിത്രത്തിന്റെ ചട്ടത്തിനുള്ളിലേക്ക് പ്രവേശിക്കുന്നത് അവൻ കണ്ടി രുന്നു. വൃദ്ധന്റെ ഒഴുകിപ്പരക്കുന്ന കുപ്പായത്തിന്റെ കീഴ്ഭാഗം ഇളകിയാ ടുന്നതുപോലും അവൻ കണ്ടു. കുറച്ച് മുമ്പ് ഭാരമുള്ളത് എന്തോ മുറുകെ പ്പിടിച്ചിരുന്ന കൈ അയഞ്ഞതായി അവനുതോന്നി. നിലാവ് മുറിയിൽ പ്രകാശം പരത്തുന്നുണ്ടായിരുന്നു. അവൻ അതിന്റെ ഇരുണ്ട കോണു കളിൽ കാൻവാസുകൾ തെളിഞ്ഞുകണ്ടു. അവിടെ ഉണ്ടായിരുന്ന കൈയുടെ മാതൃകയും വലിച്ചെറിഞ്ഞ തുണികളും അഴുക്ക് പുരണ്ട ബൂട്ടുകളും നിലാവിൽ തെളിഞ്ഞ് കാണുന്നുണ്ടായിരുന്നു. അവൻ കിട ക്കയിൽ കിടക്കുകയല്ലെന്ന് അവന് മനസിലായി. അവൻ ഛായാചിത്ര ത്തിന് മുന്നിൽ നിൽക്കുകയായിരുന്നു. എങ്ങനെയാണ് അവിടെ എത്തി യതെന്ന് അവന് ഒട്ടും മനസിലായില്ല. അതിലും കൂടുതൽ അവനെ അത്ഭു തപ്പെടുത്തിയത് ഛായാചിത്രം മൂടിയ തുണി അവിടെ ഇല്ലായിരുന്നു എന്ന താണ്. ആ തുണി അവിടെയൊന്നും കാണാനുണ്ടായിരുന്നില്ല. പേടിച്ച് അവൻ ഛായാചിത്രത്തിലേക്ക് നോക്കി. ആ ജീവനുള്ള കണ്ണുകൾ അവന്റെ മേൽതന്നെ തറഞ്ഞുനിൽക്കുകയായിരുന്നു. അവന്റെ നെറ്റിയിൽ വിയർപ്പു പൊടിഞ്ഞ് തണുത്ത് ഒഴുകാൻ തുടങ്ങി. അവൻ അവിടെ നിന്ന് മാറിപ്പോകണമായിരുന്നു. പക്ഷേ കാലുകൾ നിലത്ത് ഉറച്ചതുപോലെ അവന് തോന്നി. അപ്പോൾ അതൊരു സ്വപ്നമായിരുന്നില്ലെന്ന് അവന് ബോധ്യം വന്നു. വൃദ്ധന്റെ മുഖം ഇളകാൻ തുടങ്ങി. അവനെ വലിച്ചെടു ക്കാനെന്ന ഭാവത്തിൽ ചുണ്ടുകൾ അവനുനേരെ തുറിച്ചുവന്നു. ഉച്ചത്തിൽ അലറിവിളിച്ച് പിറകോട്ടു മാറി അവൻ ഉറക്കത്തിൽ നിന്ന് ഉണർന്നു.

അതൊരു സ്വപ്നമായിരുന്നോ? നെഞ്ച് പിളരുന്ന രീതിയിൽ അവന്റെ ഹൃദയമിടിപ്പ് വർധിച്ചു. അവൻ രണ്ട് കൈകൾകൊണ്ടും അവനെത്തന്നെ തൊട്ടുഴിഞ്ഞു നോക്കി. അവൻ കിടക്കയിൽത്തന്നെ കിടക്കുകയായിരു ന്നു. അവൻ ഉറങ്ങാൻ കിടന്ന അതേ രീതിയിൽത്തന്നെ. മുന്നിൽ മറയു ണ്ടായിരുന്നു. നിലാവ് മുറിയിൽ നിറഞ്ഞൊഴുകുന്നുണ്ടായിരുന്നു. മറ

യുടെ വിടവിലൂടെ ഛായാചിത്രം കാണാം. അവൻ മൂടിവെച്ചതുപോലെ തന്നെ ഛായാചിത്രം പുതപ്പ് പുതച്ച് നിന്നു. ഇതും ഒരു സ്വപ്നമാണോ? അവൻ സംശയിച്ചു. പക്ഷേ, അവന്റെ ചുരുട്ടിപ്പിടിച്ച മുഷ്ടിയിൽ എന്തോ ഉണ്ടെന്ന് അവനുതോന്നി. അവന്റെ ഹൃദയമിടിപ്പിന്റെ വേഗതകൂടി. നെഞ്ചിലെ ഭാരം അവന് താങ്ങാനായില്ല. അവൻ കണ്ണുകൾ മറയുടെ വിടവിൽ ഉറപ്പിച്ച് നിർത്തി പുതപ്പിച്ച തുണിയുടെ നേരെ അവൻ തറപ്പി ച്ചുനോക്കി. തുണിയുടെ അടിയിൽ നിന്നും കൈകൾ ഇളകുന്നതായും തുണിമാറ്റി വലിച്ചെറിയാൻ ശ്രമിക്കുന്നതായും അവൻ കണ്ടു. "ഈശ്വ രാ, ഇതെന്താണ്?" ഹതാശനായി അവൻ അലറിവിളിച്ചു. പിന്നെ, അവൻ ഉണർന്നു.

ഇതും സ്വപ്നമായിരുന്നോ? എന്താണ് സംഭവിച്ചതെന്നറിയാതെ ഉന്മാദാവസ്ഥയിൽ കിടക്കയിൽ നിന്നും അവൻ ചാടി എഴുന്നേറ്റു. അത് പേടിയോ പനിയോ പ്രേതബാധയോ എന്നവൻ അത്ഭുതപ്പെട്ടു. ഞരമ്പു കളിൽ ഇരമ്പുന്ന രക്തപ്രവാഹത്തെ തടയാൻ ശ്രമിച്ചുകൊണ്ട് ആവു ന്നതും ശാന്തനാവാൻ ശ്രമിച്ചുകൊണ്ട് സാവധാനം അവൻ ജനലിന് സമീപം ചെന്ന് അതുതുറന്നു. ഉള്ളിലേക്കടിച്ച തണുത്തകാറ്റ് അവന് ഉന്മേഷം പകർന്നു. അകലെ വീടുകളുടെ വെള്ളച്ചുമരുകളിലും മേൽക്കൂ രകളിലും നിലാവ് പരന്നുകിടന്നു. ആകാശത്തിലൂടെ മേഘശകലങ്ങൾ ഇടയ്ക്കിടെ കടന്നുപോയി. എല്ലാം നിശബ്ദമായിരുന്നു. അകലെ ഒരു വണ്ടിയുടെ മുരൾച്ച കേൾക്കാം. അവൻ ജനലിലൂടെ തലപുറത്തേക്കിട്ട് അൽപ്പനേരം നോക്കി. പ്രഭാതത്തിന്റെ അടയാളങ്ങൾ ആകാശച്ചെരുവിൽ പരക്കുന്നുണ്ടായിരുന്നു. അവസാനം അവന് ഉറക്കംവന്നു. ജനലുകള ടച്ച് അവൻ കിടക്കയിൽ കയറിക്കിടന്നു. പെട്ടെന്നുതന്നെ അവൻ ഉറ ങ്ങുകയും ചെയ്തു.

പുകയേറ്റ് ശ്വാസം മുട്ടിയതുപോലെ വല്ലാത്ത തളർച്ചയോടെ വളരെ വൈകിയാണ് അവൻ ഉണർന്നത്. അവന് നല്ല തലവേദന അനുഭവപ്പെ ട്ടു. മുറിക്കകത്ത് അരണ്ട പ്രകാശമുണ്ടായിരുന്നു. ജനലിന്റെ വിടവിലൂടെ അകത്തേക്കുവന്ന ഈർപ്പം മുറിയാകെ വ്യാപിച്ചിരുന്നു. എന്തുചെയ്യണ മെന്നറിയാതെ ഒരു നനഞ്ഞ കോഴിയെപ്പോലെ വിഷാദിയായി പഴയദി വാനിൽ അവനിരുന്നു. കണ്ട സ്വപ്നം മുഴുവൻ അവൻ ഓർമിച്ചെടുത്തു. അത് ദുഃസഹമായ ഒരു യാഥാർഥ്യമായി അവനുതോന്നി. കണ്ടതെല്ലാം സ്വപ്നം തന്നെയോ എന്നവൻ അത്ഭുതപ്പെട്ടു. അവനെ സംബന്ധിച്ചിട ത്തോളം തികച്ചും അത് മായക്കാഴ്ചമാത്രമായിരുന്നില്ല. തുണിമാറ്റിയ തിനുശേഷം പകൽവെളിച്ചത്തിൽ ഭയാനകമായ ആ ചിത്രം അവൻ പരി ശോധിച്ചു. അതിന്റെ കണ്ണുകൾ യഥാർഥത്തിൽ ജീവനുള്ളതായി അവന് അനുഭവപ്പെട്ടു. പക്ഷേ, ഭയം ജനിപ്പിക്കുന്നതായി പ്രത്യേകിച്ച് അവയിൽ ഒന്നും ഉണ്ടായിരുന്നില്ല. എങ്കിലും വിവരണാതീതമായ ഒരു തരം അസ ന്തുഷ്ടി അവന്റെ മനസിൽ തങ്ങിനിന്നു. ഭയാനകമായ യാഥാർഥ്യത്തിന്റെ

ഒരംശം അതിൽ ഉള്ളതായി അവനുതോന്നി. നിന്റെ കൂടെ കഴിഞ്ഞ രാത്രി യിൽ ഞാനുണ്ടായിരുന്നു എന്ന ഭാവം വൃദ്ധന്റെ നോട്ടത്തിൽ ഉണ്ടായി രുന്നു. അൽപ്പസമയം മുമ്പ് ആരോ പിടിച്ച് വാങ്ങുന്നതുവരെ കൈക്കു ണ്ടായിരുന്ന ഭാരം ഇപ്പോഴും അനുഭവപ്പെടുന്നതായി അവനുതോന്നി. കുറച്ചുകൂടി മുറുകെ പിടിച്ചിരുന്നുവെങ്കിൽ ഉണർന്നതിന് ശേഷവും ആ പൊതി അവന്റെ കൈയിലുണ്ടാകുമായിരുന്നു.

"ഈശ്വരാ, പൊതിയിലുള്ള പണത്തിന്റെ കുറച്ചുഭാഗം കിട്ടിയിരു ന്നെങ്കിൽ!" അവൻ ദീർഘനിശ്വാസ മുതിർത്തുകൊണ്ട് പറഞ്ഞു. അവന്റെ ഭാവനയിൽ '1000 ഡ്യൂക്കേറ്റുകൾ' എന്നെഴുതിയ നാണയ ത്തിന്റെ കെട്ടുകൾ സഞ്ചിയിൽ നിന്ന് ഒന്നൊന്നായി പുറത്തേക്ക് വീണു കൊണ്ടിരുന്നു. കെട്ടുകൾ തുറന്ന് സ്വർണനാണയങ്ങൾ തിളങ്ങി. അതു വീണ്ടും പഴയതുപോലെ പൊതിയപ്പെട്ടു. ശൂന്യമായ അന്തരീക്ഷത്തി ലേക്ക് നോക്കി നിശ്ചലനായി അവനിരുന്നു. പലഹാരപാത്രത്തിനരികിൽ വായിൽ വെള്ളമൂറി നോക്കിനിൽക്കുന്ന ഒരു കൊച്ചു കുട്ടിയെപ്പോലെ യായിരുന്നു അവൻ. ആ കാഴ്ചയിൽ നിന്ന് മോചിതനാവുവാൻ അവന് കഴിഞ്ഞില്ല.

വാതിലിൽ മുട്ടുകേട്ട് നിരാശയോടെ അവൻ യാഥാർഥ്യത്തിലേക്ക് തിരിച്ചുവന്നു. അപ്പോൾ ഒരു പോലീസുദ്യോഗസ്ഥനുമായി വീട്ടുടമ അക ത്തേക്ക് കയറിവന്നു. അയാളുടെ സാന്നിധ്യം വളരെ അരോചകമായി അവനുതോന്നി. സമ്പന്നനായ അയാൾ യാചകരെപ്പോലെയാണ് പാവ പ്പെട്ടവരെ കാണുക. സെന്റ് പീറ്റേഴ്സ്ബർഗിലും ദൂരെയുള്ള കൊളൊ മ്നയിലും വാസിലിവ്സ്കി ഓസ്ട്രോഫിലുമുള്ള എല്ലാ വീട്ടുടമസ്ഥരും അതുപോലെതന്നെയാണ്. ഉടുത്തുപഴകിയ വസ്ത്രത്തിന്റെ നിറം പോലെ അവരുടെ സ്വഭാവം നിർവചിക്കാൻ പ്രയാസമാണ്. അവരൊക്കെ യുവാവായിരുന്നപ്പോൾ പട്ടാളമേധാവിയും പൊങ്ങച്ചക്കാരനും ചമ്മട്ടികൊ ണ്ടടിക്കുന്നതിൽ വിദഗ്ധനുമായിരുന്നു. അതേസമയം ഒരു സുന്ദരവി ഡ്ഢിയും മായനും ആയിരുന്നു. പക്ഷേ വയസായപ്പോൾ അവന്റെ സ്വഭാ വത്തിൽ മാറ്റംവന്നു. അവന്റെ ഭാര്യ അപ്പോഴേക്കും മരിച്ചിരുന്നു. സർവീ സിൽ നിന്നും വിരമിച്ചവരുടെ കൂട്ടത്തിൽ അവന്റെ പേര് ചേർത്തിരുന്നു. ഇപ്പോൾ ആത്മപ്രശംസക്ക് നേരമില്ല. അവൻ നല്ലവേഷം ധരിക്കാറില്ല. ആരോടും ശണ്ഠകൂടാറില്ല. പക്ഷേ അവൻ എപ്പോഴും ചായ കുടിച്ചുകൊ ണ്ടിരുന്നു. അതിനെപ്പറ്റി എന്തെങ്കിലും അസംബന്ധങ്ങൾ എഴുന്നള്ളി ക്കുകയും ചെയ്തു. മുറിയിൽ അങ്ങോട്ടുമിങ്ങോട്ടും അവൻ നടന്നു കൊണ്ടിരുന്നു. ഇതിനിടയിൽ താഴെ വീണുകിടക്കുന്ന മെഴുതിരിക്കഷ്ണ ങ്ങൾ വൃത്തിയായി പെറുക്കി വെച്ചുകൊണ്ടിരുന്നു. വളരെ കൃത്യത യോടെ വാടകക്കാരെ വിളിച്ച് അവൻ പണമാവശ്യപ്പെട്ടു. കൈയിൽ താക്കോൽക്കൂട്ടവുമായി വീടിന് മുകളിലേക്ക് അവൻ നോക്കിനിൽക്കു ന്നത് കാണാം. കാവൽക്കാരനെ അവൻ ഉറങ്ങുന്ന സ്ഥലത്തുചെന്ന് ചില

പ്പോൾ അവൻ ഓടിച്ചു. ചുരുക്കിപ്പറഞ്ഞാൽ അവൻ എല്ലാവിധത്തിലും സർവീസിൽ നിന്നും വിരമിച്ചവരുടെ കൂട്ടത്തിൽപ്പെട്ട ഒരാളായിരുന്നു. കുഴപ്പം പിടിച്ച സംസ്കാരമില്ലാത്ത ഒരു ജീവിതത്തിനുശേഷം അവനിൽ ബാക്കിയായത് കുറേ ദുശ്ശീലങ്ങൾ മാത്രമായിരുന്നു.

"നിങ്ങൾ കേൾക്കണം, വാരുവ് കുസ്മിച്ച്." പോലീസ് ഓഫീസർക്ക് നേരെ തിരിഞ്ഞ് വീട്ടുടമ പറഞ്ഞു. അയാൾ കൈകൾ വായുവിലേക്ക് ഉയർത്തിവീശി "ഈ മനുഷ്യൻ ഇതുവരെ വാടക തന്നിട്ടില്ല."

"പണം ഇല്ലാത്തപ്പോൾ ഞാൻ എങ്ങനെയാണ് വാടക തരിക? നിങ്ങൾ കുറച്ച് കാത്തിരിക്കണം, ഞാൻ തരാം."

"എന്റെ ചങ്ങാതീ, കാത്തിരിക്കാനാവില്ല." കൈയിലുണ്ടായിരുന്ന താക്കോൽ കാണിച്ചുകൊണ്ട് ദേഷ്യത്തോടെ അയാൾ പറഞ്ഞു: "ലഫ്ട നന്റ് കേണൽ പോട്ടോ ഗോൻകിൻ ഏഴുകൊല്ലം എന്നോടൊപ്പം താമ സിച്ചു. തികച്ചും ഏഴുകൊല്ലം അന്നപെട്രോവ്ന ബുച്ച്മിസ്ട്രോഫ് വണ്ടി വെക്കുന്ന ഷെഡ്ഡും കുതിരപന്തിയും വാടകയ്ക്കെടുത്തു. രണ്ടു മുറിക ളൊഴികെ ബാക്കിയെല്ലാം വീട്ടുവേലക്കാരാണ്. എന്റെ വാടകക്കാരെല്ലാം നല്ലവരാണ്. ഇത് ആരും വാടകക്കെടുക്കാത്ത സ്ഥലമൊന്നുമല്ല."

"നീ പെട്ടെന്ന് വാടകതരണം, അല്ലെങ്കിൽ ഒഴിഞ്ഞുതരണം."

"നിങ്ങൾ മുറികൾ വാടകക്കെടുത്തതാണെങ്കിൽ പെട്ടെന്ന്തന്നെ പണമടക്കണം." തല ചെരിച്ച് യൂണിഫോമിന്റെ കുടുക്കിൽ പിടി ച്ചുകൊണ്ട് പോലീസുദ്യോഗസ്ഥൻ പറഞ്ഞു.

"കാര്യം നല്ലതു തന്നെ, എത്രയാണ് ഞാൻ കൊടുക്കാനുള്ളത്? എന്റെ കൈയിൽ ഒരു ചില്ലിക്കാശുമില്ല."

"അങ്ങിനെയാണെങ്കിൽ തൊഴിലിൽ നിന്നുള്ള വരുമാനം ഇവാൻ ഇവാനോവിച്ചിന് അധികാരപ്പെടുത്തിക്കൊടുത്താൽ മതി." പോലീസു കാരൻ പറഞ്ഞു. "ഒരു പക്ഷേ നിങ്ങളുടെ ചിത്രങ്ങൾ വാങ്ങുന്നത് അവന് സമ്മതമാകും."

"വേണ്ടാ, നന്ദി ചങ്ങാതീ, ചിത്രങ്ങൾ വേണ്ട. ചിത്രങ്ങൾ ദൈവീക മായ വിഷയങ്ങൾ സംബന്ധിച്ചതാണെങ്കിൽ ചുമരിൽ തൂക്കാൻ കൊള്ളാം. അല്ലെങ്കിൽ നക്ഷത്രങ്ങൾ പതിച്ച ജനറൽമാരുടെ ചിത്രങ്ങളോ കുട്സോഫ് രാജകുമാരന്റെ ഛായാചിത്രമോ ആയിരുന്നെങ്കിൽ കൊള്ളാ മായിരുന്നു. പക്ഷേ ഇയാൾ വരച്ചത് ചായം കൂട്ടികൊടുക്കുന്ന സേവക ന്റെ ചിത്രമാണ്. ഇവൻ തെരഞ്ഞെടുത്ത വിഷയം വളരെ വിലകുറഞ്ഞ താണ്. ഇവന് ശരിക്കും അടികൊള്ളണം. തെമ്മാടി, വാതിലിന്റെ ഓടാ മ്പലിന്റെ ആണികളെല്ലാം ഇവൻ ഊരിയെടുത്തു. മുറിയുടെ ചുവരുക ളിൽ വരച്ചിട്ടിരിക്കുന്നത് എന്തെല്ലാമാണെന്ന് കണ്ടില്ലേ. മുറി വൃത്തിയായി സൂക്ഷിച്ചാൽ മാത്രം മതിയായിരുന്നു. പക്ഷേ അവനുകിട്ടിയ ചവറുക ളെല്ലാം ഇവിടെ കൂട്ടിയിട്ടിരിക്കുകയാണ്. മുറി എത്ര വൃത്തികേടാക്കി കളഞ്ഞു എന്ന് നോക്കൂ. നിങ്ങളൊന്ന് മനസിലാക്കണം. ഏഴുകൊല്ല

ത്തോളം എന്നോടൊപ്പം താമസിച്ച വാടകക്കാരുണ്ട്. ലഫ്ടനന്റ് കേണൽ, അന്ന പെട്രോവ്ന ബുച്ച്മിസ്ട്രോഫ്. വേണ്ട, ഒരുകാര്യം ഞാൻ പറ യാം. ഒരു ചിത്രകാരനേക്കാൾ മോശക്കാരനായ വാടകക്കാരനില്ല. അവൻ പന്നിയെപ്പോലെയാണ് ജീവിക്കുക. ഈശ്വരൻ അവനെ കാത്ത് കൊള്ളട്ടെ!"

പാവം കലാകാരൻ ക്ഷമയോടെ ഇതെല്ലാം കേൾക്കേണ്ടിവന്നു. ഈ സമയത്ത് പോലീസുകാരൻ അവന്റെ ചിത്രങ്ങളും വരകളും പരിശോ ധിക്കുകയായിരുന്നു. അയാളുടെ മനസ്സ് വീട്ടുടമയുടേതിനേക്കാൾ പുരോ ഗമിച്ചതായിരുന്നു. അവിടെ ഉണ്ടായിരുന്ന ചിത്രങ്ങൾ അവന് ആസ്വദി ക്കാൻ കഴിയുന്നുണ്ട്.

"വളരെ നന്നായിട്ടുണ്ട്." ഒരു കാൻവാസിൽ തൊട്ടുകൊണ്ട് പോലീ സുകാരൻ പറഞ്ഞു. അതിൽ ഒരു സ്ത്രീയുടെ നഗ്നചിത്രം വരച്ചുവെച്ചി രുന്നു. "ഇത് ജീവത്തായ വിഷയമാണ്. പക്ഷേ മൂക്കിന് താഴെ എന്താണ് അധികം കറുപ്പുനിറം? അവൾ മൂക്കിൻപൊടി ഉപയോഗിച്ചിരുന്നോ?"

"അത് നിഴലാണ്." ചാർട്ട്കോഫ് അവന് നേരെ നോക്കി ഉത്തരം പറഞ്ഞു.

"പക്ഷേ, അവിടെയായിരുന്നില്ല അത് ഇടേണ്ടത്. മൂക്കിനടിയിൽ അത് സ്പഷ്ടമായി കാണാം." പോലീസ് ഉദ്യോഗസ്ഥൻ നിരീക്ഷിച്ചു. "ഇത് ആരെപ്പോലെയുണ്ട്?" അവൻ തുടർന്നു, പിന്നെ വൃദ്ധന്റെ ഛായാചി ത്രത്തെ സമീപിച്ചു. "ഇത് വളരെ ഭയപ്പെടുത്തുന്നതാണ്. അവൻ യഥാർഥത്തിൽ ഭയാനകനാണോ? അവനെന്താണ് ഒരാളെത്തന്നെ നോക്കുന്നത്? ആരെ മാതൃകയാക്കിയാണ് ഇത് വരച്ചത്?"

"അതൊരു............" ചാർട്ട്കോഫ് ഇത്രയും പറഞ്ഞു. പക്ഷേ വാചകം പൂർത്തിയാക്കുന്നതിനുമുമ്പ് എന്തോ പൊട്ടുന്ന ശബ്ദം അവൻ കേട്ടു. പോലീസുദ്യോഗസ്ഥൻ ഛായാചിത്രത്തിന്റെ ചട്ടയിൽ കൈകൊണ്ട് അമർത്തിയതായിരുന്നു. ആ ഭാഗം പൊട്ടിയടർന്നു നിലത്ത് വീണു. അത് വളരെ ഒച്ചയോടെയാണ് നിലത്ത് വീണത്. അതിന്റെ കൂടെ ഒരു നീല ക്കടലാസ് പൊതിയും ഉണ്ടായിരുന്നു. അതിൽ എഴുതിവെച്ച '1000 ഡ്യൂക്കേറ്റ്സ്' എന്നത് ചാർട്ട്കോഫ് കണ്ടു. അവൻ പെട്ടെന്ന് തന്നെ മുന്നോട്ടാഞ്ഞ് അത് എടുത്ത് കൈയിൽ പിടിച്ചു, അതിന് നല്ല ഭാരമു ണ്ടായിരുന്നു.

"നാണയങ്ങൾ വീഴുന്ന ശബ്ദം കേട്ടോ?" പോലീസുകാരൻ അന്വേ ഷിച്ചു. നിലത്ത് വീണ നാണയങ്ങളുടെ ശബ്ദം അയാൾ കേട്ടിരുന്നു. പക്ഷേ അത് കണ്ടിരുന്നില്ല. അത്രയും വേഗത്തിൽ ചാർട്ട്കോഫ് അത് കൈക്കലാക്കി കഴിഞ്ഞിരുന്നു.

"എന്റെ മുറിയിൽ നിങ്ങൾക്കെന്താണ് കാര്യം?"

"ഇതെന്റെ ജോലിയാണ്, കാരണം വീട്ടുടമസ്ഥന് നീ വാടകകൊ ടുത്തിട്ടില്ല. അത് പെട്ടെന്നുതന്നെ കൊടുക്കണം. നിന്റെ കൈയിൽ ആവ ശ്യത്തിന് പണമുണ്ടല്ലോ? അതാണ് ഞാൻ വന്നത്."

"അതേ, ഞാൻ ഇന്നുതന്നെ കൊടുക്കാം."

"നല്ലതുതന്നെ, വീട്ടുടമസ്ഥനെ ബുദ്ധിമുട്ടിക്കാതെ നേരത്തേതന്നെ എന്താണ് കൊടുക്കാതിരുന്നത്. പോലീസിന് എന്തിനാണ് പണിയുണ്ടാ ക്കുന്നത്?"

"കാരണം ഈ പണം ഞാൻ തൊടില്ലെന്ന് വെച്ചതാണ്. ഇന്ന് വൈകുന്നേരത്തേക്ക് എല്ലാം കൊടുത്തു തീർക്കാം. നാളെ മുറി ഒഴിഞ്ഞു കൊടുക്കുകയും ചെയ്യാം. ഇങ്ങനെയുള്ള വീട്ടുടമസ്ഥനുമായി ഒത്തുപോ വാൻ എനിക്കാവില്ല."

"നോക്കൂ, ഇവൻ ഇവനോവിച്ച്, ഇവൻ പണം തരും." വീട്ടുടമ സ്ഥൻ നേരെ തിരിഞ്ഞ് പോലീസുകാരൻ പറഞ്ഞു. "ഇന്ന് വൈകുന്നേ രമാകുമ്പോഴേക്കും എല്ലാം ഒത്തുതീർപ്പാക്കിയില്ലെങ്കിൽ, ചിത്രകാരാ നീയെന്നോട് ക്ഷമിക്കേണ്ടിവരും." ഇത്രയും പറഞ്ഞ് മൂന്നു കോണുക ളുള്ള തൊപ്പിയെടുത്ത് വെച്ച് അയാൾ മുൻവശത്തെ മുറിയിലേക്ക് നട ന്നു. എന്തോ ആലോചിച്ച് തലതാഴ്ത്തി വീട്ടുടമസ്ഥനും അയാളെ അനു ഗമിച്ചു.

"ഈശ്വരാ, നന്ദി അവർപോയി!" ചാർട്ട്കോഫ് പറഞ്ഞു. മുൻവ ശത്തെ മുറിയുടെ പുറത്തേക്കുള്ള വാതിൽ അടയുന്ന ശബ്ദം അവൻ കേട്ടു. അവൻ മുൻവശത്തെ മുറിയിലേക്ക് എത്തിനോക്കി. പിന്നെ നികിതയെ പുറത്തേക്ക് അയച്ചു. അവൻ മാത്രം മുറിയിൽ തനിച്ചായി വാതിലടച്ചു. തിരിച്ചുവന്നു അവൻ കെട്ടഴിക്കാൻ തുടങ്ങി.

തീപോലെ തിളങ്ങുന്ന ഡ്യൂക്കേറ്റുകളായിരുന്നു അതിൽ. വളരെ അടുത്ത് സ്വർണക്കൂമ്പാരത്തിന് മുന്നിൽ അവൻ ഇരുന്നു. അവൻ സ്വയം ചോദിച്ചു: "ഇതെല്ലാം സ്വപ്നമാണോ?" ആ പൊതിയിൽ ആയിരം ഡ്യൂക്കേറ്റുകളുണ്ടായിരുന്നു. പൊതിയുടെ പുറംഭാഗം അവൻ സ്വപ്ന ത്തിൽ കണ്ടതുപോലെ തന്നെയായിരുന്നു. അവൻ അത് തിരിച്ചും മറിച്ചും നോക്കി വളരെനേരം ഇരുന്നു. പിതാമഹന്മാർ അനന്തരാവകാശിക്കായി നീക്കിവെച്ച ഇത്തരം നിധികളെക്കുറിച്ചുള്ള കഥകൾ, അവൻ ഓർമിച്ചു. പിന്നെ ഇങ്ങനെ ചിന്തിച്ചു. 'ഇപ്പോൾ കിട്ടിയ സ്വർണനാണയങ്ങൾ ഒരു വലിയച്ഛൻ തന്റെ പൗത്രനുവേണ്ടി ഛായാചിത്രത്തിന്റെ ചട്ടയിൽ രഹ സ്യമായി സൂക്ഷിച്ചസമ്മാനമാണോ?' ഇതൊക്കെ തന്റെ ഭാഗ്യമാണെന്ന് അവനുതോന്നി. ഛായാചിത്രവുമായി നേരിട്ട് അവന് യാതൊരുബന്ധ വുമില്ല. എന്നാൽ അത് വാങ്ങിയതിൽ എന്തോ ദൈവഹിതമുണ്ടുതാനും.

അവൻ ഛായാചിത്രത്തിന്റെ ചട്ട പരിശോധിക്കാൻ തുടങ്ങി. അതിന്റെ ഒരു ഭാഗത്ത് അറ തുറന്നുവെച്ചിരുന്നു. പക്ഷേ ഒരു മരക്കഷ്ണം കൊണ്ട് വളരെ വിദഗ്ധമായി അത് മറച്ചുവെച്ചിരുന്നു. ഒരു വേള പോലീ സുകാരന്റെ കൈകൊണ്ട് അത് ഒടിഞ്ഞില്ലായിരുന്നുവെങ്കിൽ ഡ്യൂക്കേ റ്റുകൾ അനേകംകാലം ആരും കാണാതെ അവിടെത്തന്നെ കിടക്കുമാ യിരുന്നു. ഛായാചിത്രകാരന്റെ അസാമാന്യമായ കരവിരുതും അതിന്റെ

കണ്ണിന്റെ പരിചരണവും കണ്ട് അവന് വീണ്ടും വളരെ അത്ഭുതംതോ
ന്നി. ഇപ്പോൾ ആ കണ്ണുകൾ ഭയപ്പെടുത്തുന്നതായി അവന് തോന്നിയി
ല്ല. പക്ഷേ, അത് നോക്കിയപ്പോൾ വളരെ അരോചകമായി അവന് അനു
ഭവപ്പെട്ടു.

"താങ്കൾ ആരുടെ പിതാമഹനായാലും തരക്കേടില്ല. ഞാൻ താങ്ക
ൾക്ക് ഒരു ചില്ലിടും. ചട്ടത്തിന് നിറം കൊടുക്കും." അവൻ പറഞ്ഞു.
അവന്റെ മുന്നിലെ സ്വർണക്കുമ്പാരത്തിൽ അവൻ കൈവെച്ചു. അവന്റെ
ഹൃദയമിടിപ്പുകൂടി. "ഞാൻ ഇതുകൊണ്ട് എന്ത് ചെയ്യും?" അവൻ സ്വയം
ചോദിച്ചു. "ഏറ്റവും കുറഞ്ഞത് മൂന്നു കൊല്ലത്തേക്കെങ്കിലും ഞാൻ
മറ്റൊരു ജോലിയും ചെയ്യേണ്ട. മുറിയിൽത്തന്നെയിരുന്ന് ചിത്രം വരക്കാം.
താമസത്തിനും ഭക്ഷണത്തിനും ചായങ്ങൾ വാങ്ങാനും എനിക്ക് പണ
മുണ്ട്. ആരും എന്നെ ബുദ്ധിമുട്ടിക്കാൻ വരില്ല. എനിക്ക് ഒരു നല്ല ആൾ
രൂപം വാങ്ങാം. തലയില്ലാത്ത ഉടൽ വാങ്ങാം. മാതൃകക്കാലുകൾ
വാങ്ങാം. വീനസ് പ്രതിമ വാങ്ങാം, നല്ല ചിത്രങ്ങളുടെ മുദ്രണങ്ങൾ
വാങ്ങാം. വളരെ തിരക്കൊന്നും കൂടാതെ വിൽക്കാനല്ലാതെ തൃപ്തനാ
കുന്നത് വരെ മൂന്നുവർഷം ചിത്രം വരക്കാം. അങ്ങനെ എല്ലാവരെയും
അതിശയിപ്പിച്ച് ഞാനൊരു സമുന്നതനായ കലാകാരനാകും.

ഏകാന്തതയിലിരുന്ന് അവൻ ഇങ്ങനെയാണ് ആദ്യം ചിന്തിച്ചത്.
പക്ഷേ അവന്റെ ഉള്ളിൽ മറ്റൊരുചിന്തകൂടി ഉണ്ടായിരുന്നു. ഒരിക്കൽക്കൂടി
സ്വർണക്കുമ്പാരം നോക്കിയപ്പോൾ ഇരുപത്തിരണ്ട് തികഞ്ഞ ആ യുവാവ്
ചിന്തിച്ചത് അങ്ങനെയായിരുന്നില്ല. അവൻ അസൂയയോടെയും ആർത്തി
യോടെയും നോക്കിനിന്ന സാധനങ്ങളെല്ലാം അവനിപ്പോൾ കയ്യെ
ത്താനാവുന്ന അകലത്തിലുണ്ട്. അതിനെപ്പറ്റി ചിന്തിച്ചപ്പോൾ അവന്റെ
ഹൃദയമിടിപ്പിന്റെ വേഗതകൂടി. അവന് ഭംഗിയുള്ള വസ്ത്രങ്ങൾ ധരിക്ക
ണം, സുഖങ്ങൾ അനുഭവിക്കണം, നല്ല വീടു വേണം, നാടകങ്ങൾ കാണ
ണം, മധുരപലഹാരങ്ങൾ വാങ്ങിത്തിന്നണം. അങ്ങനെ പലതിനും അവൻ
കൊതിച്ചു. സ്വർണനാണയങ്ങളെടുത്ത് ഒരുനിമിഷംകൊണ്ട് അവൻ
തെരുവിലെത്തി.

ആദ്യം തയ്യൽക്കാരന്റെ അടുത്താണ് അവൻ പോയത്. പുതിയ
വസ്ത്രങ്ങൾ ധരിച്ചിരുന്നു അയാൾ. ചാർട്ട്കോഫ് ഒരു കുട്ടിയെപ്പോലെ
അത് നോക്കിനിന്നു. സുഗന്ധദ്രവ്യങ്ങളും മുടിയിൽ തേക്കാനുള്ള എണ്ണ
കളും അവൻ വാങ്ങി. കണ്ണാടികളും ചില്ലുപാത്രങ്ങളുമുള്ള ഒരു വീട്
നെവ്സ്കിയിൽ വാടകക്കെടുത്തു. വിലയെക്കുറിച്ച് ചിന്തിക്കാതെ ഇഷ്ടം
പോലെ അവൻ സാധനങ്ങൾ വാങ്ങി. വിലയുള്ള കണ്ണടകളും നെക്ടെ
യ്യുകളും അതിൽപ്പെടുന്നു. ബാർബറുടെ അടുത്തുചെന്ന് അവൻ മുടി
ചുരുട്ടിപ്പിച്ചു. നഗരത്തിലൂടെ വെറുതേ രണ്ടുവട്ടം കറങ്ങി. പലഹാരക്കട
യിൽ കയറി വയറുനിറയെ ഭക്ഷിച്ചു. ഒരു ഫ്രഞ്ച് റെസ്റ്റോറന്റിൽ കയറി
ച്ചെന്നു. ചൈനീസ് ചക്രവർത്തിമാരെ മാത്രമേ അവിടെ സ്വീകരിക്കുക

യുള്ളൂ എന്നവൻ കേട്ടിരുന്നു. അവിടെയിരുന്ന് അവൻ ഭക്ഷണം കഴി
ച്ചു. അവിടെയുള്ള മറ്റ് സന്ദർശകരെ അവൻ ആത്മാഭിമാനത്തോടെ
നോക്കി. കണ്ണാടിയെടുത്ത് മുടിച്ചുരുളുകൾ അവൻ നേരെയാക്കി. ഒരു
കുപ്പി ഷാംപൈൻ അവൻ വാങ്ങിക്കുടിച്ചു! അതുവരെ അതിന്റെ പേര്
അവൻ കേട്ടിട്ട് മാത്രമേ ഉണ്ടായിരുന്നുള്ളൂ. വീഞ്ഞ് നല്ലവണ്ണം അവന്റെ
തലക്ക് പിടിച്ചു. ധൈര്യത്തോടെ തലയുയർത്തിപ്പിടിച്ച് അവൻ തെരുവി
ലൂടെ നടന്നു. കണ്ണട നേരെയാക്കി അവൻ എല്ലാവരെയും നോക്കി. പാല
ത്തിന് സമീപം എത്തിയപ്പോൾ അവന്റെ മുമ്പത്തെ പ്രൊഫസറെ അവൻ
കണ്ടു. അദ്ദേഹത്തെ കണ്ടില്ലെന്ന മട്ടിൽ അവൻ ഒഴിഞ്ഞുമാറി നടന്നു.
ഇതുകണ്ട് ചോദ്യഭാവത്തിൽ അദ്ദേഹം അൽപ്പനേരം പാലത്തിന് മുക
ളിൽ തരിച്ച് നിന്നുപോയി.

അതേദിവസം വൈകുന്നേരം അവൻ വരച്ചചിത്രങ്ങളടക്കം എല്ലാ
സാധനങ്ങളും പുതിയ താമസസ്ഥലത്തേക്ക് കൊണ്ടുപോയി. അവയിൽ
ചിലത് യോജിച്ച സ്ഥലങ്ങളിൽ അടുക്കിവെച്ചു. മോശമായതെല്ലാം ഒരു
മൂലയിൽ വലിച്ചെറിഞ്ഞു. അവൻ അവിടത്തെ മനോഹരമായ മുറിക
ളിൽ മുകളിലോട്ടും താഴോട്ടും കയറിയിറങ്ങി. ഇടതടവില്ലാതെ കണ്ണാടി
കളിൽ നോക്കി. ധൈര്യപൂർവം എല്ലാം നേരിടാനും ജനങ്ങൾക്ക് മുന്നിൽ
സ്വയം കാണിക്കാനുമുള്ള അടങ്ങാത്ത ആഗ്രഹം അവനുണ്ടായി. ഉണ്ടാ
കാൻ പോകുന്ന കോലാഹലങ്ങൾ അവൻ മനസിൽക്കണ്ടു. ചിത്രങ്ങൾ
വരക്കുന്ന ചാർട്ട്കോഫ് പ്രതിഭാശാലിയാണെന്ന് എല്ലാവരും പറയും.
അവൻ സന്തോഷത്തോടെ മുറിയിൽ ചുവടുകൾ വെച്ചു.

പിറ്റേദിവസം പത്ത് ഡ്യൂക്കേറ്റുകളെടുത്ത് അവൻ പ്രസിദ്ധമായ ഒരു
പത്രത്തിന്റെ എഡിറ്ററുടെ അടുത്തുചെന്നു. പത്രപ്രവർത്തകൻ അവനെ
സന്തോഷത്തോടെ സ്വീകരിച്ചു. ബഹുമാന്യനായ സാർ എന്ന് വിളിച്ചു
കൊണ്ട് അവനെ ഇരുത്തി. എന്നിട്ട് അവന്റെപേര്, ജനനസ്ഥലം താമസം
മുതലായവ ചോദിച്ചറിഞ്ഞു. അതിന് അടുത്തദിവസം പത്രത്തിൽ മെഴു
കുതിരി പരസ്യത്തിന് താഴെപ്പറയുന്ന തലവാചകത്തിൽ ഒരു വാർത്ത
അച്ചടിച്ചുവന്നു.

ചാർട്ട്കോഫ് എന്ന അളവറ്റ പ്രതിഭാശാലി

എല്ലാ വിധത്തിലും ഉജ്വലം എന്ന് പറയാവുന്ന ഒരു കണ്ടുപി
ടിത്തംകൊണ്ട് തലസ്ഥാനത്തെ സംസ്കാരസമ്പന്നരായ ജന
ങ്ങളെ സന്തോഷിപ്പിക്കാൻ ഞങ്ങൾ ആഗ്രഹിക്കുകയാണ്. നമ്മുടെ
യിടയിൽ ധാരാളം സുന്ദരന്മാരും സുന്ദരികളുമുണ്ടെന്നകാര്യം
എല്ലാവരും അംഗീകരിക്കുന്ന കാര്യമാണ്. പക്ഷേ ഭാവി തലമു
റക്ക് വേണ്ടി അത് കാൻവാസിലേക്ക് പകർത്താൻ പറ്റിയ ചിത്ര
കാരന്മാർ ഇതുവരെ ഇല്ലായിരുന്നു. ആ ആവശ്യം ഇന്ന് പൂർത്തീ
കരിക്കപ്പെട്ടിരിക്കുകയാണ്. അത്യാവശ്യമായ ഈ കഴിവുകളെല്ലാം

ഒത്തിണങ്ങിയ ഒരു കലാകാരൻ നമുക്കിടയിലുണ്ട്. ഇന്നുമുതൽ സൗന്ദര്യം അതിന്റെ മാറ്റുകുറയാതെ വരച്ചെടുക്കാൻ കഴിയുമെന്ന് ഞങ്ങൾ ഉറപ്പുനൽകുന്നു. കുടുംബത്തിലെ പ്രതാപികളായ കാര ണവന്മാർക്ക് അവരെ കുടുംബാംഗങ്ങൾക്കൊപ്പം വരയ്ക്കാം. കച്ച വടക്കാരേ, യോദ്ധാക്കളേ, നഗരവാസികളേ, രാഷ്ട്രതന്ത്രജ്ഞ ന്മാരേ നിങ്ങൾ വേഗം വരിക. നമ്മുടെ ചിത്രകാരന്റെ സ്ഥാപനം വാൻഡിക്കിന്റെ അല്ലെങ്കിൽ ടിതിയാന്റേതിനു സമാനമായ ഛായാ ചിത്രങ്ങൾകൊണ്ട് അലങ്കരിച്ചിരിക്കുന്നു. മൗലികമായ രചനകളോ ടുള്ള സാമ്യംകൊണ്ടും സത്യസന്ധതകൊണ്ടും ചായമിടലിന്റെ പുതുമയും പകിട്ടും കൊണ്ടും ഏതാണ് നമുക്കിഷ്ടപ്പെടുകയെ ന്നറിയില്ല. ചിത്രകാരാ, നിന്റെ കഴിവുകൾ അപാരം തന്നെ. നീ ഭാഗ്യമുള്ളവനാണ്. ആൻഡ്രെപെട്രോവിച്ച് നീ എല്ലാവരാലും സ്തുതിക്കപ്പെടട്ടെ. നിനക്ക് അർഹമായ സമ്മാനങ്ങൾ ഞങ്ങൾ തരും. നിന്റെ ചില സഹചിത്രകാരന്മാർ നിനക്കെതിരായേക്കാമെ ങ്കിലും നിനക്ക് അർഹമായത് ലഭിക്കാതിരിക്കില്ല.

ചാർട്ട്കോഫ് വളരെ ആത്മസംതൃപ്തിയോടെ ഈ പത്രവാർത്ത വായിച്ചു. സന്തോഷം കൊണ്ട് അവന്റെ മുഖം തിളങ്ങി. അവനെക്കുറിച്ച് പത്രത്തിൽ അച്ചടിച്ച് പ്രസിദ്ധീകരിച്ചിരിക്കുകയാണ്. അവന് വളരെ പുതു മതോന്നി. അവൻ ആ വരികൾ പലവട്ടം വായിച്ചു. വാൻഡിക്കിനോടും ടിതിയാനോടും താരതമ്യം ചെയ്തുതന്നെ പുകഴ്ത്തിയിരിക്കുന്നു. 'ആൻഡ്രെ പെട്രോവിച്ച് നീ സ്തുതിക്കപ്പെടട്ടെ' എന്ന വാചകം അവന് വളരെ ഇഷ്ടപ്പെട്ടു. ക്രിസ്തീയ പിതൃനാമത്തിൽ അവനെ അഭിസംബോ ധന ചെയ്തത് അവൻ പ്രതീക്ഷിക്കാത്ത ബഹുമതിയായിരുന്നു. അവൻ ഉത്സാഹത്തോടെ മുറിയിൽ നടന്നു. പിന്നെ കസേരയിൽ ഇരുന്നു. അവിടെ നിന്ന് ചാടിയെഴുന്നേറ്റുമാറി സോഫയിലിരുന്നു. ഈ സമയത്തെല്ലാം അവൻ സ്ത്രീകളും പുരുഷന്മാരുമടങ്ങുന്ന സന്ദർശകരെ സ്വീകരിക്കാ നുള്ള പദ്ധതി ആസൂത്രണം ചെയ്യുകയായിരുന്നു. കാൻവാസിനടുത്ത് ചെന്ന് ബ്രഷിൽ ചായംമുക്കി അവൻ വരക്കാനാരംഭിച്ചു.

പിറ്റേദിവസം അവന്റെ വാതിൽക്കൽ മണിമുഴങ്ങി. അവൻ തിരക്കിട്ട് വാതിൽ തുറന്നു. പതിനെട്ട് വയസുവരുന്ന മകളും കൂടെ സേവകനു മായി ഒരു സ്ത്രീ അകത്തേക്ക് കടന്നുവന്നു.

"നിങ്ങളാണോ ചിത്രകാരൻ ചാർട്ട്കോഫ്?"

ചിത്രകാരൻ തലകുനിച്ച് അതേ എന്ന് പറഞ്ഞു.

"നിങ്ങളെപ്പറ്റിയും നിങ്ങളുടെ ഛായാചിത്രങ്ങളെപ്പറ്റിയും ധാരാളം എഴുതിയതുകണ്ടു. അവ തികഞ്ഞ സൃഷ്ടികളാണെന്ന് പറയുന്നു." ഇത്രയും പറഞ്ഞ് കണ്ണടയെടുത്ത് വെച്ച് ആ സ്ത്രീ ചുമരിലേക്ക് നോക്കി. ചുമരിൽ ചിത്രങ്ങളൊന്നും തൂക്കിയിട്ടിരുന്നില്ല. "നിങ്ങളുടെ ഛായാചി ത്രങ്ങളെവിടെ?"

"അവയെല്ലാം കൊണ്ടുവരണം." ചാർട്ട്കോഫ് പറഞ്ഞു. "ഞാൻ ഈ വീട്ടിൽ ഇപ്പോൾ വന്നുകയറിയയെയുള്ളൂ. അവയെല്ലാം നിരത്തിൽ ത്തന്നെയാണുള്ളത്. ഇങ്ങോട്ട് കൊണ്ടുവന്നിട്ടില്ല."

"നിങ്ങൾ ഇറ്റലിയിലായിരുന്നോ?" ചാർട്ട്കോഫിന് നേരെ നോക്കി ക്കൊണ്ട് സ്ത്രീ ചോദിച്ചു.

"ഇല്ല, ഞാൻ അവിടെ ആയിരുന്നില്ല, പക്ഷേ എനിക്ക് പോകണമെ ന്നുണ്ട്. കുറച്ച് കഴിയണം. മാഡം നിങ്ങൾ ക്ഷീണിച്ചെന്നു തോന്നുന്നു. ഇതാ ഈ കസേരയിലിരുന്നോളൂ?"

"വളരെ നന്ദി. ഞാൻ വളരെ നേരമായി വണ്ടിയിലിരിക്കുകയായി രുന്നു. ആ, അവസാനം നിങ്ങളുടെ ചിത്രം ഞാൻ കണ്ടു!" എതിർവ ശത്തെ ചുമരിനടുത്തേക്ക് നീങ്ങിക്കൊണ്ട് സ്ത്രീ പറഞ്ഞു. നിലത്ത് ചാരി വെച്ചിരുന്ന അയാളുടെ ഛായാചിത്രങ്ങളും വരകളും അവർ നോക്കി നിന്നു. "ലിസീ, ലിസീ, ഇതെല്ലാം വളരെ മനോഹരമായിരിക്കുന്നു. പ്രത്യേക ശൈലിയിലുള്ള മുറികൾ. നീ കാണുന്നുണ്ടോ? എല്ലാം വളരെ അലങ്കോലപ്പെട്ടു കിടക്കുന്നു. മേശമേൽ ഒരർധകായ പ്രതിമ, ഒരു കൈ, ഒരു ചായപ്പലക, പൊടിപടലങ്ങൾ നോക്കൂ, പൊടിപടലങ്ങൾ എങ്ങനെ യാണ് ചിത്രീകരിച്ചിരിക്കുന്നതെന്ന്? ഇവിടെയിതാ മുഖം കഴുകിക്കൊ ണ്ടിരിക്കുന്ന ഒരു സ്ത്രീയുടെ ചിത്രം. എത്രമാത്രം മനോഹരമായിരി ക്കുന്നു ആ മുഖം!. അപ്പോൾ നിങ്ങൾ ഛായാചിത്രങ്ങൾ മാത്രം വരക്കു ന്നവനല്ല?"

"ഓ, അവയൊക്കെ മോശം ചിത്രങ്ങളാണ്. ഞാൻ ചിത്രകലയിൽ പഠനങ്ങളും പരീക്ഷണങ്ങളും നടത്തുകയാണ് ചെയ്യുന്നത്."

"ഇന്നത്തെ ഛായാചിത്രകാരന്മാരെ കുറിച്ചുള്ള നിങ്ങളുടെ അഭി പ്രായമെന്താണ്? ടിതിയാനെപ്പോലെ ഇന്നാരുമില്ലെന്നത് സത്യമല്ലേ? വർണങ്ങളുടെ പൊലിമയില്ല, അതെനിക്ക് റഷ്യൻ ഭാഷയിൽ പറയാനാ വുന്നില്ല." ആ സ്ത്രീക്ക് ചിത്രങ്ങൾ ഇഷ്ടമാണ്. അവർ ഇറ്റലിയിലെ എല്ലാ ഗാലരികളും കയറിയിറങ്ങിയിട്ടുണ്ട്. അതെല്ലാം ശരിക്കും നിരീ ക്ഷിച്ച് മനസിലാക്കിയിട്ടുണ്ട്. പക്ഷേ, നൊഹ്ൻ അയാൾ വളരെ നന്നാ യിവരക്കും. വളരെ ശ്രദ്ധേയമായ സൃഷ്ടികൾ അവന്റേതായിട്ടുണ്ട്. ടിതി യാന്റേതിനേക്കാൾ ഭാവമുള്ളത് അവൻ വരക്കുന്ന മുഖങ്ങൾക്കാണ്. ശ്രീമാൻ നൊഹ്നെ നിങ്ങൾക്കറിയില്ലേ?"

"ആരാണ് നൊഹ്ൻ?" ചാർട്ട്കോഫ് അന്വേഷിച്ചു.

"ശ്രീമാൻ നൊഹ്ൻ വളരെയധികം പ്രതിഭാശാലിയാണ് ഇവൾക്ക് പന്ത്രണ്ട് വയസുമാത്രം പ്രായമുള്ളപ്പോൾ അവൻ ഇവളുടെ ഛായാ ചിത്രം വരച്ചു. നിങ്ങൾ അത് തീർച്ചയായും കാണണം. ലിസീ, നീ ആൽബത്തിലുള്ള ചിത്രം കാണിച്ചുകൊടുക്കണം. ഞങ്ങൾ വന്നത് വളരെ പെട്ടെന്നുതന്നെ ഇവളുടെ ഛായാചിത്രം വരച്ച് തുടങ്ങാനാണ്."

"അതിനെന്താ, നമുക്ക് ഇപ്പോൾത്തന്നെ തുടങ്ങാമല്ലോ!" ഞൊടി
യിടയിൽ കാൻവാസുള്ള ഒരു ചിത്രപീഠം അവൻ മുന്നോട്ട് വലിച്ചുവെ
ച്ചു. ചായപ്പലകയെടുത്ത് പെൺകുട്ടിയുടെ ഭംഗിയുള്ള മുഖത്തേക്ക് മിഴി
യുന്നിനിന്നു. അവന് മുഖലക്ഷണം പറയാൻ കഴിയുമായിരുന്നുവെങ്കിൽ
ആ മുഖത്ത് കളിപ്പാട്ടങ്ങളോടുള്ള ഇഷ്ടം തെളിഞ്ഞ് കാണാമായിരു
ന്നു. ഭക്ഷണത്തിനുമുമ്പും പിമ്പുമുള്ള ഭാവങ്ങൾ മിന്നിമറയുന്നത് കാണാ
മായിരുന്നു. അവൾക്ക് താൽപ്പര്യമില്ലാതെ അമ്മയുടെ നിർബന്ധപ്രകാരം
വിവിധകലാരീതികൾ നിർബന്ധിച്ച് പഠിപ്പിച്ചതിന്റെ വിരസമായ അടയാ
ളങ്ങൾ ആ മുഖത്ത് വായിച്ചെടുക്കാൻ അവന് കഴിയുമായിരുന്നു. പക്ഷേ,
കലാകാരൻ അവളുടെ മൃദുലമായ ചെറിയമുഖം മാത്രമാണ് കണ്ടത്.
ഒരു പിഞ്ഞാണംപോലെ മിനുസമായിരുന്നു അവളുടെ ശരീരം. വെളുത്ത
മൃദുലമായതായിരുന്നു കഴുത്ത്. മെലിഞ്ഞ് കുലീനമായ രൂപമായിരുന്നു
അവൾക്ക്. ഇതെല്ലാം അവന്റെ വരയെ പ്രചോദിപ്പിക്കുന്ന ഘടകങ്ങളാ
യിരുന്നു. ഇതിൽ വിജയിക്കുവാനും തന്റെ വരയുടെ സൗകുമാര്യം തെളി
യിക്കുവാനും അവൻ തീരുമാനിച്ചു. ഇതുവരെ അവൻ അഭിമുഖീകരി
ച്ചത് മോഡലുകളുടെ പരുക്കൻ മുഖഭാവങ്ങളും മഹാന്മാരായ ചിത്രകാ
രന്മാരുടെ ചിത്രങ്ങളുടെ പകർപ്പുകളും പഴഞ്ചൻ രീതികളും മാത്രമായി
രുന്നു. അവന്റെ മുന്നിലുള്ള മൃദുലമായ ചെറിയമുഖം എങ്ങനെ പരിണ
മിക്കുമെന്ന് അവൻ ഭാവനയിൽ കണ്ടു.

"നിങ്ങൾക്കറിയുമോ?" അവനെ പ്രോത്സാഹിപ്പിക്കുന്ന രീതിയിൽ
സ്ത്രീ പറഞ്ഞു: "വളരെ ലളിതമായി വസ്ത്രം ധരിച്ച് പുൽമെതാനം
പോലെയുള്ള പച്ചപ്പുകൾക്കിടയിൽ പക്ഷിക്കൂട്ടങ്ങളും മരക്കൂട്ടങ്ങളുമായി
അവളെ വരയ്ക്കുന്നതാണ് എനിക്കിഷ്ടം. അങ്ങനെ അവളെ വരച്ചാൽ
പരിഷ്കൃതമായ വിനോദങ്ങൾക്കും മറ്റ് നിസാരകാര്യങ്ങൾക്കും അവൾ
പോകുന്നതായി ആരും മനസിലാക്കില്ലല്ലോ. ഞാൻ നിങ്ങളോട് തുറന്ന്
പറയാം. നിസാരരീതികൾ ബുദ്ധിതീരെ ഇല്ലാതാക്കും, ജീവിതാനുഭവ
ങ്ങൾ ഇല്ലാതാക്കും. ലാളിത്യമാണ് ഉണ്ടായിരിക്കേണ്ടത്. അവരെപ്പറ്റി
വളരെ കഷ്ടം തോന്നുന്നു. അമ്മയും മകളും നിസാരകാര്യങ്ങൾ കുറേ
യധികം കളിച്ചെന്ന് അവരുടെ മുഖം കണ്ടാലറിയാം. അവർ രണ്ടുപേരും
മെഴുക് രൂപങ്ങൾ പോലെനിന്നു.

ചാർട്ട്കോഫ് ജോലി ആരംഭിച്ചു. അവൻ ചിത്രം വരക്കാനുള്ള മോഡ
ലിനെ നേരെനിർത്തി. അൽപ്പസമയം ആലോചിച്ചു. എന്തോ ആശയം
മനസിൽ രൂപപ്പെട്ടതുപോലെ ബ്രഷ് കുടഞ്ഞു. ഓരോ ബിന്ദുവും മന
സിലുറപ്പിച്ച് ഏതാണ്ട് ഒരു മണിക്കൂർ കൊണ്ട് ചിത്രത്തിന്റെ രൂപരേഖ
തയാറാക്കി. പിന്നെ അതുനോക്കി തൃപ്തിയായമട്ടിൽ അവൻ ചായം
കൊടുക്കാൻ ആരംഭിച്ചു. ചെയ്യുന്ന ജോലി അവനെ ആവേശം കൊള്ളി
ച്ചു. എല്ലാംമറന്ന് അവൻ അതിൽ മുഴുകി. കലാകാരന്മാർ അവരുടെ
ജോലിയിൽ ഹൃദയവും ആത്മാവും മറന്ന് മുഴുകുമ്പോൾ സാധാരണ

യുണ്ടാക്കുന്ന വിചിത്രമായ ശബ്ദങ്ങളും പാട്ടുകളുടെ മൂളലുകളും ഗോഷ്ഠികളും അവൻ ഉണ്ടാക്കി. രണ്ട് കുലീനകളായ സ്ത്രീകൾ അടുത്തുണ്ടെന്ന കാര്യംപോലും അവൻ മറന്നുപോയിരുന്നു. യാതൊരു തടസവുമില്ലാതെ മോഡലിന് തലയിളക്കാൻ അവൻ അനുവാദം നൽകി. അവളാകെ ക്ഷീണിച്ചിരുന്നു.

"ഇന്നേക്ക് ഇത് മതി." സ്ത്രീ പറഞ്ഞു.

"കുറച്ച്‌കൂടി" ചാർട്ട്‌കോഫ് പറഞ്ഞു.

"ഇല്ല, നിർത്താൻ സമയമായി. ലിസീ, മൂന്നുമണിയായി!" അരയിൽ തൂങ്ങിക്കിടക്കുന്ന സ്വർണച്ചെയിനുള്ള വാച്ച് എടുത്തുനോക്കി സ്ത്രീ പറഞ്ഞു: "സമയം ഒരുപാട് വൈകി!"

"കുറച്ച് സമയം കൂടി മതി" ഒരു കുട്ടിയെപ്പോലെ അവൻ പറഞ്ഞു.

പക്ഷേ, ഈ അവസരത്തിൽ അവന്റെ ആവശ്യത്തോട് യോജിക്കാൻ സ്ത്രീ തയാറായിരുന്നില്ല. അടുത്ത പ്രാവശ്യം വളരെനേരം ഇരിക്കാമെന്ന് അവർ ഉറപ്പുനൽകി.

"ഇതൊക്കെ വിഷമമമാണ്." ചാർട്ട്‌കോഫ് ആലോചിച്ചു. 'ഞാൻ തുടങ്ങിയതേയുള്ളൂ.' വാസിലിവ്സ്കി ഓസ്ട്രോഫിലെ മുറിയിൽ ചിത്രം വരച്ചുകൊണ്ടാരിക്കുമ്പോൾ ആരുംതന്നെ തടസപ്പെടുത്താനില്ലായിരുന്നു എന്ന കാര്യം അവനോർത്തു. നികിത നിശ്ചലനായി ഒരിടത്ത് ഇരിക്കും. നിങ്ങൾക്ക് ഇഷ്ടമുള്ള സമയം അവന്റെ ചിത്രം വരക്കാം. ആ സമയത്ത് അവൻ ഉറങ്ങിപ്പോയെന്നുവരെ വരാം. വിഷമത്തോടെ ബ്രഷും ചായപ്പാത്രവും ഒരു കസേരയിൽ വെച്ച് അവൻ ചിത്രത്തിന് മുന്നിൽ നിന്നു.

സ്ത്രീകളുടെ സാന്നിധ്യം അവനെ സ്വപ്നലോകത്തിൽ നിന്ന് ഉണർത്തി. പുറത്തേക്കുള്ള വഴി കാണിക്കുവാൻ അവൻ അവരോടൊപ്പം ചെന്നു. ചവിട്ടുപടികൾ ഇറങ്ങുമ്പോൾ വരുന്നയാഴ്ച അവരോടൊപ്പം ഒരു വിരുന്നിന് അവനെ ക്ഷണിച്ചു. വളരെ സന്തോഷത്തോടെയാണ് അവൻ വീട്ടിലേക്ക് തിരിച്ചുവന്നത്. കുലീനയായ സ്ത്രീ അവനെ വളരെ വശീകരിച്ചിരുന്നു. സേവകന്മാരും വണ്ടിക്കാരനുമുള്ള ഇവർ വണ്ടിയിരിരുന്നു കാൽനടയാത്രക്കാരെ തീരെ ഉദാസീനമായാണ് നോക്കുക. ഇത്തരം ആളുകളുമായിട്ട് അടുക്കാൻ കഴിയില്ല എന്നാണ് ഇതുവരെ അവൻ കരുതിയത്. എന്നാൽ അതിൽപ്പെട്ട ഒരു സ്ത്രീ അവന്റെ മുറിയിൽ വന്നിരിക്കുന്നു. അവൻ അവളുടെ ഛായാചിത്രം വരയ്ക്കുന്നു. അവളുടെ ആഡംബരമുള്ള വീട്ടിലേക്ക് അവനെ വിരുന്നിനു ക്ഷണിക്കുന്നു. അസാധാരണമായ സന്തോഷം അവനെ കീഴ്പ്പെടുത്തി. അവൻ വളരെ ഉന്മത്തനായി കഴിഞ്ഞിരുന്നു. സമൃദ്ധമായ ഒരു വിരുന്നുസൽക്കാരം, നാടകശാലയിൽ ഒരു സായാഹ്നം, നഗരത്തിലൂടെ വണ്ടിയിൽ ഒരു യാത്ര ഇതെല്ലാം ആവശ്യപ്പെടാതെ അവന് ലഭിച്ചു.

പക്ഷേ, ആ സമയത്ത് അവന് മറ്റു ജോലികളൊന്നും ചെയ്യാനായില്ല. ഒന്നും ചെയ്യാനില്ലാതെ വാതിൽക്കൽ മണിയൊച്ച പ്രതീക്ഷിച്ച് അവ

നിരുന്നു. അവസാനം ആ സ്ത്രീ തന്റെമകളുമായി വന്നു. അവൻ അവരെ സ്വീകരിച്ചിരുത്തി. വരയ്ക്കാനുള്ള കാൻവാസ് മുന്നിലേക്ക് നീക്കിയിട്ടു. എന്നിട്ട് വരയ്ക്കാനാരംഭിച്ചു. പ്രകാശപൂർണമായ ദിവസം ചിത്രം വര യ്ക്കാൻ അവനെ വളരെയധികം സഹായിച്ചു. ചിത്രം വരയ്ക്കുന്ന ആളെ വളരെ വ്യക്തമായി കാണാൻ അവനുകഴിഞ്ഞു. അത് ഛായാചിത്രത്തെ മികവുറ്റതാക്കി. കാണാൻ കഴിഞ്ഞത് കൃത്യമായും പകർത്തുകയാണെ ങ്കിൽ ഛായാചിത്രം നല്ലതായിത്തീരുമെന്ന് അവനുതോന്നി. ചിത്രം നന്നായി വരയ്ക്കാനുള്ള തിടുക്കത്തിൽ അവന്റെ ഹൃദയമിടിപ്പ് കൂടി. ചിത്രം വരയിൽ അവൻ തികച്ചുംമുഴുകി. അവൻ അതിന് കീഴ്പ്പെട്ട് കഴി ഞ്ഞിരുന്നു. മോഡലായിരിക്കുന്നയാൾ വളരെ കുലീനയാണെന്ന കാര്യം അവൻ വീണ്ടും മറന്നു. നെഞ്ചുയർത്തി തലയെടുപ്പോടെ അവൻ നിന്നു. തന്റെ കൈകൾക്ക് കീഴെ യുവതിയുടെ മനോഹരമായ മുഖഭാവങ്ങളും മിക്കവാറും സുതാര്യമായ ശരീരഭാഗങ്ങളും വർണങ്ങളിൽ തെളിഞ്ഞു വരുന്നത് അവൻ കണ്ടു. എല്ലാ നിറഭേദങ്ങളും വിളർച്ചകളും കണ്ണിന് താഴെയുള്ള അതിസൂക്ഷ്മമായ നീലനിറം പോലും അവൻ വരച്ചെടു ത്തു. നെറ്റിയിലുള്ള ചെറിയ അടയാളം വരയ്ക്കാൻ അവൻ ശ്രമിക്കുക യായിരുന്നു. അപ്പോൾ പിറകിൽ അമ്മയുടെ ശബ്ദം അവൻ കേട്ടു.

"നീയെന്തിനാണ് അത് വരക്കുന്നത്? അതിന്റെ ആവശ്യമില്ല. ഇവിടെ പലയിടങ്ങളിലും മഞ്ഞയിൽ കറുത്ത കുത്തുകൾ ചെയ്തുവെച്ചതായി കാണുന്നുണ്ട്."

കറുത്ത കുത്തുകളും മഞ്ഞനിറവും നന്നായിരിക്കുമെന്നും അത് മുഖത്തിന് ഭംഗിവരുത്തുമെന്നും അവൻ പറയാൻ തുടങ്ങി. അത്തരം നിറഭേദങ്ങളൊന്നും വേണ്ടെന്നും അങ്ങനെ ചിത്രം നന്നാവേണ്ടതി ല്ലെന്നും അവർ അവനോട് പറഞ്ഞു. ലിസിക്ക് സുഖമില്ലാത്തതുകൊ ണ്ടാണ് അവളുടെ മുഖം വിളറിയിരിക്കുന്നതെന്നും അവർ ഓർമിപ്പിച്ചു. യഥാർഥത്തിൽ അവളുടെ മുഖത്തിന് നല്ല നിറമുണ്ടെന്ന് അവർ വിവരി ച്ചുകൊടുത്തു.

വളരെ ദുഃഖത്തോടെ കാൻവാസിൻ പകർത്തിയതെല്ലാം അവൻ ബ്രഷ്കൊണ്ട് മായ്ച്ചുകളഞ്ഞു. അതോടെ സൂക്ഷ്മഭാവങ്ങൾ അതിന് ഇല്ലാതായി. ഛായാചിത്രത്തിന് അവളോടുള്ള സാദൃശ്യവും കുറച്ചുനഷ്ട മായി. സാധാരണ സ്കൂൾ പരിപാടികളിൽ കണ്ടുവരുന്ന വിഷയത്തോ ടുള്ള യാന്ത്രികവും തണുത്തതുമായ സമീപനം ഇനിയുള്ള വരകളിൽ സ്വീകരിക്കുവാൻ അൽപ്പം മടിയോടെ അവൻ തീരുമാനിച്ചുറച്ചു. പക്ഷേ, താൻ എതിർത്തുപറഞ്ഞ നിറഭേദങ്ങൾ തീരെ ഇല്ലാതായപ്പോൾ ആ സ്ത്രീ വളരെ സംതൃപ്തയായി. വളരെയധികം സമയം വേണ്ടിവരുമെന്ന് കരുതിയ ജോലി രണ്ടിരിപ്പിൽ തീർന്നുവെന്ന് അറിഞ്ഞതിൽ അവൾ ആശ്ചര്യം പ്രകടിപ്പിച്ചു. ഇതിന് മറുപടി പറയാൻ കലാകാരൻ തയാറാ യില്ല. സ്ത്രീകൾ എഴുന്നേറ്റ് പോകാനൊരുങ്ങി. അവൻ ബ്രഷ് മാറ്റിവെച്ച് വാതിൽവരെ അവരെ അനുഗമിച്ചു. പിന്നെ സ്വയം ആശ്വസിക്കാനാവാതെ ഛായാചിത്രത്തിന് മുന്നിൽ വളരെനേരം നിന്നു.

അവൻ നിർവികാരനായി അതുനോക്കി നിന്നു. കുറച്ചുമുമ്പ് വര
ക്കുകയും പിന്നീട് മായ്ച്ചുകളയുകയും ചെയ്ത മനോഹരമായ മുഖഭാ
വങ്ങളും നിറഭേദങ്ങളും ഇളം നിറങ്ങളും അവന്റെ മനക്കണ്ണിൽ തെളി
ഞ്ഞുവന്നു. അതിൽ മുഴുകി ഉന്നതമായ ഏതോ ചിന്തകളാൽ സ്വാധീനി
ക്കപ്പെട്ട് അവൻ കുറച്ചുമുമ്പ് കാൻവാസിൽ വരച്ച് പകുതിയാക്കിയ ചിത്രം
ഒരു വശത്തേക്ക് മാറ്റിവെച്ചു. അത് നന്നായി നിറംകൊടുത്ത് മാതൃകാപ
രമായി വരച്ചെടുത്ത ഭംഗിയുള്ള ചെറിയ മുഖമായിരുന്നു. പക്ഷേ യാന്ത്രി
കമായ സമീപനംകൊണ്ട് മുഖഭാവങ്ങൾ സജീവമായിരുന്നില്ല. മറ്റൊ
ന്നും ചെയ്യാനില്ലാത്തതുകൊണ്ട് അവൻ അതിന് നിറം കൊടുക്കാൻ തുട
ങ്ങി. മോഡലിൽ അവൻ കണ്ടെത്തിയ എല്ലാ ഭാവങ്ങളും അതിൽ പകർ
ത്തി. അവന് അനുഭവപ്പെട്ട അതേ തീവ്രതയോടെ മുഖഭാവങ്ങളും നിറ
ഭേദങ്ങളും ഛായകളും അവൻ പകർത്തിയെടുത്തു. വളരെ അപ്രധാന
മായ കാര്യങ്ങൾപോലും കൂട്ടിച്ചേർത്ത് ചിത്രം അവളെപ്പോലെതന്നെയാ
ക്കിയെടുത്തു.

അവന്റെ മനസ്സ് വളരെ സജീവമായി. അവന്റെ ചിന്തകളുണർന്നു
പ്രവർത്തിച്ചു. പരിഷ്കൃതയായ യുവതിയുടെ മുഖം അവന്റെ മനസി
ലേക്ക് വന്നു. തികച്ചും മൗലികമായത് എന്ന് പറയാവുന്ന ഒരുഭാവം അതി
നുണ്ടായിരുന്നു. അവൻ ജോലിയിൽത്തന്നെ മുഴുകി ഇരിക്കുകയായിരു
ന്നു. ദിവസങ്ങളോളം അവനിരുന്നു. ഓരോ വരവിലും സ്ത്രീകൾ അത്ഭു
തപ്പെട്ടുകൊണ്ടിരുന്നു. അവനാകട്ടെ മുക്കാലിയിൽ നിന്ന് ചിത്രം മാറ്റി
വെക്കാനുള്ള സമയം ഇല്ലായിരുന്നു. രണ്ട് സ്ത്രീകളും കൈകൾ കൂട്ടി
യടിച്ച് ഒച്ചയുണ്ടാക്കി. "ലിസീ, ലിസീ, വളരെ നന്നായിരിക്കുന്നു. അല്ലേ,
വളരെ മികച്ച ഭാവനതന്നെ." അവളെ ഗ്രീക്കുവേഷങ്ങൾ അണിയിച്ചിരി
ക്കുന്നു.

കലാകാരന് സ്ത്രീകളുടെ തെറ്റിദ്ധാരണമാറ്റാൻ യാതൊരു വഴി
യുമില്ലായിരുന്നു. മുഖം വാടി തലകുനിച്ച് അവൻ പിറുപിറുത്തു: "ഇത്
മനസാണ്, മനസിലുള്ളതാണ് ഞാൻ വരച്ചത്."

"അതെ ഭാവനയനുസരിച്ചുള്ള ചിത്രം മനോഹരമായിരിക്കുന്നു."
പുഞ്ചിരിച്ചുകൊണ്ട് അമ്മ പറഞ്ഞു. ഇത് കണ്ട് മകളും സന്തോഷത്തോടെ
പുഞ്ചിരിച്ചു. "ലിസീ ഭാവനക്കനുസരിച്ച് നിന്നെ വരച്ചത് നിനക്ക് ഇഷ്ട
പ്പെട്ടുകാണും. അതിന്റെ പരിചരണമാണ് ഗംഭീരം. നീ കൊറേഗിയൊ
തന്നെയാണ്. നിന്നെപ്പറ്റി ധാരാളം കേട്ടിട്ടുണ്ടെങ്കിലും നീ ഇത്രയധികം
പ്രതിഭാശാലിയാണെന്ന് കരുതിയിരുന്നില്ല. എന്റെ ചിത്രവും നീ വരച്ച്
തരണം." ആ സ്ത്രീക്കും അതെപ്പോലെ അവളുടെ ചിത്രം വരക്കണമാ
യിരുന്നു.

"ഇവരെക്കൊണ്ട് ഞാനെന്താണ് ചെയ്യുക?" അവൻ ചിന്തിച്ചു.
അവൻ ഉറക്കെപ്പറഞ്ഞു: "കുറെനേരം വെറുതെയിരിക്കുക എനിക്ക്
അതിൽ കുറച്ച് മിനുക്കുപണി കൂടിയുണ്ട്."

"നീ അത് പൂർത്തിയാക്കിയെന്ന് ഞാൻ പേടിച്ചു. ഇപ്പോൾ അതൊരു
മൗലിക രചനയായിട്ടില്ല!"

ചിത്രത്തിന്റെ വിളർച്ചയെ സംബന്ധിച്ചതാണ് അവരുടെ പ്രയാസ
മെന്ന് കലാകാരന് മനസിലായി. കണ്ണിന്റെ തിളക്കത്തിനും ഭാവത്തിനു
മാണ് പ്രാധാന്യം നൽകിയതെന്ന് അവൻ തറപ്പിച്ച് പറഞ്ഞു. സത്യ
ത്തിൽ അവന് ലജ്ജതോന്നി. കാരണം കുറച്ചുകൂടി മൗലികത അതിന്
വരുത്താനുണ്ടായിരുന്നു. അല്ലാതെ ഇത്തരം പുകഴ്ത്തലിനെ ആരെങ്കിലും
കുറ്റം പറയുമായിരുന്നു. അവസാനം യുവതിയുടെ വിളറിയ മുഖഭാവ
ങ്ങൾ അവൻ കുറച്ചുകൂടി വ്യക്തമാക്കിത്തീർത്തു.

"അതുമതി," അമ്മ പറഞ്ഞു. കൂടുതൽ സാദൃശ്യം വരുമെന്ന് അവൾ
ഭയന്നു. കലാകാരന് നല്ല പ്രതിഫലം ലഭിച്ചു. അവർ ആവശ്യത്തിനുള്ള
പണം അവനുകൊടുത്തു. അവനെ വിരുന്നിന് ക്ഷണിച്ചു. അഭിനന്ദന
ങ്ങളുടെയും ഹാർദമായ കൈപിടിച്ചമർത്തലുകളുടെയും ഒരു പ്രവാഹം
തന്നെയുണ്ടായി. മുഖസ്തുതികൾ കൊണ്ട് അവനെ അവർ മൂടി.

പ്രസ്തുത ഛായാചിത്രം നഗരത്തിൽ വളരെ ഒച്ചപ്പാട് ഉണ്ടാക്കി.
കുലീനയായ സ്ത്രീ തന്റെ സുഹൃത്തുക്കൾക്ക് മുന്നിൽ അത് പ്രദർശി
പ്പിച്ചു. ചിത്രരചനയിൽ രൂപസാദൃശ്യം നിലനിർത്തിയ കലാകാരന്റെ കഴി
വിനെ എല്ലാവരും പ്രശംസിച്ചു. അതേസമയം ചിത്രത്തിലുള്ളതിനെ
ക്കാൾ സൗന്ദര്യം അവൾക്കുണ്ടെന്ന് അവർ അഭിപ്രായപ്പെട്ടു. ഈ പറ
ഞ്ഞതിൽ തീർച്ചയായും അസൂയയുടെ നേരിയ ഒരു ഛായയുണ്ടായിരു
ന്നു. ചാർട്ട്കോഫിന് പെട്ടെന്നുതന്നെ അനേകം ജോലികൾ ഏറ്റെടുക്കേ
ണ്ടിവന്നു. നഗരത്തിൽ എല്ലാവർക്കും അവനെക്കൊണ്ട് തന്നെ ചിത്രം
വരപ്പിക്കണം. അവന്റെ വാതിൽക്കൽ ഇടതടവില്ലാതെ മണിമുഴങ്ങി.
വിവിധ മുഖങ്ങളുള്ള ആളുകളുടെ ചിത്രം വരക്കേണ്ടിവരിക, ചെയ്തു
തീരാത്തതിലധികം ജോലി ഉണ്ടാവുക എന്നുള്ളതെല്ലാം ഒരു തരത്തിൽ
വലിയ നേട്ടമാണ്. പക്ഷേ അവരെല്ലാം തിരക്കുപിടിച്ചവരും പരിഷ്കൃത
ലോകത്തിൽപ്പെട്ടവരുമായ കൈകാര്യം ചെയ്യാൻ വളരെയധികം വിഷമ
മുള്ള ആളുകളായിരുന്നു. അവർ തൻകാര്യംനോക്കികളും ക്ഷമയില്ലാ
ത്തവരുമായിരുന്നു. അവരെല്ലാം പറഞ്ഞത് ഛായാചിത്രത്തിന് നല്ല
സാദൃശ്യം വേണമെന്നും അത് വേഗം വരച്ചുതരണമെന്നുമാണ്. അവർ
പറയുന്നത് പോലെ ചിത്രം വരച്ചുതീർക്കുന്നത് എളുപ്പമല്ലെന്ന് കലാ
കാരന് മനസിലായി. ചിത്രത്തിന് മിഴിവ് കിട്ടണമെങ്കിൽ അതിന് അതി
ന്റേതായ പരിചരണം അത്യാവശ്യമാണ്. അതേസമയം ഛായാചിത്ര
ത്തിന് പൊതുവായ ഒരു ഭാവം സൃഷ്ടിച്ചാൽ മതിയെങ്കിൽ സൂക്ഷ്മമായ
വിശദാംശങ്ങളിൽ അധികം ശ്രമിക്കേണ്ടതില്ല.

കൂടാതെ ചിത്രം വരയ്ക്കാൻ മോഡലുകളായി ഇരുന്നുകൊടുത്ത
വരിൽ അധികംപേരും വിവിധ ഘട്ടങ്ങളിൽ അവനുമായി ഉടമ്പടികളു
ണ്ടാക്കി. ഛായാചിത്രങ്ങളിൽ അവരുടെ മനസും സ്വഭാവവും ചിത്രീക

രിക്കണമെന്ന് സ്ത്രീകൾ അവനോട് ആവശ്യപ്പെട്ടു. അവരുടെ കൂർത്തി
രിക്കുന്ന ഭാഗങ്ങളെല്ലാം ഉരുണ്ടതാക്കണം. നിരപ്പില്ലാത്തതെല്ലാം മിനു
സമാക്കണം. പറ്റുമെങ്കിൽ പൂർണമായും എടുത്തുകളയണം. ചുരുക്ക
ത്തിൽ അവരുടെ മുഖങ്ങൾ എല്ലാവരും ആരാധനയോടെ നോക്കി
നിൽക്കുന്ന തരത്തിലുള്ളതാവണം. ആരും അവരോട് തികഞ്ഞപ്രണയ
ത്തിലല്ലെങ്കിലും. അവർ ചിത്രം വരയ്ക്കാൻ ഇരുന്നുകൊടുക്കുമ്പോൾ
മുഖത്ത് ചില ഭാവങ്ങൾ വരുത്തി. അത് കലാകാരനെ വളരെ അത്ഭുത
പ്പെടുത്തി. ഒരാൾ ശോകം പ്രകടിപ്പിക്കാൻ ശ്രമിച്ചു. മറ്റൊരുവൻ ധ്യാന
നിരതയായി. മൂന്നാമത്തൊരാൾക്ക് ഏത് വിധേനയെങ്കിലും അവളുടെ
വായ ചെറുതായിക്കിട്ടണമായിരുന്നു. അവസാനം അവൾ അത് ചുളിച്ച്
ഒരു സൂചിത്തലപ്പിന്റെ വലിപ്പത്തിലാക്കി. ഇതിനെല്ലാം പുറമെ അവർ
ഛായാചിത്രങ്ങൾക്ക് നല്ല സാദൃശ്യവും സ്വാഭാവികതയും വരുത്തണ
മെന്ന് അവനോട് ആവശ്യപ്പെട്ടു. പുരുഷന്മാരും മെച്ചപ്പെട്ടവരായിരുന്നി
ല്ല. ഒരാൾ ഊർജസ്വലമായ പേശീബലമുള്ള അയാളുടെ തല വരക്കാൻ
അവനോട് പറഞ്ഞു. മറ്റൊരാൾക്ക് വേണ്ടിയിരുന്നത് മുകളിലോട്ട് മറ
ഞ്ഞുപോകുന്ന പ്രചോദിതമായ കണ്ണുകളായിരുന്നു. ഒരു ലെഫ്ടനന്റിന്
യുദ്ധദേവത അയാളുടെ കണ്ണുകളിൽ തെളിയണമായിരുന്നു. സിവിൽ
സർവീസിലെ ഒരു ഉദ്യോഗസ്ഥൻ അയാളുടെ പൂർണമായ ഉയരത്തിൽ
നിവർന്നുനിന്നു. കാരണം അയാളുടെ സത്യസന്ധത മുഖത്തുതെളിഞ്ഞു
കാണണമായിരുന്നു. *അവൻ നല്ലതിന് വേണ്ടിനിലകൊണ്ടു.* എന്നെഴു
തിയ പുസ്തകത്തിൽ കൈതൊട്ട് നിൽക്കണമെന്നും അയാൾ ആഗ്ര
ഹിച്ചു.

ആദ്യമൊക്കെ ഇത്തരം ആവശ്യങ്ങൾ കേട്ട് കലാകാരൻ ആകെ
വിയർത്തു കുളിച്ചു. അവസാനം വളരെ മിടുക്കോടെ ഇത്തരം കാര്യ
ങ്ങൾ എങ്ങനെ ഒഴിവാക്കാമെന്ന് അവൻ പഠിച്ചു. ഒരാളുടെ ഒരു വാക്ക്
കൊണ്ടുതന്നെ അയാളെ എങ്ങനെയാണ് വരക്കേണ്ടതെന്ന് അവന്
മനസിലായിത്തുടങ്ങി. ഒരാൾക്ക് മുഖത്ത് യുദ്ധദേവതയുടെ ഭാവമാണ്
വേണ്ടതെങ്കിൽ അവൻ അതുചെയ്തുകൊടുത്തു. ബൈറനെ ഉദ്ദേശിച്ച
വർക്ക് ബൈറന്റെ ഛായകൊടുത്തു. സ്ത്രീകൾക്ക് കോറിൻ, ഉൽസിൻ
അല്ലെങ്കിൽ അപാസിയൊ ആകണമെങ്കിൽ വളരെ കൃത്യമായി അങ്ങനെ
ചെയ്തുകൊടുത്തു. തന്റെ ഭാവനയിൽ നിന്നും ആവശ്യാനുസരണം
സൗന്ദര്യം അവൻ ചിത്രങ്ങൾക്ക് ചാർത്തിക്കൊടുത്തു. അതുകൊണ്ട്
യാതൊരു ഉപദ്രവവുമുണ്ടായില്ല. ഛായാചിത്രത്തിന് യഥാർഥങ്ങളുമായി
സാദൃശ്യമില്ലാത്തതിന്റെ പേരിൽ കലാകാരന് മാപ്പുകൊടുക്കേണ്ടിവരു
മെന്ന് മാത്രം. തന്റെ ബ്രഷിന്റെ ദ്രുതവേഗതയെക്കുറിച്ച് അവൻ ആശ്ച
ര്യപ്പെട്ടു. അവന്റെ മോഡലുകൾ പരമാനന്ദത്തിലായിരുന്നു. അവനെ
പ്രതിഭാശാലിയെന്ന് അവർ വിശേഷിപ്പിച്ചുകൊണ്ടിരുന്നു.

എല്ലാ അർഥത്തിലും ചാർട്ട്കോഫ് പരിഷ്കൃതനായ ഒരു കലാകാ

രനായിത്തീർന്നു. അവൻ നല്ല വേഷംധരിച്ച് പുറത്തുപോയി ഭക്ഷണം കഴിക്കാനും ചിത്രഗാലറികളിലേക്ക് സ്ത്രീകളെ അനുഗമിക്കാനും തുടങ്ങി. കലാകാരൻ ഒരു സമൂഹജീവിയായതുകൊണ്ടും സ്വന്തം ജോലി യുടെ മേന്മ അവന് ഉയർത്തിപ്പിടിക്കേണ്ടതുകൊണ്ടും സ്വന്തം അഭിപ്രാ യങ്ങൾ വെട്ടിത്തുറന്ന് പറയുന്നതിന് അവൻ വിമുഖത കാണിച്ചില്ല. ആരോടും പെരുമാറാനറിയാതെ ഉയർന്ന ഭാവങ്ങളില്ലാതെ ലാളിത്യ ത്തിൽ സ്വയം നഷ്ടപ്പെട്ടില്ല അവൻ. പകരം കലാപ്രകടക്കാരെപ്പോലെ അവൻ വേഷം ധരിച്ചു. വീട്ടിനകത്തും ചിത്രം വരക്കുന്ന മുറിയിലും അങ്ങേയറ്റം വൃത്തിയും വെടിപ്പും സൂക്ഷിച്ചു. രണ്ട് മികച്ച സേവകരെ ജോലിക്ക് നിർത്തി. പരിഷ്കൃതരായ ശിഷ്യന്മാരെ കൊണ്ടുവന്നു. ദിവസം പലപ്രാവശ്യം വസ്ത്രംമാറി, മുടിചുരുട്ടിപ്പിച്ചു. അതിഥികളെ സ്വീകരി ക്കാൻ വ്യത്യസ്ത പെരുമാറ്റ രീതികൾ പരിശീലിച്ചു. അങ്ങനെ സ്വയം അലംകൃതനാവുവാൻ അവൻ ധൃതിപിടിച്ചു. പ്രത്യേകിച്ച് സ്ത്രീകളിൽ നല്ല മതിപ്പുണ്ടാക്കുവാൻ അവൻ പരിശ്രമിച്ചു. ചുരുക്കിപ്പറഞ്ഞാൽ വാസി ലിവ്സ്കി ഓസ്ട്രോഫിലെ ദരിദ്രമായ വീട്ടിൽ ഒരു കാലത്ത് പ്രശസ്തി യില്ലാതെ കഷ്ടപ്പെട്ടുജീവിച്ച ദരിദ്രനായ കലാകാരനായി അവനെ തിരി ച്ചറിയാൻ ആർക്കും കഴിയുമായിരുന്നില്ല.

അവൻ കലയെക്കുറിച്ചും കലാകാരന്മാരെക്കുറിച്ചും ഒരുമടിയുമി ല്ലാതെ അഭിപ്രായങ്ങൾ പ്രകടിപ്പിക്കാൻ തുടങ്ങി. മഹാന്മാരായ പഴയ കാല കലാകാരന്മാർക്ക് നമ്മൾ ആവശ്യത്തിലധികം അംഗീകാരം നൽകി യെന്ന് അവൻ പറഞ്ഞു. റാഫേൽ പോലും എല്ലാകാലത്തും നന്നായി വരച്ചിട്ടില്ല. അദ്ദേഹത്തിന്റെ പല സൃഷ്ടികൾക്കും പ്രശസ്തി ലഭിച്ചത് കേവലം പാരമ്പര്യത്തിന്റെ പിൻബലം കൊണ്ടുമാത്രമാണ്. മൈക്കലാ ഞ്ചലൊ സ്വയം പുകഴ്ത്തുന്നവനാണ്, കാരണം വെറും ശരീരശാസ്ത്ര പരമായ അറിവുവെച്ചാണ് അദ്ദേഹം മേനിനടിച്ചത്. അദ്ദേഹത്തിന്റെ ചിത്ര ങ്ങൾക്ക് ആകർഷകത്വമൊന്നുമില്ല. ചായം കൊടുക്കലിലും പരിചരണ ത്തിലും കഴിവും മേധാശക്തിയും ആരായുന്നത് ഈ നൂറ്റാണ്ടിലാണ്. എന്നാൽ വളരെ സ്വാഭാവികമായി ഒരു ചോദ്യം അവനെ സ്പർശിച്ചു. അവൻ പറഞ്ഞു: "മറ്റുള്ളവർ എന്തിനാണ് കഷ്ടപ്പെടുന്നതെന്ന് എനിക്ക് മനസിലാവുന്നില്ല. മാസങ്ങളോളം ഒരു ചിത്രത്തിനുവേണ്ടി അധ്വാനി ക്കുന്ന ഒരാൾ ചായമിടുന്നവൻ മാത്രമാണ്. എന്റെ അഭിപ്രായത്തിൽ അവൻ കലാകാരനല്ല. അവന് പ്രതിഭയുണ്ടെന്ന് ഞാൻ വിശ്വസിക്കുന്നി ല്ല. ധൈര്യത്തോടെ വേഗത്തിൽ ജോലി ചെയ്യുന്നവരാണ് പ്രതിഭാശാലി കൾ. ഇവിടെ ഇതാ രണ്ടുദിവസംകൊണ്ട് ഞാൻ വരച്ച ഛായാചിത്രം. ഈ തല ഒരു ദിവസം കൊണ്ട് വരച്ചു. ഈ ഭാഗം ഏതാനും മണിക്കൂറു കൾകൊണ്ടും വരച്ചു. ഈ ഭാഗം ഒരു മണിക്കൂറിലും കുറഞ്ഞ സമയം കൊണ്ട് വരച്ചുതീർത്തു. ഞാൻ ഒരുകാര്യംപറയാം, കല എന്നത് വരക ളോട് വരകൾ ചേർക്കുന്ന ഒരു പണിയാണെന്ന് ഞാൻ കരുതുന്നില്ല.

അത് കരകൗശലവിദ്യയാണ്, കലയല്ല." ഈ രീതിയിലാണ് സന്ദർശക രോട് അവൻ സംസാരിച്ചത്. അവന്റെ സൃഷ്ടികളുടെ ശക്തിയും നിർഭ യത്വവും സന്ദർശകർ ആരാധിച്ചു തുടങ്ങി. അവ വരച്ചുതീർത്ത വേഗത കേട്ട് ആശ്ചര്യത്തോടെ അവർ പരസ്പരം പറഞ്ഞു: "ഇതാണ് പ്രതിഭ, യഥാർഥപ്രതിഭ അവന്റെ സംസാരരീതിയും കണ്ണുകളിലെ തിളക്കവും കണ്ടില്ലേ?" അവന്റെ മുഖത്ത് അസാധാരണമായ ചില ഭാവങ്ങൾ ഉണ്ടാ യിരുന്നു.

തന്നെപ്പറ്റി ഇത്തരത്തിലുള്ള വാർത്തകൾ കേട്ട് ചാർട്ട്കോഫ് പുള കിതനായി. പ്രശംസകൾ പത്രത്തിൽ അച്ചടിച്ചുവന്നപ്പോൾ അവൻ കുട്ടി യെപ്പൊലെ ആഹ്ലാദിച്ചു. ഈ പ്രശംസകളെല്ലാം അവൻ പണം കൊടു ത്ത് അച്ചടിപ്പിച്ചതായിരുന്നു. അച്ചടിച്ച ലഘുലേഖകൾ അവൻ പോകു ന്നിടത്തെല്ലാം കൊണ്ടുപോയി. വളരെ അവിചാരിതമെന്നതുപോലെ അത് സുഹൃത്തുക്കളെയും പരിചിതരേയും കാണിച്ചു. അവന്റെ പ്രശസ്തി അനുദിനം വർധിച്ചുകൊണ്ടിരുന്നു. അവന്റെ ജോലികളും ചിത്രം വര ക്കാനുള്ള നിർദേശങ്ങളും ഇരട്ടിയായി വർധിച്ചു. ഒരേതരത്തിൽ അവൻ വരച്ച ഛായാചിത്രങ്ങൾ അവനെ മടുപ്പിച്ചു. ഒരേഭാവത്തിലും ഗതിയിലു മുള്ള അവ അവൻ മനഃപാഠമാക്കിയതായിരുന്നു. ചെയ്യുന്ന ജോലിയിൽ താൽപ്പര്യമില്ലാതെ തന്നെ അത്തരം ചിത്രങ്ങൾ അവൻ വരച്ചുകൊണ്ടി രുന്നു. ഏതെങ്കിലും തരത്തിലുള്ള ഒരു തല വരച്ചുവെക്കും, പിന്നെ ശിഷ്യ ന്മാരാണ് അത് പൂർത്തിയാക്കുക. ആദ്യമൊക്കെ ഓരോ സന്ദർഭങ്ങളിലും പുതിയ ഭാവം വരുത്തുന്നതിനുള്ള ചില സൂത്രപ്പണികൾ അവൻ ചെയ്തി രുന്നു. ഇപ്പോൾ അതൊക്കെ അരോചകമായി അവനുതോന്നി. പലതര ത്തിലുള്ള ചിന്തകൾകൊണ്ട് അവന്റെ തലച്ചോറ് ക്ഷീണിച്ചു. ഇതൊന്നും അവന്റെ നിയന്ത്രണത്തിലായിരുന്നില്ല. പരിഷ്കൃമായ ജീവിതം അവനെ ജോലിയിൽ നിന്ന് അകറ്റി വിരസത അനുഭവിക്കുന്നവനാക്കിത്തീർത്തു. അവന്റെ ജോലി നിരുന്മേഷവും നിറമില്ലാത്തതും ആയിത്തീർത്തു. അവൻ വളരെയധികം മടിയനായി തേയ്മാനം സംഭവിച്ച വിരസമായ രൂപങ്ങളുടെ ചിത്രങ്ങൾ വരച്ചുകൊണ്ടിരുന്നു. നിത്യവും തിളക്കമുള്ള യൂണിഫോമുകൾ, സർക്കാർ ഉദ്യോഗസ്ഥമേധാവികളുടെ കുപ്പായക്കു ടുക്കിലുറപ്പിച്ച മുഖങ്ങൾ, പട്ടാളക്കാർ, രാഷ്ട്രതന്ത്രജ്ഞന്മാർ ഇവ യൊന്നും തന്നെ അവന്റെ ബ്രഷിന് വിശാലമായ ഒരവസരം നൽകിയി ല്ല. ശക്തമായ വികാരങ്ങളും സ്നേഹവും ആവിഷ്കരിക്കുന്നതെങ്ങനെ യെന്ന് അത് മറന്നു പോയിരുന്നു. നാടകീയമായ ഒരു പ്രതീതിയും ചേർച്ചയും ഉണ്ടാക്കുകയല്ലാതെ മറ്റൊന്നും അതിന് അറിയാമായിരുന്നി ല്ല. അത് അഭിമുഖീകരിച്ചിരുന്നത് ഒരു യൂണിഫോം, മുലക്കച്ച, അയഞ്ഞ ഒരു കുപ്പായം ഇത്രയും മാത്രമായിരുന്നു. അത് കാണുമ്പോൾ അവന് വിരസത അനുഭവപ്പെടുകയും ഭാവന ഇല്ലാതാവുകയും ചെയ്തു. അവ ന്റേതുമാത്രമായ പ്രത്യേക ഗുണങ്ങളോ സവിശേഷതകളോ രചനക

ലിൽ കാണാതായി. എന്നിട്ടും അവ വളരെയധികം കീർത്തിയോടെ ആസ്വദിക്കപ്പെട്ടു. എങ്കിലും കലാസ്വാദകരും മറ്റ് കലാകാരന്മാരും അവന്റെ പുതിയ സൃഷ്ടികൾ കണ്ടപ്പോൾ വെറുതെ തോൾവെട്ടിച്ച് കട ന്നുപോകുകയാണ് ചെയ്തത്. പക്ഷേ ചാർട്ട് കോഫിനെ നേരത്തെ അറി യാവുന്നവർക്ക് തുടക്കത്തിൽ അവനിൽ തെളിഞ്ഞുകണ്ട പ്രതിഭയുടെ അടയാളങ്ങൾ എങ്ങനെ നഷ്ടമായിയെന്ന് മനസിലാക്കാൻ കഴിഞ്ഞി ല്ല. ഒരാളിൽ അയാളുടെ പ്രതിഭാശക്തി പുഷ്കലമാവുന്നതിന് മുമ്പ് നശി ച്ചുപോകുന്നതെന്തുകൊണ്ടാണെന്ന് അവർ പ്രവചിക്കാൻ ശ്രമിച്ച് പരാ ജയപ്പെട്ടു.

പക്ഷേ, ലഹരിപിടിച്ച കലാകാരൻ ഈ വിമർശനങ്ങളൊന്നും കേട്ടി ല്ല. അവൻ കാലഘട്ടത്തിന്റെ മഹത്വം മനസിലും ജീവിതത്തിലും ഏറ്റു വാങ്ങി. അവൻ തടിച്ച് കൊഴുത്തു. പത്രത്തിൽ അവനെക്കുറിച്ചുള്ള വാർത്തകൾ അവൻ വായിച്ചു. ഉയർന്ന ജോലികളും സ്ഥാനങ്ങളും നൽകാമെന്നുള്ള വാഗ്ദാനങ്ങൾ അവനെ തേടിവന്നു. പരീക്ഷകൾക്കും ആലോചനായോഗങ്ങൾക്കുമുള്ള ക്ഷണം അവനുകിട്ടി. പക്വമതിയായ ഒരു കലാകാരനെപ്പോലെ റാഫേലിന്റെയും പ്രാചീന ഗുരുക്കന്മാരുടെയും വക്താവായി അവൻ മാറി. അവരുടെ അതീന്ദ്രിയമായ കഴിവുകളെപ്പറ്റി ആഴത്തിൽ മനസിലാക്കിയത് കൊണ്ടായിരുന്നില്ല അത്. അവന്റെ ജീവിതം ആന്തരികമായ കഴിവുകളുടെ നാശം എന്നൊക്കെ വിശേഷിപ്പിക്കാവുന്ന ഒരു ഘട്ടത്തെ സമീപിക്കുകയായിരുന്നു. അങ്ങനെയാവുമ്പോൾ ശക്ത മായ ഒരു തന്ത്രി വളരെ ദുർബലമായി മന്ത്രിച്ചുകൊണ്ടിരിക്കും. സൗന്ദ രൃത്തിന്റെ ഒരു സ്പർശം സ്വഭാവികമായ ഒന്നിനെ അഗ്നിജ്വാലകളായി പടർത്തില്ല. പക്ഷേ, അപ്പോൾ കത്തിത്തീർന്നുകൊണ്ടിരിക്കുന്ന മനോ വികാരങ്ങൾ സ്വർണത്തിന്റെ കിലുകിലാരവങ്ങൾക്കായി കാതോർക്കും. വളരെയധികം പ്രലോഭിപ്പിക്കുന്നതാണ് അതിന്റെ സംഗീതം. വളരെ സാവധാനത്തിൽ അവൻ അതിന്റെ താരാട്ട് കേട്ടുറങ്ങി. പ്രശസ്തി അവന് തീരെ സന്തോഷം നൽകിയില്ല. ആരോ അത് കവർന്നെടുത്തതായി അവനുതോന്നി. അത് തിരിച്ച് നേടാൻ അവനു കഴിഞ്ഞില്ല. അതുകൊണ്ട് സമ്പത്തുനേടാൻ അവൻ ആഗ്രഹിച്ചു. സ്വർണത്തോടായിരുന്നു അവന് കമ്പം. അവന്റെ ലക്ഷ്യവും ആനന്ദവും സ്വർണം സമ്പാദിക്കുക എന്ന തായിമാറി. അവന്റെ പണപ്പെട്ടിയിൽ ബാങ്ക് നോട്ടുകൾ വന്ന് കുമിഞ്ഞു. സ്വർണം സമ്പാദിക്കുകയെന്നതിൽക്കവിഞ്ഞ് അവന് മറ്റൊരാഗ്രഹവും ഉണ്ടായിരുന്നില്ല. പക്ഷേ, അവനെ ഞെട്ടിപ്പിച്ച ഒരു സംഭവമുണ്ടായി. അത് അവന്റെ ജീവിതത്തിന്റെ താളം തെറ്റിച്ചു.

ഒരു ദിവസം മേശമേൽ അവൻ ഒരു കുറിപ്പ് കണ്ടു. ചിത്രകലാ അക്കാദമിയിൽ നിന്നുള്ളതായിരുന്നു അത്. അവൻ സമിതിയിലെ ഒരു വിശിഷ്ടാംഗമായിരുന്നു. ഇറ്റലിയിൽ നിന്ന് അയച്ചുകിട്ടിയ ഒരു റഷ്യൻ കലാകാരന്റെ പുതിയ സൃഷ്ടിയെക്കുറിച്ച് അക്കാദമിയിൽ ചെന്നു അഭി

പ്രായം പറയണമെന്ന് കത്തിൽ അവനോട് ആവശ്യപ്പെട്ടിരുന്നു. അവൻ അവിടെ അറിയപ്പെടുന്ന ഒരാളായിരുന്നു. മാത്രമല്ല ഈ കലാകാരൻ ചാർട്ട്‌കോഫിന്റെ പഴയ സുഹൃത്തുമായിരുന്നു. ആദ്യകാലത്ത് തന്നെ കലയോടുള്ള അഭിനിവേശം അവന് ഉണ്ടായിരുന്നു. അവൻ മനസ്സ് മുഴുവൻ കലയ്ക്ക് വേണ്ടി അർപ്പണം ചെയ്തു. സുഹൃത്തുക്കളിൽ നിന്നും ബന്ധുക്കളിൽ നിന്നും അകന്നു. ഒടുവിൽ അവൻ അത്ഭുതങ്ങളുടെ ലോക മായ റോമിൽ കുടിയേറിപ്പാർത്തു. പേരു കേട്ടാൽത്തന്നെ കലാകാരന്മാ രുടെ ഹൃദയം ഊഷ്മളമാവുകയും ക്രമാതീതമായി തുടിക്കുകയും ചെയ്യുന്ന ഒരു സ്ഥലമാണ് റോം. മറ്റൊന്നിനും മനസിൽ ഇടംകൊടു ക്കാതെ അവൻ അവിടെ കലയ്ക്കുവേണ്ടി ആത്മാർപ്പണം ചെയ്തു. ക്ഷീണം വകവെക്കാതെ നിരന്തരമായി ചിത്രഗാലറികൾ കയറിയിറങ്ങി. മണിക്കൂറുകളോളം ചിത്രകലയിലെ മഹാന്മാരായ ഗുരുക്കന്മാരുടെ രച നകൾക്കുമുന്നിൽ ചെലവഴിച്ചു. അത്ഭുതകരമായ അവരുടെ രചനാരീ തികൾ വ്യക്തമായി മനസിലാക്കി പഠിച്ചു. മഹാന്മാരായ ഗുരുക്കന്മാരുടെ രചനകളോട് താരതമ്യം ചെയ്തു ഭേദഗതികൾ വരുത്താതെ അവന്റെ ചിത്രങ്ങൾ ഒരിക്കലും പൂർത്തിയാക്കിയില്ല. നിശബ്ദമെങ്കിലും വളരെ സൂഷ്മമായ ഭാവങ്ങൾ അവരുടെ രചനകളിൽ അവൻ വായിച്ചറിഞ്ഞു. പക്ഷപാതമില്ലാതെ എല്ലാവരോടും അവന് ബാദ്ധ്യതയുണ്ടായിരുന്നു. ഏറ്റവും സുന്ദരമായതുമാത്രം എല്ലാ മഹാന്മാരായ ഗുരുക്കന്മാരിൽ നിന്നും അവൻ സ്വായത്തമാക്കി. ഒടുവിൽ വിശുദ്ധനായ റാഫേലിന്റെ മാത്രം ശിഷ്യനായി. എല്ലാ ഉൽക്കൃഷ്ടമായ രചനകളും വായിച്ചശേഷം ഹോമർ ഇലിയഡ് എഴുതിയത് പോലെ അവൻ മാറി. ചുരുക്കത്തിൽ എല്ലാഘടകങ്ങളും ഒത്തുചേർന്നതായിരുന്നു അവന്റെ ചിത്രങ്ങൾ. പൂർണ മായും പ്രകാശിതമാവാത്ത ഒന്നും അതിലുണ്ടായിരുന്നില്ല. അങ്ങനെ അവൻ സ്വീകരിച്ച രീതികളിൽ നിന്നും മഹത്തായ രചനാബോധം രൂപ പ്പെട്ടു. വളരെ ഊർജസ്വലമായ കലാവിചാരം അവന്റെ വരയുടെ ഉന്നത മായ ആകർഷണശക്തിയായിത്തീർന്നു.

ചാർട്ട്‌കോഫ് മുറിയിൽ കടന്നുചെന്നപ്പോൾ ചിത്രത്തിന് മുന്നിൽ സന്ദർശകർ കൂടി നിൽക്കുകയായിരുന്നു. അതിഗഹനമായ നിശബ്ദത അവിടെയാകെ വ്യാപിച്ചിരുന്നു. ചിത്രത്തെക്കുറിച്ചുള്ള അഭിപ്രായം ആരാ യുന്നതിനായി അവൻ ഒരു കലാവിമർശകന്റെ അടുത്തേക്ക് ചെന്നു. അതി നുശേഷം ചിത്രത്തിന്റെ അരികിലെത്തി. പക്ഷേ ചിത്രം കണ്ട് അവൻ അത്ഭുതപ്പെട്ട് നിന്നുപോയി.

നിർമലമായ യാതൊരു ന്യൂനതയുമില്ലാത്ത, സുന്ദരിയായ ഒരു വധു വിനെപ്പോലെ ചിത്രം അവന്റെ മുന്നിൽ നിന്നു. കലാവിമർശകരാരും തന്നെ ഇതുവരെ കാണാത്ത ഒരുതരം രചനയായിരുന്നു അത്. അത്തര മൊന്ന് അവൻ തീരെ പ്രതീക്ഷിച്ചിരുന്നില്ല. റാഫേലിന്റെയും കൊറൊ ഗിയൊയ്യുടെയും കലാവൈഭവം അതിൽ സമന്വയിച്ചിരുന്നു. പക്ഷേ,

ഇതിലെല്ലാമുപരി ചിത്രത്തിൽ ശ്രദ്ധേയമായത് കലാകാരന്റെ രചനാ ശക്തിയാണ്. ചിത്രത്തിൽ നിസാരമായ വസ്തുതകൾപോലും അത് പ്രക ടമാക്കിയിരുന്നു. പ്രകൃതിയുടെ അതിരിൽ കാണുന്ന ഉരുകിയൊലിക്കുന്ന വർത്തുളത അവൻ മനസിലാക്കിയിരുന്നു. ഇത് വളരെ സർഗശക്തിയുള്ള ഒരു കലാകാരന് മാത്രം സാധ്യമാവുന്ന കാര്യമാണ്. ഒരു പകർപ്പെ ടുപ്പുകാരന് കോണുകളായിട്ടെ അത് വരക്കാൻ കഴിയുകയുള്ളൂ. കലാ കാരൻ ബാഹ്യലോകത്തിൽ നിന്ന് കാര്യങ്ങൾ ഉൾക്കൊള്ളുന്നതെങ്ങ നെയാണെന്ന് അതിൽ സ്പഷ്ടമായി കാണുന്നുണ്ട്. ആദ്യം മനസിൽ അവൻ അത് ശേഖരിച്ചുവെക്കുന്നു. ആത്മാവിൽ നിന്നും ശ്രുതിമധുര മായ ഒരു ഗാനംപോലെ പിന്നീട് അത് കാൻവാസിലേക്ക് പകർത്തുന്നു. ഇത് മനസിലാക്കാൻ തയാറായവർക്ക് പ്രകൃതിയിൽ നിന്നുള്ള പകർത്ത ലിനും സർഗക്രിയക്കുമിടയിലുള്ള വലിയ വിടവ് പെട്ടെന്ന് ബോധ്യമാ വും. ചിത്രത്തിന് ചുറ്റുംകൂടി നിന്നവരുടെ മിഴികളിൽ നിന്നും കണ്ണു നീർത്തുള്ളികൾ ഇറ്റുവീഴാൻ തുടങ്ങുന്നുണ്ടായിരുന്നു. എല്ലാവരും വളരെ ദിവ്യമായ ആ രചനയെക്കുറിച്ചുള്ള നിശബ്ദമായ ഒരു സ്തുതിഗീതത്തിൽ അണിചേരുന്നതായി തോന്നി.

ചാർട്ട്കോഫ് നിശ്ചലനായി വാ പൊളിച്ച് ചിത്രത്തിനു മുന്നിൽ നിന്നു. വളരെ നീണ്ടകാലത്തിന് ശേഷമാണ് നിരൂപകന്മാരും സന്ദർശ കരും ഒരേതരത്തിൽ ചിത്രത്തിന്റെ ഗുണഗണങ്ങളെക്കുറിച്ച് ഇങ്ങനെ കുശുകുശുക്കാനും അഭിപ്രായം പ്രകടിപ്പിക്കാനും ഒരുങ്ങുന്നത്. അവ രെല്ലാം ചാർട്ട്കോഫിന് നേരെ തിരിഞ്ഞ് ചിത്രത്തെക്കുറിച്ചുള്ള അവന്റെ അഭിപ്രായമെന്താണ് എന്നു ചോദിച്ചു. അപ്പോഴാണ് അവന് ബോധം വന്നത് വളരെ മടിയോടെ ഒരു സാധാരണ അഭിപ്രായമാണ് അവൻ പറ ഞ്ഞത്. "സത്യത്തിൽ കലാകാരന്റെ പ്രതിഭയെ നിരാകരിക്കാൻ നമുക്ക് കഴിയില്ല. അത് ചിത്രത്തിൽ കാണുന്നുണ്ട്." പക്ഷേ, അവന്റെ സംഭാ ഷണം ചുണ്ടുകളിൽ വിറങ്ങലിച്ചുനിന്നു. നിയന്ത്രണം വിട്ട് അവൻ കര യാൻ തുടങ്ങി. വളരെ തിടുക്കപ്പെട്ട് എന്തോ ആവേശിച്ചതുപോലെ അവൻ മുറിയുടെ പുറത്തേക്കിറങ്ങി.

അൽപ്പസമയത്തിനുള്ളിൽ അതിഗംഭീരമായ അവന്റെ ചിത്രം വര ക്കുന്ന മുറിയിൽ അവൻ എത്തി. അവന്റെ ആത്മാവുണർന്നു പ്രവർത്തി ക്കാൻ തുടങ്ങി. അവന് യുവത്വം തിരികെ കിട്ടിയതുപോലെതോന്നി. അണഞ്ഞുകൊണ്ടിരുന്ന അവന്റെ പ്രതിഭയുടെ ജ്വാലകൾ ആളിപ്പടരാൻ തുടങ്ങി. അവന്റെ കണ്ണുകളെ മറച്ചിരുന്ന തുണി ഊർന്നുവീണു. ഈശ്വ രാ, തീരെ കാരുണ്യമില്ലാതെ പാഴാക്കിക്കളഞ്ഞ യുവത്വത്തിന്റെ നല്ലനാ ളുകളെപ്പറ്റി അവൻ ഓർത്തു. ഒരുകാലത്ത് അവൻ നെഞ്ചിലേറ്റിയതും ഇപ്പോൾ അണഞ്ഞു കൊണ്ടിരിക്കുന്നതും അവമതിക്കപ്പെട്ടതുമായ തീ നാളം വളർന്നു അതിഗംഭീരവും സുന്ദരവുമാകേണ്ടതായിരുന്നു. അത് ഉപയോഗപ്പെടുത്താൻ അവന് കഴിഞ്ഞില്ല. എതോ കാലത്ത് അവൻ

ആത്മാവിലനുഭവിച്ച ചോദനകൾ വീണ്ടും ഉണരുന്നതായി അവന് തോന്നി.

അവൻ ബ്രഷ് കൈയിലെടുത്തു കാൻവാസിന് സമീപം ചെന്നു. ഒരേയൊരു ചിന്തമാത്രം അവനെ പിടികൂടി. ഒരേയൊരു ആഗ്രഹം മാത്രം അവനിൽ ജ്വലിച്ചുനിന്നു. ദുഃഖിതയായിരിക്കുന്ന ഒരു മാലാഖയെ വര ക്കാൻ അവൻ ശ്രമിച്ചു. ഈ ആശയം അവന്റെ മാനസിക നിലയുമായി വളരെ ചേർന്നതായിരുന്നു. ചിത്രം വരയ്ക്കാൻ ശ്രമിച്ച് അവന്റെ മുഖം വിയർക്കാൻ തുടങ്ങി. പക്ഷേ, അവന് ഒന്നും വരയ്ക്കാൻ കഴിഞ്ഞില്ല. അവന്റെ വരകളും ഭാവങ്ങളും തമ്മിൽ യാതൊരു ബന്ധവുമുണ്ടായിരു ന്നില്ല. വളരെക്കാലമായി അവന്റെ ഭാവനയും വിരലുകളും ഒരേ ചാലി ലായിരുന്നു. അവൻ സ്വയം സ്വീകരിച്ച ചങ്ങലകളിൽ നിന്നും കെട്ടുപാ ടുകളിൽ നിന്നും രക്ഷനേടാനുള്ള ശ്രമം വിഫലമാവുകയും എല്ലാം അബ ദ്ധവും വിലക്ഷണവുമായിത്തീരുകയും ചെയ്തു. അറിവിലേക്കുള്ള കഠി നമായ കയറ്റങ്ങൾ മഹാന്മാരുടെ മൗലിക നിയമങ്ങൾ എല്ലാം വളരെ കാലമായി അവൻ അവഗണിക്കുകയായിരുന്നു. അവനെ അലട്ടിക്കൊ ണ്ടിരുന്ന പ്രശ്നങ്ങളെല്ലാം അവൻ ഒഴിവാക്കി. പുതിയ ചിത്രങ്ങളെല്ലാം പുറത്തേക്ക് കൊണ്ടുപോകാൻ അവൻ ആജ്ഞാപിച്ചു. അവയെല്ലാം അശ്വഭടന്മാരുടെയും യുവതികളുടെയും സാമാജികന്മാരുടെയും പരി ഷ്കൃതവും ജീവനില്ലാത്തതുമായ ചിത്രങ്ങളായിരുന്നു.

മുറിയടച്ച് അവൻ തനിച്ചിരുന്നു. ഭക്ഷണം പോലും കഴിക്കാതെ തന്റെ ജോലിയിൽ മുഴുവൻ ശ്രദ്ധയും കേന്ദ്രീകരിച്ചു. അവൻ ഒരു പണ്ഡി തനെപ്പോലെ ഇരുന്നു, അധ്വാനിച്ചു. പക്ഷേ അവൻ വരച്ചതെല്ലാം താഴ്ന്ന നിലവാരമുള്ള ചിത്രങ്ങളായിരുന്നു. ചിത്രരചനയിലെ പ്രാഥമിക തത്വ ങ്ങൾപോലുമറിയാതെ അവന് മുന്നോട്ട് പോകുവാനായില്ല. ചിത്രരചന യിലെ പരമ്പരാഗതമായ രീതിയെക്കുറിച്ചുള്ള അറിവില്ലായ്മ അവന്റെ ഭാവനയെ തടഞ്ഞു. അവൻ വരച്ചതെല്ലാം അറിയാതെ ക്ലീഷെയായി ത്തീർന്നു. അവൻ ശീലിച്ച രീതിയിൽ മാത്രം കൈകൾ ചലിച്ചതുകൊണ്ട് വരകൾ അസാധാരണമായിത്തീർന്നില്ല. ചിത്രത്തെ വർണശബളിമ മാക്കാത്ത രീതിയിൽ നിറക്കൂട്ടുകൾ താണനിലവാരത്തിലുള്ളതായി ത്തീർന്നു. ഇതൊക്കെ അവന് കാണാനും അനുഭവിക്കാനും കഴിഞ്ഞു.

'യഥാർഥത്തിൽ എനിക്കെന്തെങ്കിലും പ്രതിഭ ഉണ്ടായിരുന്നോ?' അവൻ ആലോചിച്ചു. 'ഞാൻ സ്വയം വഞ്ചിക്കുകയായിരുന്നോ,' ഇത്രയും പറഞ്ഞ് അവൻ ആദ്യകാലങ്ങളിൽ പരുക്കനായി വരച്ച ചിത്രങ്ങളിലേക്ക് തിരിഞ്ഞു. പണ്ട് വാസിലിവ്സ്കി ഓസ്ട്രോഫിലെ വൃത്തിയില്ലാത്ത മുറി യിൽ യാതൊരു ശ്രദ്ധയുമില്ലാതെ അവൻ വരച്ചതായിരുന്നു അവ. അവൻ ശ്രദ്ധയോടെ അതെല്ലാം നിരീക്ഷിക്കാൻ തുടങ്ങി. വേദനാജനകമായ പഴ യജീവിതകാലം അവന് തിരികെ ലഭിച്ചു. അവൻ നിരാശയോടെ പറ ഞ്ഞു: "അതെ, എനിക്ക് പ്രതിഭയുണ്ടായിരുന്നു, ഇവയിലെ വരകളിലും അടയാളങ്ങളിലും അത് തെളിഞ്ഞ് കാണുന്നുണ്ട്."

പെട്ടെന്ന് അവന്റെ ശരീരമാകെ വിറച്ചു. അവനെ ഉറ്റുനോക്കുന്ന മറ്റ് രണ്ട് കണ്ണുകളുമായി അവന്റെ കണ്ണുകൾ കൂട്ടിമുട്ടി. അവൻ ഷുക്കിനു വോറിൽ നിന്ന് വാങ്ങിച്ച ഛായാചിത്രമായിരുന്നു അത്. ഈ സമയമെല്ലാം അത് മൂടിക്കിടക്കുകയായിരുന്നു. അത് അവന്റെ മനസിൽ നിന്ന് മാഞ്ഞു പോയിരുന്നു. പരിഷ്കൃതമായ ഛായാചിത്രങ്ങളും വരകളും മുറിയിൽ നിന്നു എടുത്തുമാറ്റിയപ്പോൾ ഒരു രൂപരേഖപോലെ അവന്റെ ചെറുപ്പ കാലത്തെ രചനകൾക്കൊപ്പം അത് തെളിഞ്ഞു കാണാനായി. ആ ഛായാ ചിത്രവുമായി ബന്ധപ്പെട്ട എല്ലാ വിചിത്ര സംഭവങ്ങളും അവൻ ഒരു നിമിഷം ഓർമിച്ചു. ഒരുതരത്തിൽ ഈ ഒറ്റഛായാചിത്രമാണ് അവന്റെ എല്ലാ തകരാറുകൾക്കും കാരണമെന്ന് അവൻ ചിന്തിച്ചു. അവൻ അതി നുള്ളിൽ നിന്ന് ലഭിച്ച സ്വർണനാണയങ്ങളാണ് അവന്റെ പ്രതിഭയെ നശി പ്പിച്ച മാനസികമായ മാറ്റങ്ങൾക്ക് കാരണമായത്. അവന് ഭ്രാന്ത് പിടി ക്കുന്നതുപോലെ തോന്നി. വെറുപ്പുളവാക്കുന്ന ആ ഛായാചിത്രം അവിടെ നിന്ന് കൊണ്ടുപോകുവാൻ അവൻ ആജ്ഞാപിച്ചു.

പക്ഷേ, അവന്റെ മാനസിക വിക്ഷോഭം ഇതുകൊണ്ടൊന്നും കുറ ഞ്ഞില്ല, അവന്റെ സത്തയുടെ അസ്ഥിവാരത്തോളം അവൻ കുലുങ്ങി പ്പോയിരുന്നു. വളരെ ദുർബലമായിത്തീർന്ന അവന്റെ പ്രതിഭ വലിയൊ രളവ് വരെ പ്രകാശമാനമാക്കുവാൻ അവൻ ശ്രമിച്ചു. ചില സമയത്ത് അവൻ അതിൽ പരാജയപ്പെടുകയും ചെയ്തു. ആ സമയങ്ങളിൽ അവൻ അനുഭവിച്ച മാനസിക പീഡനം അവന്റെ മുഖത്ത് തെളിഞ്ഞ് കാണാമാ യിരുന്നു. ആരെയും ഞെട്ടിപ്പിക്കുന്ന ഒരുതരം അസൂയ അവനെ കീഴട ക്കി. ഭ്രാന്തിനോട് അടുത്തുനിൽക്കുന്ന ഒരുതരം അസൂയയായിരുന്നു അത്. പ്രതിഭയുടെ അടയാളങ്ങളുള്ള രചനകൾ കാണുമ്പോൾ അവന്റെ മനസ്സ് വ്രണപ്പെട്ടു. പല്ലിറുമ്മി ക്രുദ്ധമായ കണ്ണുകൾകൊണ്ട് അവൻ അതുനോക്കി ദഹിപ്പിച്ചു. മനുഷ്യ മനസിൽ ഇതുവരെ രൂപപ്പെടാത്ത ഒരു പൈശാചികമായ പദ്ധതി. അവൻ രൂപകൽപ്പന ചെയ്തു. അത് നട പ്പിലാക്കാൻ ആവേശത്തോടെ അവൻ തിരക്കിട്ട് പ്രവർത്തിച്ചു. നന്നായി വരച്ച എല്ലാ ചിത്രങ്ങളും അവൻ വിലകൊടുത്ത് വാങ്ങാൻ തുടങ്ങി. വളരെ അധികം വിലകൊടുത്തുവാങ്ങിയ ചിത്രങ്ങൾ അവൻ മുറിയി ലേക്ക് കൊണ്ടുവന്നു. എന്നിട്ട് ഒരു കടുവയുടെ ക്രൗര്യത്തോടെ അതി ന്മേൽ ചാടിവീണ് അത് മുറിച്ച് കഷണങ്ങളാക്കി. ഇതിൽ അവൻ ഒരു തരം സന്തോഷം കണ്ടെത്തി.

ഈ പൈശാചികമായ ആഗ്രഹം തൃപ്തിപ്പെടുത്താൻ അവൻ സ്വരു പിച്ചുവെച്ച വിപുലമായ ധനം അവനെ സഹായിച്ചു. അടച്ചുവെച്ചിരുന്ന പണപ്പെട്ടികളും സഞ്ചികളും അവൻ തുറന്നു. അറിവില്ലായ്മ കൊണ്ടു ണ്ടാവുന്ന അസംബന്ധപ്രവർത്തനങ്ങളും പ്രതികാരദാഹങ്ങളും ലോകത്ത് ഇത്രയധികം ഉൽക്കൃഷ്ട രചനകൾ ഇങ്ങനെ നശിപ്പിച്ചിട്ടു ണ്ടാവില്ല. അവൻ സന്ദർശിച്ച ചിത്രങ്ങൾ വിൽക്കുന്ന സ്ഥലങ്ങളിലെല്ലാം

മറ്റുള്ളവർ ചിത്രങ്ങൾ വാങ്ങാനാവാതെ നിരാശരായി. ഇതെല്ലാം കാണു മ്പോൾ കോപിഷ്ഠനായ ഏതോ ദൈവം ലോകത്തെ എല്ലാ നല്ല വസ്തുക്കളും നശിപ്പിക്കാൻ ക്രൂരനായ ഇവനെ പറഞ്ഞയച്ചതാണെന്ന് തോന്നും. ലോകത്തോടുള്ള എല്ലാ അവജ്ഞയും അവന്റെ മുഖത്ത് തെളിഞ്ഞ് കാണാമായിരുന്നു. അവൻ പറഞ്ഞുകൊണ്ടിരുന്നത് വേദനി പ്പിക്കുന്നതും അധിക്ഷേപിക്കുന്നതുമായ വാക്കുകളായിരുന്നു. അവൻ ദുര ബാധിച്ച് തെരുവിലൂടെ അലഞ്ഞുനടന്നു. അവനെ പരിചയമുള്ളവർ അവനെ ദൂരത്ത് കാണുമ്പോൾ മുഖം കൊടുക്കാതെ വഴിമാറി നടന്നു. അവനെ കാണുന്ന ദിവസം പാഴായിപോകുമെന്ന് അവർ പറഞ്ഞു.

ഇത്തരം ജനങ്ങളും കലാസമ്പ്രദായങ്ങളും ഭാഗ്യംകൊണ്ട് അധിക കാലം നിലനിൽക്കാറില്ല. അവന്റെ ദൗർബല്യങ്ങളെ വികാരങ്ങൾ കീഴട ക്കുകയായിരുന്നു. തുടർച്ചയായി അവൻ ഉന്മാദത്തിനു അടിമപ്പെട്ടു. ഭയാ നകമായ രോഗമായി അത് പരിണമിച്ചു. ഒരുതരം നശീകരണശക്തിയുള്ള പനി അവനെ ബാധിച്ചു. മൂന്നു ദിവസത്തോളം അർധബോധാവസ്ഥ യിൽ അവൻ കിടന്നു. ഇതോടൊപ്പം തന്നെ അമിതമായ ഉന്മാദത്തിന്റെ ലക്ഷണങ്ങളും അവൻ കാണിച്ചുതുടങ്ങി. ചില സമയങ്ങളിൽ അനേകം ആളുകൾ ശ്രമിച്ചിട്ടും അവനെ പിടിച്ചുനിർത്താനായില്ല. വളരെ നാളുക ളായി അവൻ മറന്നിരുന്ന ഛായാചിത്രത്തിന്റെ ജീവസുറ്റ കണ്ണുകൾ അവനെ പീഢിപ്പിക്കുവാൻ തുടങ്ങി. അതോടെ അവന്റെ ഉന്മാദം ഭയാന കമായിത്തീർന്നു. അവന്റെ കിടക്കയ്ക്ക് ചുറ്റും കൂടിനിന്ന എല്ലാവരും ഭയാനകമായ ഛായാചിത്രങ്ങളായി അവനുതോന്നി. ഛായാചിത്രങ്ങൾ രണ്ടിരട്ടിയായും നാലിരട്ടിയായും വർധിച്ചു. ചുമരുകളിലെല്ലാം ഛായാ ചിത്രങ്ങൾ തൂങ്ങിക്കിടക്കുന്നതായി അവനുതോന്നി. അതിലെല്ലാം അവനെ തുറിച്ചുനോക്കുന്ന കണ്ണുകൾ അവൻ കണ്ടു. മച്ചിൽ നിന്നും തറയിൽ നിന്നും ഛായാചിത്രങ്ങൾ അവനെ തുറിച്ചുനോക്കി. മുറിവി ശാലമായി അറ്റമില്ലാതെ അതിന്റെ നീളംകൂടി. അവിടെയെല്ലാം നിശ്ചല മായ തുറിച്ചുനോക്കുന്ന കണ്ണുകൾകൊണ്ട് നിറഞ്ഞു. അവനെ പരിചരി ച്ചിരുന്ന ഡോക്ടർ വിചിത്രമായ അവന്റെ ഭൂതകാലത്തെപ്പറ്റി ചിലതെല്ലാം മനസിലാക്കി. അവന്റെ ജീവിതത്തിലെ അനിഷ്ടസംഭവങ്ങളുടെയും അവന്റെ മായക്കാഴ്ചകളുടെയും ഇടയിലുള്ള രഹസ്യങ്ങളുടെ ആഴമറി യാൻ അയാൾ ആവതും ശ്രമിച്ചു. പക്ഷേ നേരിയതോതിൽ പോലും അയാൾക്ക് വിജയിക്കാനായില്ല. രോഗി ഒന്നും തിരിച്ചറിഞ്ഞില്ല. എല്ലാ പീഢനങ്ങളും അനുഭവിച്ച് ഭയാനകമായി അലറിവിളിക്കുകയും അസ്പ ഷ്ടമായി സംസാരിക്കുകയും ചെയ്തു. ഒടുവിൽ സഹനത്തിന്റെ പര കോടിയിൽ അവന്റെ ജീവിതം അവസാനിച്ചു. അളവറ്റ സമ്പാദ്യം അവ നുണ്ടായിരുന്നു. പക്ഷേ ലക്ഷോപലക്ഷം വില വരുന്ന മഹത്തായ സൃഷ്ടി കളുടെ വെട്ടിത്തറച്ചിട്ട കഷ്ണങ്ങൾ കണ്ടപ്പോൾ അതിന്റെ ദുരുപയോഗം ജനങ്ങൾക്ക് മനസിലായി.

ഭാഗം II

ഒരു വീടിന്റെ പ്രവേശന കവാടത്തിൽ കുതിരവണ്ടികളുടെയും മറ്റനേകം വണ്ടികളുടെയും തിക്കും തിരക്കും. മെസിനേസിലേക്ക് താമസം മാറുന്ന ഒരു സമ്പന്നനായ കലാസ്നേഹിയുടെ സാധനങ്ങളുടെ ലേലം നടക്കുകയാണവിടെ. വളരെ ലളിതമായ രീതിയിൽ അവിടം മോടി പിടിപ്പിച്ചിരുന്നു. ആയിരക്കണക്കിന് ആളുകൾ അവിടെവന്നു. നീളമുള്ള വിശാലമായ മുറിയിൽ സന്ദർശകരുടെ തിക്കും തിരക്കുമാണ്. ഗൊസ്റ്റി നുവോറിലെ തുണിക്കച്ചവടക്കാരും വിദേശക്കോട്ടുകച്ചവടക്കാരും അവിടെ ഉണ്ടായിരുന്നു. വളരെ സ്വാഭാവികമായിരുന്നു അവരുടെയെല്ലാം മുഖ ഭാവം. റഷ്യൻ കച്ചവടക്കാരെപ്പോലെ അവർ മുഖത്ത് കൃത്രിമമായ ദാസ്യ മനോഭാവം കാണിച്ചിരുന്നില്ല. പ്രദർശനശാല മുഴുവൻ കുലീനന്മാരെ ക്കൊണ്ടു നിറഞ്ഞിരുന്നു. മറ്റൊരു സന്ദർഭത്തിലായിരുന്നെങ്കിൽ കുലീ നന്മാരുടെ കാലുകളിലെ പൊടി തുടച്ചുകളയാൻവരെ അവർ തയാറാ കുമായിരുന്നു. കുലീനന്മാരായ കലാസ്വാദകന്മാരോട് ചിത്രങ്ങളുടെയും പുസ്തകങ്ങളുടെയും മൂല്യം വിശദീകരിക്കാനും വിലപേശാനും തയാ റായി അവർ നിന്നു. അവിടെ കൂടിയിരുന്നവരിലധികവും പ്രഭാതഭക്ഷണം കഴിക്കുന്നതുപോലെ പതിവായി ലേലം വിളികളിൽ ഹാജരാവുന്നവരാ യിരുന്നു. സമ്പന്നരായ കലാസ്വാദകർ അവരുടെ കലാശേഖരങ്ങൾ വർധി പ്പിക്കാനുള്ള അവസരമായി ഇതിനെക്കണ്ടു. മാത്രമല്ല അവർക്ക് പന്ത്രണ്ടുമണി മുതൽ ഒരുമണിവരെ മറ്റ് ജോലികളൊന്നും ഉണ്ടായിരു ന്നില്ല. പ്രത്യേകിച്ച് മറ്റ് താൽപ്പര്യങ്ങളൊന്നുമില്ലാതെ കാര്യങ്ങളെങ്ങി നെയെല്ലാം നടക്കുന്നു എന്നറിയാൻ മാത്രം വന്നവരായിരുന്നു അവർ. മുഷിഞ്ഞ വസ്ത്രം ധരിച്ചുവന്ന കുലീനന്മാരും അവിടെ ഉണ്ടായിരുന്നു.

ചിത്രങ്ങൾ വളരെയധികം അലങ്കോലപ്പെട്ടു കിടക്കുകയായിരുന്നു. മേശ, കട്ടിൽ മുതലായ വീട്ടുപകരണങ്ങളും പുസ്തകങ്ങളും മുൻ ഉടമ യുടെ നിസാരവസ്തുക്കളും അതിനോട് കൂടിക്കിടന്നു. തനിക്കെന്തെ ങ്കിലും ഗുണം ചെയ്യുന്നതെന്ന രീതിയിൽ അയാൾ അതിനെ കണക്കാ ക്കിയിട്ടുപോലുമുണ്ടാകില്ല. ചൈനാപാത്രങ്ങൾ, മേശക്കുള്ള മാർബിൾ ഫലകങ്ങൾ, പഴയതും പുതിയതുമായ കൊത്തുപണിചെയ്ത മരസാ മാനങ്ങൾ, കഴുകന്റെയും സിംഹത്തിന്റെയും രൂപങ്ങൾ, വ്യാളികൾ (Sphinxis) സിംഹത്തിന്റ നഖങ്ങൾ, സ്വർണം പൂശിയതും അല്ലാത്ത തുമായ ദീപാലങ്കാരങ്ങൾ, വിളക്കുകൂടുകൾ എല്ലാം ഒന്നിച്ച് കുഴഞ്ഞുമ റിഞ്ഞ് കലയുടെ ഒരു കൂമ്പാരം തന്നെയായിരുന്നു അത്.

ലേലം അതിന്റെ ഉച്ചസ്ഥായിയിലെത്തി. കലാരീതികളെക്കുറിച്ച് ഒന്നും അറിഞ്ഞുകൂടാത്തവർ ശ്രദ്ധിക്കാതെ പോയ ഒരു ഛായാചിത്ര ത്തിനുവേണ്ടി തിരക്ക് കൂട്ടുകയായിരുന്നു ആളുകൾ. വളരെ സുശിക്ഷി തനായ ഒരു കലാകാരന്റെ കരവിരുത് അതിൽ തെളിഞ്ഞുകാണാമായി രുന്നു. കാഴ്ചയിൽ ആ ഛായാചിത്രം പല പ്രാവശ്യം നന്നാക്കുകയും

നവീകരിക്കുകയും ചെയ്ത ഒന്നായിരുന്നു. ഏഷ്യൻ രീതിയിലുള്ള അയഞ്ഞ ഇരുണ്ട വസ്ത്രങ്ങളും വിചിത്രമായ മുഖഭാവവും അതിൽ വരിച്ചിരുന്നു. ചിത്രങ്ങൾ വാങ്ങാൻ വന്ന ആളുകളെ മറ്റെന്തിനേക്കാളും ആകർഷിച്ചത് പ്രത്യേകതയുള്ള ജീവത്തായ അതിന്റെ കണ്ണുകളായിരുന്നു. കൂടുതൽ സമയം അവർ അതുനോക്കി നിന്നപ്പോൾ കാഴ്ചക്കാ രുടെ ഹൃദയങ്ങളിലേക്ക് അത് തുളച്ചുകയറുന്നതായി തോന്നി. ചിത്ര ത്തിന്റെ പ്രത്യേകതയും കണ്ണുകളുടെ മായികതയും എല്ലാവരെയും ആകർഷിച്ചിരുന്നു. അതിന് വിലപറഞ്ഞുകൊണ്ടിരുന്നവരിൽ പലരും സാവകാശം പിന്മാറി. കാരണം അതിന്റെ വില അവർ പ്രതീക്ഷിച്ചതിലും വർധിച്ചുകൊണ്ടിരുന്നു. ഒടുവിൽ അവിടെ ഉണ്ടായിരുന്നത് കുലീനന്മാ രായ രണ്ട് കലാസ്വാദകന്മാർ മാത്രമായിരുന്നു. ചിത്രകലയിൽ വളരെ താൽപ്പര്യമുണ്ടായിരുന്ന അവർ അർഹിക്കുന്നതിൽ കൂടുതൽ വില കൊടുത്ത് അത് വാങ്ങാൻ തയാറായിരുന്നില്ല. എങ്കിലും അവർ വിട്ടു കൊടുത്തില്ല. ഇതുവരെ ഇതെല്ലാം വെറുതെ നോക്കിനിൽക്കുകയായി രുന്ന ഒരാൾ പെട്ടെന്ന് വിളിച്ച് പറഞ്ഞു: "കുറച്ച് സമയത്തേക്ക് നിങ്ങ ളുടെ വിലപേശൽ ഞാൻ തടസപ്പെടുത്തുകയാണ്. ഒരു പക്ഷേ, ഞാനാ യിരുക്കും മറ്റുള്ളവരേക്കാൾ ഈ ഛായാചിത്രത്തിന് അർഹതയുള്ള യാൾ."

പെട്ടെന്ന് ഇത് ഈ വാക്കുകൾ എല്ലാവരുടെയും ശ്രദ്ധ അവന്റെ നേരെ തിരിയുന്നതിന് കാരണമായി. അവൻ കറുത്ത് ചുരുണ്ട മുടിയുള്ള ദീർഘകായനായ മുപ്പത്തഞ്ചുകാരനായിരുന്നു. അവന്റെ ആകർഷകമായ മുഖം, പ്രത്യേകതരം ശാന്തഭാവം, എല്ലാംതന്നെ ലൗകികമായ വികാര ങ്ങളിൽ നിന്ന് മോചിതമായ ഒരു മനസിനെ സൂചിപ്പിച്ചു. അവന്റെ വസ്ത്ര ങ്ങളിൽ പരിഷ്കൃതനാട്യങ്ങൾ ഉണ്ടായിരുന്നില്ല. അവനെ കണ്ടാൽ ഒരു കലാകാരനാണെന്ന് തോന്നും. അവൻ ബി എന്ന ചിത്രകാരനായിരുന്നു. അവിടെകൂടിയിരുന്നവർക്കും അവനെ അറിയാമായിരുന്നു.

അവിടെ കൂടിയിരുന്ന എല്ലാവരുടെയും ശ്രദ്ധ അവന്റെ നേരെയായി എന്ന് മനസിലായപ്പോൾ അവൻ തുടർന്നു; "എന്റെ വാക്കുകൾ വിചി ത്രമായി നിങ്ങൾക്ക് തോന്നിയേക്കാം. ഒരു ചെറിയ കഥ നിങ്ങൾ കേൾക്കു കയാണെങ്കിൽ ഞാൻ പറയുന്ന കാര്യങ്ങൾ ശരിയാണെന്ന് നിങ്ങൾക്ക് ബോധ്യമാകുന്നതാണ്. ഞാൻ അന്വേഷിച്ചുകൊണ്ടിരിക്കുന്ന ഛായാ ചിത്രം ഇതുതന്നെയാണെന്ന് എനിക്ക് ഉറപ്പുണ്ട്."

അവിടെ തടിച്ചുകൂടിയ എല്ലാവരുടെയും മുഖത്ത് ആകാംക്ഷജ ലിച്ചു. വായ തുറന്ന് ഒരു വേലക്കാരൻ കൈയിൽ ഉയർത്തിയ ചുറ്റികയു മായി അവൻ പറയുന്നത് കേൾക്കാൻ തയാറായി നിന്നു. കഥ തുടങ്ങു നതിന് മുമ്പെ എല്ലാവരും ഛായാചിത്രത്തിലേക്ക് ഒന്നു നോക്കി. പക്ഷേ, പിന്നീടെല്ലാവരും കഥ പറയുന്നയാളെ മാത്രം ശ്രദ്ധിച്ചു തുടങ്ങി. കഥ വളർന്ന് എല്ലാവരെയും ആകർഷിക്കുന്നതായിത്തീർന്നു.

അവൻ പറഞ്ഞു തുടങ്ങി: "കൊളൊമ്ന എന്നറിയപ്പെടുന്ന നഗര ത്തിന്റെ ഭാഗം നിങ്ങൾക്കറിയാം. അവിടത്തെ എല്ലാക്കാര്യങ്ങളും സെന്റ് പീറ്റേഴ്സ്ബർഗിലേത് പോലെയല്ല. വിരമിച്ചതിന്ശേഷം ഉദ്യോഗസ്ഥന്മാ രിലധികം അങ്ങോട്ടാണ് താമസം മാറ്റുക. പിന്നെ വിധവകളും താഴ്ന്ന വരുമാനക്കാരുമാണ് അവിടെ താമസം. കൂടാതെ നിയമസഭ സാമാജി കന്മാരുമായി പരിചയമുള്ളവരും അവിടെ താമസിക്കുന്നുണ്ട്. അങ്ങനെ ജീവിതത്തിന്റെ മുഴുവൻ സമയവും സ്വയം ശിക്ഷിക്കപ്പെട്ടു കഴിയുന്നവ രാണവർ. മറ്റൊരു രീതിയിൽ പറഞ്ഞാൽ അവർ ചാരനിറമുള്ളവരാണ്. കാരണം അവരുടെ വസ്ത്രങ്ങളും മുഖവും മുടിയും കണ്ണുകളും ചാരം നിറം പുരണ്ടതായിരുന്നു. ഒരേസമയം മേഘങ്ങളും സൂര്യനുമില്ലാത്ത ആകാശംപോലെയായിരുന്നു അവർ. അവരുടെയിടയിൽ അഭിനയം നിർത്തിയ നടന്മാരും വിരമിച്ച സാമാജികന്മാരും പട്ടാളക്കാരും ഉണ്ടായി രുന്നു. കണ്ണുകൾ നഷ്ടപ്പെട്ടവരും ചുണ്ടുകൾ പൊള്ളിവീർത്തവരും ഉണ്ടാ യിരുന്നു."

കൊളൊമ്നയിലെ ജീവിതം ഭയനകമായ രീതിയിൽ മോശമായിരു ന്നു. വളരെ അപൂർവമായി മാത്രമാണ് അവിടെ കുതിരവണ്ടി വരിക. ചിലപ്പോൾ അതിൽ ഒരു നടനുണ്ടാകും. കുതിരവണ്ടിയുടെ മുരൾച്ചയും ശബ്ദവും കിലുങ്ങലും അവിടത്തെ നിശബ്ദത ഭഞ്ജിക്കും. ഒരു മാസ ത്തേക്ക് അഞ്ച് റൂബിളിന് അവിടെ താമസ സൗകര്യം കിട്ടും. രാവിലത്തെ കാപ്പിയും അതിനോടൊപ്പം ഉണ്ടാകും. പെൻഷനുള്ള വിധവകളാണ് അവിടത്തെ കുലീന കുടുംബിനികൾ, അവർ ഒരുവിധം നന്നായി അവിടെ കഴിഞ്ഞുകൂടുന്നു. ഇടക്കിടെ അവർ മുറികൾ വൃത്തിയാക്കുന്നു. കാള യിറച്ചിയോടും കാബേജിനോടുമുള്ള അവരുടെ ഇഷ്ടത്തെക്കുറിച്ച് സുഹൃത്തുക്കളോട് സംസാരിക്കുന്നു. സുന്ദരിയും ശാന്തസ്വഭാവമുള്ള വളുമായ ഒരു മകൾ അവർക്ക് വീട്ടിൽ ഉണ്ടായിരിക്കും. അവരുടെ കൂട്ടിന് ഒരു നായയും ദൈന്യമായി മുഴങ്ങുന്ന ചുമർഘടികാരവും ഉണ്ടാകും. പിന്നീടുള്ളവർ നടന്മാരാണ്. അവരുടെ ശമ്പളമാണ് കൊളൊമ്നയെ സുഭിക്ഷമാക്കുന്നത്. മറ്റെല്ലാകലാകാരന്മാരെയും പോലെ സന്തോഷി ക്കാനായി ജീവിക്കുന്ന സ്വതന്ത്രജനതയാണവർ. വലിയ കുപ്പായമ ണിഞ്ഞ് കൈത്തോക്ക് തുടച്ച് വൃത്തിയാക്കി അവർ ഇരിക്കും. കാർഡ് ബോർഡ് മുറിച്ച് ഒട്ടിച്ച് പല സാധനങ്ങളും നിർമിക്കാൻ അവർക്ക് അറി യാം. ആകസ്മികമായി കണ്ടുമുട്ടുന്ന ആളുകളുമൊത്ത് അവർ ചീട്ടുക ളിക്കും അങ്ങനെയാണ് രാവിലത്തെ സമയം അവർ ചെലവഴിക്കുക. വൈകുന്നേരങ്ങളിലും വളരെ മനോഹരമായി അവർ അതുതന്നെ ചെയ്യും. കളിക്കുന്നതിനിടയിൽ അവർ മധുരപാനീയം എന്തെങ്കിലും കുടിച്ച് കൊണ്ടിരിക്കും. കൊളൊമ്നയിലെ ഇത്തരത്തിലുള്ള വലിയ കുലീനന്മാർക്ക് ശേഷം വരുന്നത് സാധാരണ ഭടന്മാരാണ്. പഴകിയ വസ്തുതകളിൽ നിന്നുണ്ടാകുന്ന ഈച്ചകളെപ്പോലെയാണവർ. അവരെ

ഓർമിച്ചുവെക്കുന്നതിനുവേണ്ടി പ്രത്യേകം പേരിടുക പ്രയാസമാണ്. അവിടെ മദ്യപിക്കുന്ന ചില വൃദ്ധകളുണ്ട്. തീരെ മനസിലാക്കാൻ കഴി യാത്ത രീതിയിലാണ് അവർ ഉപജീവനമാർഗം കണ്ടെത്തുന്നത്. ഉറു മ്പുകളെപ്പോലെ കാലികിൻ പാലത്തിനടുത്ത് നിന്ന് പഴയ കീറത്തുണി കളും ചുവന്ന് അവർ പോകുന്നത് കാണാം. പഴയതുണികൾ വാങ്ങുന്ന കടയിൽ കൊണ്ടുപോയി പതിനഞ്ച് കോപെകിന് അത് വിൽക്കുന്നു. ചുരുക്കിപ്പറഞ്ഞാൽ പരിതസ്ഥിതികൾ തീരെ അനുകൂലമല്ലാത്ത മനു ഷ്യകീടങ്ങളാണവർ. രാഷ്ട്രീയ സാമ്പത്തിക വിദഗ്ധന്മാർക്കൊന്നും അവരുടെ സ്ഥിതി മെച്ചപ്പെടുത്താൻ കഴിയില്ല.

ഞാൻ അവരെപ്പറ്റി ഇത്രയും പറഞ്ഞത് അത്യാവശ്യ സന്ദർഭങ ളിൽ ഇങ്ങനെയുള്ള ആളുകൾ എങ്ങനെയാണ് കടം വാങ്ങുന്നത് എന്ന് സൂചിപ്പിക്കാനാണ്. അതിനു വേണ്ടി അവർക്കിടയിൽ പണം കടം കൊടു ക്കുന്നവരുടെ ഒരു പ്രത്യേക വിഭാഗം താമസിക്കുന്നുണ്ട്. ഈടിന്മേൽ ചെറിയ തുക വലിയ പലിശക്ക് അവർ കൊടുക്കുന്നു. ഇങ്ങനെയുള്ള പണം പലിശക്ക് കൊടുക്കുന്നവരിൽ ചിലർ പ്രത്യേക.....ഞാൻ പറഞ്ഞു വരുന്ന സംഭവങ്ങൾ കഴിഞ്ഞ നൂറ്റാണ്ടിൽ നടന്നതാണെന്ന കാര്യം ഞാൻ മറച്ചുവെക്കുന്നില്ല. നമ്മുടെ രണ്ടാം കാതറൈൻ രാജ്ഞിയുടെ കാല ത്താണ് ഇത് നടന്നത്. ആ കാലത്ത് പണം പലിശക്ക് കൊടുക്കുന്നവ രിൽ ഒരു പ്രത്യേക വ്യക്തി ഉണ്ടായിരുന്നു. എല്ലാ രീതിയിലും അസാ ധാരണനായ ഒരാൾ. അയാൾ നഗരത്തിലെ വീട്ടിൽ നേരത്തെ താമസ മാക്കിയിരുന്നു. അയഞ്ഞ ഏഷ്യൻ വസ്ത്രം ധരിച്ചാണ് അയാൾ യാത്ര ചെയ്തത്. അയാളുടെ ഇരുണ്ട നിറം തെക്ക് ഭാഗത്താണ് അയാൾ ജനി ച്ചതെന്ന് സൂചിപ്പിച്ചു. പക്ഷേ അയാൾ ഏത് രാജ്യക്കാരനാണെന്ന് ആർക്കു മറിയുമായിരുന്നില്ല. ഒരു പക്ഷേ ഇന്ത്യയിലോ ഗ്രീസിലോ പേർഷ്യയിലോ ആയിരിക്കാം. ഉയരമുള്ള ഭീമാകാരമായ രൂപമായിരുന്നു അയാളുടേത്. ഇരുണ്ട് മെലിഞ്ഞ് ജ്വലിക്കുന്ന മുഖം. കനമുള്ള തൂങ്ങിക്കിടക്കുന്ന പുരി കങ്ങൾ. വലിയ അഗ്നിജ്വലിക്കുന്ന കണ്ണുകളിൽ വിവരിക്കാനാവാത്ത വിചി ത്രനിറം. തലസ്ഥാന നഗരിയിൽ കുടിയേറിപ്പാർത്ത ചാരനിറമുള്ളവരിൽ നിന്ന് അവൻ തികച്ചും വ്യത്യസ്തനായിരുന്നു.

അവന്റെ വാസസ്ഥലം മരംകൊണ്ടുണ്ടാക്കിയ മറ്റ് വീടുകൾ പോലെ യായിരുന്നില്ല. കല്ല് കൊണ്ടുണ്ടാക്കിയ അത് ജെനോസ് കച്ചവടക്കാരുടെ വീടുകളോട് സാമ്യമുള്ളതായിരുന്നു. ഇരുമ്പ് അഴികളിൽ ഘടിപ്പിച്ച അതിന്റെ ജനവാതിലുകൾ ക്രമരഹിതമായി വിവിധ വലിപ്പത്തിലുള്ളവ യായിരുന്നു. ആവശ്യപ്പെടുന്ന തുക കൊടുക്കുന്ന കാര്യത്തിലും അയാൾ മറ്റ് പണം പലിശക്ക് കൊടുക്കുന്നവരിൽ നിന്നും വ്യത്യസ്തനായിരു ന്നു. വൃദ്ധയാചകിയോടുപോലും നീതിപൂർവമായാണ് അയാൾ പെരു മാറിയത്. അവന്റെ വീടിന് മുന്നിൽ ആഡംബരപൂർണമായ വാഹനങ്ങൾ ഇടക്കിടെ വന്നുനിന്നു. അതിൽ നിന്ന് സുന്ദരികളും ഉന്നതകുലജാതക

ളുമായ യുവതികൾ തലപുറത്തേക്കിട്ട് നോക്കി. പതിവുപോലെ അവ നെപ്പറ്റി കുംവദന്തികൾ പരന്നു. അവന്റെ ഇരുമ്പ് പണപ്പെട്ടിനിറയെ സ്വർണവും നിധികളും രത്നങ്ങളും ഈടുവെപ്പുകളുമാണെന്നായിരുന്നു അത്. എന്നാലും മറ്റ് പണം കടംകൊടുക്കുന്നവരെപ്പോലെ അവൻ ദുരാ ഗ്രഹിയായിരുന്നില്ല. അവൻ വളരെ താൽപ്പര്യത്തോടെയാണ് പണം കടം കൊടുത്തത്. നിശ്ചിതമായ ഗഡുക്കളിൽ അത് തിരിച്ചടച്ചാൽ മതിയായി രുന്നു. എന്നാൽ വിചിത്രമായ ചില കണക്ക് കൂട്ടലുകളിലൂടെ പലിശ ഉയർന്നശതമാനമായി വർധിച്ചു. അവനെപ്പറ്റിയുള്ള കിംവദന്തികൾ ഇങ്ങനെ കൂടിക്കൊണ്ടിരുന്നു. ഇതിലെല്ലാം വിചിത്രമായ സംഗതി അവന്റെ കയ്യിൽ നിന്നും പണം വാങ്ങിയവരുടെ ഭാഗധേയത്തെ സംബ ന്ധിച്ചതായിരുന്നു. വളരെ ദുഃഖകരമായിട്ടാണ് അവരുടെ ജീവിതം അവ സാനിച്ചത്. ഇതെല്ലാം ജനങ്ങളുടെ അന്ധവിശ്വാസമായിരുന്നോ അല്ലെ ങ്കിൽ വസ്തുതക്ക് നിരക്കുന്ന വാർത്തകളായിരുന്നോ എന്നറിയില്ല. പക്ഷേ, ചെറിയൊരു കാലയളവിനുള്ളിൽ എല്ലാവരുടെയും കൺമുന്നി ലുണ്ടായ ധാരാളം സംഭവങ്ങൾ വളരെ ശ്രദ്ധേയമാണ്.

ആ കാലത്ത് കുലീനന്മാരുടെ ഇടയിൽ നല്ല കുടുംബത്തിൽപ്പെട്ട വനും ശ്രദ്ധേയനുമായ ഒരു യുവാവുണ്ടായിരുന്നു. രാജസദസുകളിൽ അവൻ അറിയപ്പെട്ടിരുന്നു. ഒരു കലാസ്നേഹിയായിരുന്നു അവൻ. നല്ല തിനെ അവൻ ആരാധിച്ചു. ഒരു മെയ്ഡനാസ് ആയിത്തീരാൻ സാധ്യത യുള്ള ആളായിരുന്നു അവൻ. രാജ്ഞി രാജസദസിൽ അവന് ഉന്നത മായ സ്ഥാനംനൽകി. ഇത് അവന്റെ താൽപ്പര്യങ്ങൾ കണക്കിലെടുത്താ യിരുന്നു. ശാസ്ത്രവും പൊതുജനക്ഷേമവുമായി ബന്ധപ്പെട്ട ജോലിയാ യിരുന്നു അത്. അവന്റെ യുവപ്രഭാവത്തിന് ചുറ്റും കലാകാരന്മാരും കവി കളും പണ്ഡിതന്മാരും ഒത്തുചേർന്നു. എല്ലാവർക്കും ഉത്തരവാദിത്തങ്ങൾ നൽകി അവനെ പ്രോത്സാഹിപ്പിക്കാൻ അവൻ തീരുമാനിച്ചു. പ്രയോജ നമുള്ള ധാരാളം പ്രസിദ്ധീകരണങ്ങൾ അവൻ ഏറ്റെടുത്തുനടത്തി. കലാ കാരന്മാരെ അതിന്റെ ജോലികൾ ഏൽപ്പിച്ചു. കലാരീതികൾ പ്രോത്സാ ഹിപ്പിക്കുന്നതിന് വേണ്ടി അവർക്ക് സമ്മാനങ്ങൾ പ്രഖ്യാപിച്ചു. അങ്ങനെ വളരെയധികം പണം ചെലവഴിച്ച് ഒടുവിൽ സ്വയം നശിച്ചു. പക്ഷേ, മഹാ മനസ്കനായ അവൻ തന്റെ പ്രവർത്തനങ്ങൾ നിർത്തിവെക്കാൻ ഒരി ക്കലും തയാറായിരുന്നില്ല. ആവശ്യത്തിനുള്ള പണം കടംവാങ്ങുവാൻ അവൻ തീരുമാനിച്ചു. അവസാനം പണം പലിശക്ക് കൊടുക്കുന്ന ഒരാളെ അവൻ സമീപിച്ചു. അവിടെ നിന്ന് ഒരു നല്ലതുക കടംവാങ്ങി അവൻ കുറഞ്ഞ് സമയം കൊണ്ട് ആളാകെമാറി. അവൻ വളർന്നുവരുന്ന പ്രതി ഭകളെയും ധിഷണാശാലികളെയും പീഡിപ്പിക്കുകയും അടിച്ചമർത്തു കയും ചെയ്യുന്നവനായിത്തീർന്നു. എല്ലാ കലാസൃഷ്ടികളുടെയും മോശ മായ വശം മാത്രം അവൻ കണ്ടു. അവൻ പറഞ്ഞ ഓരോ വാക്കും അബ ദ്ധജടിലമായിരുന്നു.

പിന്നീട് ഫ്രഞ്ചുവിപ്ലവം വന്നു. ഇത് എല്ലാത്തരത്തിലും അവനെ സംശയാലുവാക്കി. എല്ലാ സംഗതികളിലും അവൻ വിപ്ലവകരമായവ കണ്ടെത്താൻ തുടങ്ങി. ജനങ്ങളിൽ അസന്തുഷ്ടിയും ഭയവും ഉണ്ടാ ക്കുന്ന നീതിപൂർവമല്ലാത്ത കുറ്റം ചുമത്തലുകൾ കെട്ടിച്ചമക്കാനായിരുന്നു അത്. ഇതെല്ലാം രാജ്ഞി അറിയാനിടായായി. ഇതുകേട്ട് അവർ ഞെട്ടി ത്തരിച്ചു. ആ കാലത്ത് പുറത്തുവന്ന രാജകീയ വിളംബരം ഇപ്പോഴും ജനങ്ങളുടെ മനസിലുണ്ട്. രാജഭരണമല്ല സർഗവാസനകളെ ദ്രോഹി ക്കുന്നത്. കലാസൃഷ്ടികളും ധിഷണയും കവിതയും രാജഭരണം ഒരി ക്കലും നശിപ്പിക്കുകയില്ല. മറിച്ച് രാജാക്കന്മാർ അതിന്റെ സംരക്ഷകരാ ണ്. ഷേക്സ്പിയറും മൊലിയറും തഴച്ചുവളർന്നത് രാജാക്കന്മാരുടെ ഉദാ രമായ സംരക്ഷണയിലാണ്. അതേസമയം ഡാന്റെക്ക് ജനാധിപത്യ ത്തിൽ ഒരിടം കിട്ടിയില്ല. രാജഭരണത്തിന്റെയും രാജാക്കന്മാരുടെയും ഉജ്വ ലമായ കാലഘട്ടത്തിലാണ് യഥാർഥ പ്രതിഭാശാലികൾ വളർന്നുവന്ന തെന്ന് അവർ പറഞ്ഞു. അല്ലാതെ അതിക്രൂരമായ രാഷ്ട്രീയബാധകളു ടെയോ ജനായത്ത ഭീകരതയുടെയോ കാലത്തല്ല. ഇത്തരം സമ്പ്രദായ ങ്ങൾക്ക് ഇതുവരെ ലോകത്തിന് ഒരു നല്ല കവിയെ സംഭാവന ചെയ്യാൻ കഴിഞ്ഞിട്ടില്ല. കാരണം ദൈവീകമായ പ്രശാന്തിയാണ് അവരുടെ മന സിനെ രചനാത്മകമാക്കുന്നത്. അല്ലാതെ ഉൽക്കണ്ഠകളും ബഹളവുമ ല്ല. പണ്ഡിതന്മാരും കവികളും എല്ലാ കലാസ്രേഷ്ടാക്കളും രാജകീയ പ്രൗഢിയുടെ മുത്തുകളും രത്നങ്ങളുമാണ്. അവരെക്കൊണ്ടാണ് ഒരു ഭരണാധികാരിയുടെ കാലം അലങ്കരിക്കപ്പെടുന്നത്. അവരിൽ നിന്നാണ് ആ കാലഘട്ടത്തിന് ഉജ്വലപ്രഭാവം ലഭിക്കുന്നത്.

രാജ്ഞി ഈ വിളംബരം നടത്തുമ്പോൾ സ്വർഗീയ സുന്ദരിയായി കാണപ്പെട്ടുവെന്നു വൃദ്ധന്മാർ ഓർക്കുന്നതും സംസാരിക്കുമ്പോൾ കണ്ണീർ പൊഴിക്കുന്നതും ഞാൻ കണ്ടിട്ടുണ്ട്. ഈ കാര്യത്തിൽ എല്ലാ വർക്കും താൽപ്പര്യമുണ്ടായിരുന്നു. ഇത് ദേശാഭിമാനത്തിന്റെ കാര്യമായി പരിഗണിച്ചിരുന്നു. റഷ്യൻ മനസുകൾ ഒരു പീഡിതനെ ഉൾക്കൊള്ളുന്ന വിധത്തിൽ നന്മനിറഞ്ഞതായിരുന്നു. അവന്റെ വിശ്വാസങ്ങളെ ഒറ്റിക്കൊ ടുക്കുന്ന ഏതൊരു പ്രതാപശാലിയേയും മാതൃകാപരമായി ശിക്ഷിക്കു കയും തരംതാഴ്ത്തുകയും ചെയ്തിരുന്നു. പക്ഷേ തന്റെ നാട്ടുകാരുടെ മുഖങ്ങളിൽ ഇതിലൊക്കെ ഭീകരമായ ശിക്ഷ അവൻ കണ്ടറിഞ്ഞു. അത് നിറയെ സാർവത്രികമായ നിന്ദയായിരുന്നു. പിന്നെ അവൻ അനുഭവിച്ച തെല്ലാം വിവരണാതീതമാണ്. ഒടുവിൽ ഭയാനകമായ രീതിയിൽ ഉന്മ ത്തമായ ഭ്രാന്ത് ബാധിച്ച് അവൻ മരിച്ചു.

മറ്റൊരു ശ്രദ്ധേയമായ സംഭവം കൂടി ഈ സമയത്തുണ്ടായി. നമ്മുടെ വടക്കൻ സംസ്ഥാനത്തെ സുന്ദരികളായ സ്ത്രീകൾ നിർധനരായിരുന്നി ല്ല. അതിൽ ഒരുവൾ മറ്റുള്ളവരെ അതിശയിപ്പിച്ചു. അവളുടെ സൗന്ദര്യം വടക്കിന്റെയും തെക്കിന്റെയും ആകർഷണീയതയുടെ സമന്വയമായിരു

ന്നു. ഭൂമിയിൽ അപൂർവമായി മാത്രം അവതരിക്കുന്ന ഒരുതരം രത്നക്ക ല്ലായിരുന്നു അവൾ. ഇതുപോലൊന്നു ജീവിതത്തിലൊരിക്കലും കണ്ടിട്ടി ല്ലെന്ന് എന്റെ അച്ഛൻ പറഞ്ഞു കേട്ടിട്ടുണ്ട്. ധനം, ബുദ്ധി, നർമം എല്ലാം അവളിൽ ഒത്തുച്ചേർന്നിരുന്നു. അവിടെ അവൾക്ക് ആരാധകവൃന്ദം തന്നെ ഉണ്ടായിരുന്നു. അതിൽ ഏറ്റവും സമുന്നതനായ ആൾ രാജകുമാരൻ ആർ ആയിരുന്നു. യുവാക്കളിൽ വളരെ ഉദാരമതിയായിരുന്നു അവൻ. വളരെയധികം സുന്ദരനായിരുന്നു അവൻ. അവന്റെ മഹാമനസ്കത യിലും കുലീനമായ മനോവികാരങ്ങളിലുമുള്ള പ്രണയത്തിന്റെ ആദർശ പരത ആരെയും ആകർഷിക്കും. ആർ രാജകുമാരൻ അവളുമായി ഉൽക്ക ടമായ പ്രണയത്തിലായിരുന്നു. അതുപോലെ തീഷ്ണമായ പ്രണയം തിരിച്ചുകിട്ടുകയും ചെയ്തു.

പക്ഷേ, ഈ ജോടികൾ പരസ്പരം ചേരില്ലെന്ന് മാതാപിതാക്കൾ മനസിലാക്കി. വളരെക്കാലമായി രാജകുമാരന്റെ കുടുംബസ്വത്തുക്ക ളൊന്നും അവന്റെ കൈവശമില്ലായിരുന്നു. അവന്റെ കുടുംബത്തെപ്പറ്റി നല്ല അഭിപ്രായമായിരുന്നില്ല. അവന്റെ കാര്യങ്ങളുടെ ദയനീയസ്ഥിതി എല്ലാവർക്കും അറിയാമായിരുന്നു. പെട്ടൊന്നൊരു ദിവസം രാജകുമാ രൻ തലസ്ഥാനനഗരി വിട്ടുപോയി. അവന്റെ സാമ്പത്തികമായ കാര്യ ങ്ങൾ ശരിയാക്കാനായിരുന്നു അത്. ചെറിയ ഒരു ഇടവേളക്ക് ശേഷം രാജകുമാരൻ തിരിച്ചെത്തി. ആഡംബരവും പ്രതാപവുമായിട്ടായിരുന്നു ആ തിരിച്ച് വരവ്. ഉജ്വലമായ നൃത്തവേദികളും വിരുന്നുകളും രാജസദ സിൽ അവനെ പ്രശസ്തനാക്കി. യുവതിയുടെ അച്ഛന്റെ മനസുമാറി. അവരുടെ വിവാഹം നടന്നു. എവിടെനിന്നാണ് അവന് അധികധനം വന്നു ചുറ്റുപാടുകളിൽ മാറ്റം ഉണ്ടായതെന്നും ആർക്കും വിശദീകരിക്കാനായി ല്ല. പക്ഷേ, അവന് അതിയായി രഹസ്യങ്ങളുള്ള പണം പലിശക്ക് കൊ ടുക്കുന്നവനുമായി ബന്ധങ്ങളുണ്ടെന്നും അവനോടാണ് പണം കടം വാങ്ങുന്നതെന്നും ആളുകളുടെ ഇടയിൽ സംസാരം ഉണ്ടായിരുന്നു. അതൊക്കെ എന്തുതന്നെയായാലും അവരുടെ വിവാഹം നഗരത്തിലു ള്ളവർക്ക് മുഴുവൻ താൽപ്പര്യമുള്ള കാര്യമായിരുന്നു. വരനും വധുവും എല്ലാവരുടെയും അസൂയക്ക് വിധേയരായി. അവരുടെ ഊഷ്മളവും സത്യ സന്ധവുമായ പ്രണയത്തെക്കുറിച്ച് എല്ലാവർക്കുമറിയാമായിരുന്നു. നീണ്ട കാലം എല്ലാരീതിയിലും അവർ അനുഭവിച്ച കഷ്ടപ്പാടുകളായിരുന്നു അവരുടെ യോഗ്യത. വളരെ ആസക്തിയുള്ള സ്ത്രീകൾ യുവമിഥുന ങ്ങൾ അനുഭവിക്കാൻ പോകുന്ന സ്വർഗീയ സുഖങ്ങളെക്കുറിച്ച് പലതരം നിഗമനങ്ങളിലെത്തി. പക്ഷേ, ഇതെല്ലാം പരിണമിച്ചത് വളരെ വ്യത്യ സ്തമായാണ്.

ഒരു വർഷംകൊണ്ട് ഭർത്താവിന് ഞെട്ടിപ്പിക്കുന്ന മാറ്റങ്ങൾ ഉണ്ടാ യി. അതുവരെ വളരെ കുലീനമായിരുന്ന അവന്റെ സ്വഭാവം അവിശ്വാ സങ്ങൾകൊണ്ടും കോപം കൊണ്ടും നിരന്തരമായ മനഃശ്ചാഞ്ചല്യം

കൊണ്ടും വിഷലിപ്തമായിത്തീർന്നു. ഭാര്യയുടെ മേൽ ഒരു ഏകാധിപ
തിയാകാനായിരുന്നു അവന്റെ ശ്രമം. ഇതെല്ലാം ആരും മുൻകൂട്ടി കണ്ടി
രുന്നില്ല. ഇതെല്ലാം ഭാര്യയോടുള്ള നിർദയമായ പ്രവർത്തനങ്ങളിലും ചില
പ്പോൾ ഭാര്യയെ അടിക്കുന്നതിലും കലാശിച്ചു. ഒരു കാലത്ത് ആജ്ഞാ
നുവർത്തികളായ ആരാധകരുടെ ഇടയിൽ കഴിഞ്ഞവളായിരുന്നു ആ
യുവതി. ഒരു വർഷം കൊണ്ട് അവളെ ആരുകണ്ടാലും തിരിച്ചറിയാതെ
യായി. അധികകാലം അവൾക്ക് പിടിച്ചു നിൽക്കാനായില്ല. ഒടുവിൽ
അവൾ വിവാഹമോചനം ആവശ്യപ്പെട്ടു. അവളുടെ ഈ നിർദേശം കേട്ട
പ്പോൾ ഭർത്താവ് രോഷംകൊണ്ട് ആളിക്കത്തി. വൈകാരികമായി പൊട്ടി
ത്തെറിച്ച് കയ്യിൽ കത്തിയുമായി മുറിക്കെത്തു അവളുടെ പിറകെ അവൻ
ഓടി. ആളുകൾ പിടിച്ച് വെച്ചില്ലായിരുന്നുവെങ്കിൽ അവൻ അവളെ
കൊന്നുകളയുമായിരുന്നു. ഉന്മാദത്തിനും നിരാശക്കും വശംവദനായി
അവൻ മൂർച്ചയുള്ളകത്തി അവനുനേരെതന്നെ പ്രയോഗിച്ചു. അങ്ങനെ
നരകയാതനകളുള്ള അവന്റെ ജീവിതം അവസാനിച്ചു.

ഈ രണ്ട് സംഭവങ്ങളും ജനങ്ങളുടെ കൺമുന്നിൽത്തന്നെയാണ്
നടന്നതെങ്കിലും വളരെയധികം കഥകൾ സാധാരണക്കാരുടെ ഇടയിൽ
പ്രചരിച്ചു. മിക്കകഥകളും ദുരന്തപര്യവസായിയായിരുന്നു. ഇവിടെ സത്യ
സന്ധനും സമചിത്തനുമായ ഒരാൾ മദ്യപാനിയായിത്തീർന്നു. അവിടെ
ഒരു കച്ചവടക്കാരന്റെ കണക്കെഴുത്തുകാരൻ അവന്റെ യജമാനനെ
കൊള്ളചെയ്തു. വർഷങ്ങളോളമായി നല്ല രീതിയിൽ വണ്ടിയോടിച്ചി
രുന്ന ഒരു ഡ്രൈവർ യാതൊരു കാര്യവുമില്ലാതെ അവന്റെ യാത്രക്കാ
രുടെ കഴുത്തറുത്തുകൊന്നു. ഇത്തരം കാര്യങ്ങൾ ആലങ്കാരികമായി
ട്ടാണ് പ്രചരിക്കുകയെന്നതിൽ സംശയമില്ല. കൊളൊമ്നയിൽ വളരെ
ശാന്തരായി ജീവിക്കുന്ന ജനങ്ങൾക്കിടയിൽ ഭീതിപരക്കുന്നതിന് ഇത്
കാരണമായി. പണം പലിശക്ക് കൊടുക്കുന്ന ഒരാളുടെ പൈശാചിക
ശക്തിയാണ് ഇതിന് പിന്നിലെന്ന് എല്ലാവരും സംശയിച്ചിരുന്നു. പക്ഷേ
സംശയനിവാരണത്തിന് വേണ്ടി ആരും മുതിർന്നില്ല. ആരും ഭയന്നുപോ
കുന്ന ഉപാധികളാണ് അയാൾ മുന്നോട്ട് വെക്കുകയെന്ന് എല്ലാവരും
പറഞ്ഞു. ദുരിതമനുഭവിച്ച ഭാഗ്യഹീനന്മാർ അത്തരം കാര്യങ്ങൾ പിന്നീട്
ആരോടും പറയാൻ ധൈര്യപ്പെട്ടില്ല. അവന്റെ പണത്തിന് വിചിത്രമായ
ആകർഷണശക്തിയുണ്ടായിരുന്നുവത്രെ. അത് താനെ ഉരുകുകയും വിചി
ത്രമായ മുദ്രകൾ അതിൽ തെളിഞ്ഞുവരികയും ചെയ്തു. ഒരുകാര്യം
പ്രത്യേകമായി എടുത്തുപറയേണ്ടതുണ്ട്. കൊളൊമ്നയിലെ നിവാസി
കളെല്ലാം അവർ പാവപ്പെട്ട വൃദ്ധകളായാലും ചെറിയ ഉദ്യോഗസ്ഥന്മാ
രായാലും കലാകാരന്മാരായായാലും മറ്റ് സാധാരണക്കാരായാലും ഒന്നടങ്കം
യോജിക്കുന്ന ഒരു കാര്യമുണ്ട്. തീവ്രമായ ഏത് ദുരിതവും മറ്റെന്തും
സഹിക്കാം, പക്ഷേ പണം പലിശക്ക് കൊടുക്കുന്ന ആ ഭയങ്കരനെ
ആശ്രയിക്കാൻ പറ്റില്ല. വൃദ്ധകൾ പട്ടിണികൊണ്ട് മരിക്കുന്നതാണ് നല്ല

തെന്ന് കരുതി. ഇഞ്ചിഞ്ചായി മരിക്കാൻ അവൻ തീരുമാനിച്ചു. തെരു
വിൽ വെച്ച് അവനെ ആരെങ്കിലും കാണുകയാണെങ്കിൽ അകാരണമായ
ഒരു ഭീതി അവരെ പിടികൂടാൻ തുടങ്ങി. കാൽനടക്കാർ അവന്റെ വഴി
യിൽ നിന്ന് മാറിനടക്കാൻ ശ്രമിച്ചു. അകന്ന് പോകുന്ന അവന്റെ ഉയര
മുള്ള രൂപം നോക്കി ഭയത്തോടെ അവർ നിന്നു. അമാനുഷനായി അവനെ
കണക്കാക്കാവുന്ന അസാധാരണമായ ഒന്ന് അവന്റെ മുഖത്തുണ്ടായി
രുന്നു. കല്ലുലിയിൽ കൊത്തിയെടുത്തതുപോലെയുള്ള ദൃഢമായ ശരീ
രം, ജ്വലിക്കുന്ന വെള്ളാടിന്റെ നിറം, കൺപുരികങ്ങളുടെ അവിശ്വനീ
യമായ കനം, ദുസ്സഹമായ ഭയമുളവാക്കുന്ന കണ്ണുകൾ ഇതെല്ലാം മറ്റു
ള്ളവരുടെ വികാരങ്ങൾ അവന്റെ രൂക്ഷതക്കുമുന്നിൽ നിഷ്പ്രഭമെന്ന്
കാണിക്കുന്നു. എന്റെ അച്ഛൻ അവനെ കാണുമ്പോൾ അൽപ്പസമയം
നിൽക്കും. ഓരോ സമയത്തും നിയന്ത്രണമില്ലാതെ പറയുകയും ചെയ്യും,
'പിശാച്, ശരിക്കുമുള്ള ഒരു പിശാച്!' ഈ കഥയിലെ പ്രധാന കഥാപാ
ത്രമായ എന്റെ അച്ഛനെ നിങ്ങളെ എളുപ്പം പരിചയപ്പെടുത്താം.

പലതരത്തിലുള്ള ശ്രദ്ധേയമായ ഒരാളായിരുന്നു എന്റെ അച്ഛൻ.
അപൂർവമായ കഴിവുകളുള്ള കലാകാരനായിരുന്നു അദ്ദേഹം. ചിത്രക
ലയുടെ തത്വങ്ങളും നിയമങ്ങളും കലാലയങ്ങളുടെയും അധ്യാപകരു
ടെയും സഹായമില്ലാതെ അദ്ദേഹം സ്വയം അഭ്യസിച്ചു. പൂർണതക്കുള്ള
അഭിലാഷങ്ങളാൽ മാത്രം അതുകൊണ്ട് നടന്നു. അങ്ങനെ മറ്റ് സഹാ
യങ്ങളൊന്നുമില്ലാതെ അദ്ദേഹം ചിത്രകലയിൽ സ്വന്തം വഴി തെളിയി
ച്ചു. ഉന്നതവും നിഗൂഢവുമായ ജന്മവാസനകൊണ്ട് എല്ലാ വസ്തുക്ക
ളിലും ഒരു ചൈതന്യം അദ്ദേഹം ദർശിച്ചിരുന്നു. ജന്മവാസനയും ദൃഢ
വിശ്വാസവും അദ്ദേഹത്തെ ക്രിസ്തീയ വിഷയങ്ങളിലേക്ക് നയിച്ചു. അവ
യെല്ലാം തന്നെ മഹത്തായതും പരമോന്നതമായ നിലയിലുള്ളതുമായി
രുന്നു. അദ്ദേഹത്തിന്റേത് ഉറച്ച ഒരു സ്വഭാവമായിരുന്നു. അദ്ദേഹം സത്യ
സന്ധനും ധർമിഷ്ഠനും അതേസമയം തന്നെ പരുക്കനുമായ ഒരാളായി
രുന്നു. മുഖംമൂടികളില്ലാതെ ആത്മാഭിമാനം നഷ്ടപ്പെടാതെ എന്തുകാ
ര്യവും ആളുകളെപ്പറ്റി നിശിതമായി പ്രകടിപ്പിക്കുമായിരുന്നു അദ്ദേഹം.
വളരെ ചെറിയ പ്രതിഫലത്തിന് ജോലി ചെയ്തു. സ്വന്തം കുടുംബം
പുലർത്താനും ചിത്രം വരക്കാനുള്ള സാധനങ്ങൾ വാങ്ങാനുമുള്ള പണം
മതിയായിരുന്നു അദ്ദേഹത്തിന്. ഏതൊരു ചുറ്റുപാടിലും മറ്റുള്ളവരെ
സഹായിക്കാൻ അദ്ദേഹം മടികാണിച്ചില്ല. നിർധനരായ കലാകാരന്മാരെ
അദ്ദേഹം സഹായിച്ചു. വളരെ ലളിതമായ പിതാമഹന്മാരുടെ ആദരണീയ
നിഷ്കളെ അദ്ദേഹം വിശ്വസിച്ചു. അങ്ങനെ ഒടുവിൽ അതികഠിനമായ
പ്രയത്നത്തിന്റെയും ക്ഷമയുടെയും വഴിയിൽ അദ്ദേഹം സ്വയം അടയാ
ളപ്പെടുത്തി. ആത്മശിക്ഷണപാടവത്തെ മാനിക്കുന്നവരുടെ അംഗീകാരം
അദ്ദേഹത്തിന് ലഭിച്ചുതുടങ്ങി. അദ്ദേഹത്തോട് ക്രിസ്തീയ ദേവാലയ
ങ്ങൾക്കാവശ്യമായ ചിത്രങ്ങൾ സ്ഥിരമായി വരക്കാൻ അവർ ആവശ്യ
പ്പെട്ടു. അദ്ദേഹത്തിന് ഒരിക്കലും ജോലി ഇല്ലാതായില്ല.

ഒരു പ്രത്യേകചിത്രത്തിൽ അദ്ദേഹത്തിന് വലിയതാൽപ്പര്യമായി
രുന്നു. അതിന്റെ വിഷയം കൃത്യമായി എനിക്കോർമയില്ല. ഇരുട്ടിന്റെ
ചൈതന്യത്തെ അതിൽ പകർത്തുകയായിരുന്നു അദ്ദേഹത്തിന്റെ ലക്ഷ്യ
മെന്ന് മാത്രം എനിക്കറിയാം. എന്തുരൂപമാണ് അതിന് കൊടുക്കേണ്ട
തെന്ന് അദ്ദേഹം വളരെനേരം ആലോചിച്ചുനോക്കി. ഒരാളെ നിസാരമാ
ക്കുന്നതും ഞെരിച്ചമർത്തുന്നതുമായ സംഗതികൾ അതിൽ വരക്കാൻ
അദ്ദേഹം ആഗ്രഹിച്ചു. അദ്ദേഹത്തിന്റെ ധ്യാനത്തിൽ പണം പലിശക്ക്
കടം കൊടുക്കുന്ന ആളുടെ രൂപം മനസിൽ തെളിഞ്ഞുവന്നു. അറിയാതെ
അദ്ദേഹം ചിന്തിച്ചു. ആ പിശാചിനെ വരക്കേണ്ടത് തന്നെ. ഒരുദിവസം
അദ്ദേഹം ചിത്രം വരച്ചുകൊണ്ടിരിക്കുമ്പോൾ വാതിലിൽ മുട്ടുകേട്ടു.
വാതിൽ തുറന്നപ്പോൾ മുറിയിലേക്ക് പണം പലിശക്ക് കൊടുക്കുന്നയാൾ
കയറിവന്നു. അദ്ദേഹം അത്ഭുതസ്തബ്ധനായി നിന്നു.

'നീ ഒരു കലാകാരനാണ്, അല്ലേ?' തികച്ചും ആകസ്മികമായി
അവൻ എന്റെ അച്ഛനോട് ചോദിച്ചു.

'അതെ.' ഇനിയെന്താണ് പറയാൻ പോകുന്നതെന്നോർത്ത് അച്ഛൻ
മറുപടി പറഞ്ഞു.

'നല്ലത്!' എന്റെ ചിത്രം വരച്ചുതരണം. ഞാൻ വേഗത്തിൽ മരിക്കാൻ
സാധ്യതയുണ്ട്. എനിക്ക് മക്കളില്ല. പക്ഷേ, ഞാൻ മരിക്കാൻ ആഗ്രഹി
ക്കുന്നില്ല. എനിക്ക് ജീവിക്കാൻ ആഗ്രഹമുണ്ട്. ജീവനുള്ളതുപോലെയുള്ള
ഒരു ഛായാചിത്രം വരച്ചുതരുവാൻ നിനക്ക് കഴിയുമോ?'

അച്ഛൻ ആലോചിച്ചു, എന്താണ് നല്ലത്! എന്റെ ചിത്രത്തിനാവശ്യ
മായ പിശാചിനെ അയാൾ സമർപ്പിക്കുകയാണ്. അദ്ദേഹം അത് അംഗീ
കരിച്ചു. ചിത്രം വരക്കുന്ന സമയവും അതിന്റെ വിലയും അന്യോന്യം
തീരുമാനിച്ചുറപ്പിച്ചു. പിറ്റേദിവസം എന്റെ അച്ഛൻ ബ്രഷുകളും ചായപ്പ
ലകയും എടുത്ത് പണം പലിശക്ക് കൊടുക്കുന്നവന്റെ വീട്ടിൽ ചെന്നു.
ഉയർന്ന മുറ്റം, നായകൾ ഇരുമ്പുവാതിലുകളും തഴുതുകളും കമാനാ
കൃതിയിലുള്ള ജനലുകൾ, തുണികൾകൊണ്ട് പൊതിഞ്ഞ പണപ്പെട്ടി
കൾ എല്ലാം അദ്ദേഹം അവിടെക്കണ്ടു. ഇതിനെല്ലാം പുറമേ ഇതിന്റെ
യെല്ലാം ഉടമസ്ഥൻ നിശ്ചലനായി അദ്ദേഹത്തിന്റെ മുന്നിലിരുന്നു.
ഇതെല്ലാം വിചിത്രമായി അദ്ദേഹത്തിന് തോന്നി. ജനവാതിലുകളുടെ
താഴെ ഭാഗം അടച്ചിട്ടതായി അദ്ദേഹം കണ്ടു. അതുകൊണ്ട് അതിന്റെ
മുകൾഭാഗത്ത് കൂടിമാത്രമേ വെളിച്ചം അകത്ത് കടന്നുവരുന്നുള്ളൂ.
'അവനെ ഒരു പിശാച് ബാധിച്ചതുപോലെ തോന്നുന്നു. എത്ര നല്ല രീതി
യിലാണ് അവന്റെ മുഖത്ത് വെളിച്ചം വീഴുന്നത്!' അദ്ദേഹം സ്വയം പറ
ഞ്ഞു. അതിനുശേഷം ഉത്സാഹത്തോടെ വരയ്ക്കാൻ തുടങ്ങി. എപ്പോ
ഴാണ് മുഖത്തുനിന്ന് ചിത്രം വരയ്ക്കാൻ അനുകൂലമായ വെളിച്ചം ഇല്ലാ
താകുന്നതെന്ന് അറിയില്ല. വല്ലാത്തൊരുശക്തി അവിടെ തെളിഞ്ഞുനി
ന്നിരുന്നു. ആ ദൃശ്യത്തിന്റെ പകുതി പകർത്താൻ കഴിഞ്ഞാൽത്തന്നെ

അത് ഒരു മികച്ച രചനയായിരിക്കുമെന്ന് അദ്ദേഹത്തിന് തോന്നി. അവന്റെ രൂപത്തോട് ഭാഗികമായി നീതി പുലർത്തിയാൽത്തന്നെ കാൻവാസിൽ അവൻ പുനരുജ്ജീവിക്കും. അവന്റേത് അസാമാന്യമായ ഒരു മുഖഭാവമായിരുന്നു. അദ്ദേഹം ധ്യാനനിമഗ്നനായി. മോഡലുകളുടെ സവിശേഷതകൾ കാൻവാസിൽ രൂപം കൊള്ളുന്നതെങ്ങിനെയെന്ന് ആലോചിക്കാൻ തുടങ്ങി.

പക്ഷേ, അവന്റെ സാദൃശ്യം കൂടുതലായി കൈവരിക്കാൻ ശ്രമിച്ച പ്പോൾ വിശദീകരിക്കാനാവാത്ത ഒരുതരം അസ്വസ്ഥത അദ്ദേഹം അനുഭവിക്കാൻ തുടങ്ങി. അതിനെയെല്ലാം തടഞ്ഞുനിർത്തികൊണ്ട് എല്ലാല ക്ഷണങ്ങളും ഭാവങ്ങളും പദാനുപദം പകർത്താൻ അദ്ദേഹം തീരുമാനിച്ചു. വളരെ ഏകാഗ്രതയോടെ പകർത്തേണ്ടിവന്നത് കണ്ണുകളാണ്. ആ കണ്ണുകളിൽ പ്രകടമായിരുന്ന ശക്തി അതേരീതിയിൽ പുന:സൃഷ്ടിക്കുക അസാധ്യമായിരുന്നു. പക്ഷേ എന്തുതന്നെയായാലും അതിൽ കാണുന്ന വളരെ സൂക്ഷ്മമായ ഭാവങ്ങളും നിറഭേദങ്ങളും വരച്ചെടുക്കാൻതന്നെ അദ്ദേഹം തീരുമാനിച്ചു. അതിന്റെ സാദൃശ്യം വരച്ചെടുക്കാൻ ശ്രമിച്ചപ്പോൾ അദ്ദേഹത്തിന് കൂടുതലായി അധ്വാനിക്കേണ്ടിവന്നു. അപ്പോൾ അദ്ദേഹത്തിന്റെ മനസിൽ അതിനോടുള്ള ഭീഷണമായ ഒരു കൽച്ച നിഴൽപരത്തും. വിശദീകരിക്കാനാവാത്ത ആ ഭാവം പ്രകടമാവുമ്പോൾ അദ്ദേഹം കുറച്ചു സമയത്തേക്ക് ചിത്രം വരയ്ക്കൽ നിർത്തിവെക്കും. കുറച്ചുനേരം കഴിഞ്ഞ് വീണ്ടും വരയ്ക്കാൻ തുടങ്ങും. അധിക കാലം അദ്ദേഹത്തിന് ഇത് സഹിക്കാനായില്ല. ആ കണ്ണുകൾ തന്റെ ആത്മാവിലേക്ക് തുളഞ്ഞു കയറുന്നതായി അദ്ദേഹത്തിന് തോന്നിത്തുടങ്ങി. സഹിക്കാനാവാത്ത രീതിയിലുള്ള വികാരക്ഷോഭങ്ങൾ അതുണ്ടാക്കി. അത് രണ്ടാമത്തെയും മൂന്നാമത്തെയും ദിവസം വർധിച്ചുകൊണ്ടിരുന്നു. വളരെയധികം അത് അദ്ദേഹത്തെ ഭയപ്പെടുത്തിക്കൊണ്ടിരുന്നു. അദ്ദേഹം തന്റെ ബ്രഷുകൾ വലിച്ചെറിഞ്ഞ് തനിക്ക് ഈ ചിത്രം പൂർത്തിയാക്കാൻ കഴിയില്ലെന്ന് പറഞ്ഞു. ഭീകരനായ ആ പണം പലിശക്ക് കൊടുക്കുന്നവൻ വളരെ സമചിത്തതയോടെയാണ് ഇതിനെ സമീപിച്ചത്. അവൻ അദ്ദേഹത്തിന്റെ കാൽക്കൽ വീണു ചിത്രം പൂർത്തിയാക്കാൻ വേണ്ടി യാചിച്ചു. അവന്റെ ഭാവിയും നിലനിൽപ്പും ഈ ചിത്രത്തെ ആശ്ര യിച്ചാണിരിക്കുന്നതെന്ന് അവൻ പറഞ്ഞു. കാരണം അവന്റെ പ്രധാന മുഖലക്ഷണങ്ങളെല്ലാം അതിൽ പകർത്താൻ കഴിഞ്ഞിട്ടുണ്ട്. അദ്ദേഹത്തിന് അത് പുന:സൃഷ്ടിക്കാൻ കഴിയുമെന്ന് അവൻ വിശ്വസിച്ചു. അങ്ങനെ അവന്റെ ജീവിതം ഒരു ഛായാചിത്രത്തിൽ അമാനുഷമായ രീതിയിൽ സംരക്ഷിക്കാൻ കഴിയും. അങ്ങനെ അവന് മരിക്കാതിരിക്കാൻ കഴിയുമെന്ന് അവൻ കരുതി. കരണം ഈ ലോകത്ത് നിലനിൽക്കുക യെന്നത് അവന് അത്യാവശ്യമായ ഒരു കാര്യമായിരുന്നു.

അവന്റെ വാക്കുകൾ കേട്ട് അച്ഛൻ പേടിച്ചു. അവ വലിയ തോതിൽ

വിചിത്രവും ഭീതിജനകവുമായിരുന്നു. ബ്രഷുകളും ചായപ്പലകയും വലി ച്ചെറിഞ്ഞ് ഒന്നും ആലോചിക്കാതെ അദ്ദേഹം പുറത്തേക്ക് ഓടി.

അതുമായി ബന്ധപ്പെട്ട കാര്യങ്ങൾ ആ ദിവസം മുഴുവൻ അദ്ദേ ഹത്തെ അലട്ടിക്കൊണ്ടിരുന്നു. പക്ഷേ, പണം പലിശക്ക് കൊടുക്കുന്ന വൻ പിറ്റേദിവസം തന്നെ ഛായാചിത്രം കൊടുത്തയച്ചു. അവന്റെ വീട്ടിൽ ജോലി ചെയ്യുന്ന ഒരു സ്ത്രീയാണ് അതുകൊണ്ടുവന്നത്. അവന്റെ വീട്ടിൽ ജോലി ചെയ്തിരുന്ന ഒരേയൊരു മനുഷ്യജീവി അവൾ മാത്രമാ യിരുന്നു. തന്റെ യജമാനന് ഈ ഛായാചിത്രം ആവശ്യമില്ലെന്ന് വന്ന യുടനെ അവൾ അറിയിച്ചു. അയാൾ പണം തരില്ലെന്നും അതുകൊ ണ്ടാണ് ഛായാചിത്രം തിരിച്ചയച്ചതെന്നും അവൾ കൂട്ടിച്ചേർത്തു. ആ ദിവസം വൈകുന്നേരം പണം പലിശക്ക് കൊടുക്കുന്നവൻ മരിച്ച വിവരം അദ്ദേഹം അറിഞ്ഞു. മതാചാരപ്രകാരം അവന്റെ ശവസംസ്കാരത്തി നുള്ള പരിപാടികൾ നടക്കുകയായിരുന്നു. ഇതെല്ലാം വിവരിക്കാനാവാത്ത വിധം വിചിത്രമായി അദ്ദേഹത്തിന് അനുഭവപ്പെട്ടു. പക്ഷേ, ആ ദിവസം മുതൽ അദ്ദേഹത്തിന്റെ സ്വഭാവത്തിൽ മാറ്റം വന്നുതുടങ്ങി. കാരണം വിശദീകരിക്കാനാവാത്ത ഒരുതരം അസ്ഥസ്ഥത അദ്ദേഹത്തെ ബുദ്ധി മുട്ടിച്ചുകൊണ്ടിരുന്നു. വളരെ പെട്ടെന്നുതന്നെ ആരും പ്രതീക്ഷിക്കാത്ത വാർത്തകൾ അദ്ദേഹത്തെപ്പറ്റി കേട്ടുതുടങ്ങി. അദ്ദേഹത്തിന്റെ ശിഷ്യ ന്മാരിൽ ഒരാളുടെ രചനകൾ കുറച്ചുകാലമായി കലാസ്വാദകരുടെയും വിമർശകരുടെയും ശ്രദ്ധയാകർഷിക്കാൻ തുടങ്ങിയിട്ടുണ്ടായിരുന്നു. അദ്ദേഹം ആ ശിഷ്യന്റെ കഴിവുകൾ മനസിലാക്കിയിരുന്നു. അതുകൊണ്ട് അദ്ദേഹം അവനോട് പ്രത്യേകം താൽപ്പര്യം കാണിച്ചിരുന്നു. എന്നാൽ അവനോടുള്ള പൊതുവായ താൽപ്പര്യവും അവനെപ്പറ്റിയുള്ള സംസാ രവും പെട്ടെന്ന് അദ്ദേഹത്തിന് സഹിക്കാൻ കഴിയാത്തതായി. എന്റെ അച്ഛന് അവനോട് അസൂയ തോന്നിത്തുടങ്ങി. അവസാനം മാനസിക മായ ഇത്തരം അലട്ടലുകൾ അതിന്റെ പൂർണാവസ്ഥയിലെത്തി. വളരെ അടുത്ത കാലത്തായി നിർമിച്ച സമ്പന്നമായ ഒരു ക്രിസ്ത്യൻ ദേവാല യത്തിന് ആവശ്യമായ ചിത്രങ്ങൾ വരച്ചു കൊടുക്കാൻ തന്റെ വിദ്യാർഥി യോട് ആവശ്യപ്പെട്ടതായി അദ്ദേഹം അറിഞ്ഞു. ഇത് അദ്ദേഹത്തെ വളരെ രോഷാകുലനാക്കി. 'ഇല്ല, ഈ കുതിപ്പ് വിജയകരമാവാൻ ഞാൻ അനു വദിക്കില്ല!' അദ്ദേഹം പറഞ്ഞു. സുഹൃത്തേ, വൃദ്ധന്മാരെ ഓവുചാലിൽ എറിയുന്നത് നേരത്തെയായിപ്പോയി. എനിക്ക് ഇപ്പോഴും കഴിവുകളുണ്ട്. ദൈവത്തിന് അത് അറിയാം. ഏതാണ് നിഷ്പ്രഭമാകുന്നതെന്ന് നമുക്ക് അധികം വൈകാതെ അറിയാം.

നേർവഴിയിൽ പോയിരുന്ന സത്യസന്ധനായ അദ്ദേഹം ഇതുവരെ വെറുപ്പോടെ കണ്ടിരുന്ന ഉപജാപങ്ങൾ ആരംഭിച്ചു. മറ്റുള്ള കലാകാര ന്മാരുടെ ചിത്രങ്ങൾ പരിഗണിക്കണമെങ്കിൽ ഒരു മത്സരം വേണമെന്ന് അദ്ദേഹം അവസാനം ഒരു ഉപായം കണ്ടുപിടിച്ചു. അതിന് ശേഷം

അദ്ദേഹം മുറിയിൽ നിന്നും പുറത്തിറങ്ങാതെ വാതിലടച്ചിരുന്നു. വളരെ ആവേശത്തോടെ അദ്ദേഹം ബ്രഷ് കയ്യിലെടുത്തു. തന്റെ ശക്തികളെല്ലാം ക്ഷണിച്ചുവരുത്താൻ ആ അവസരത്തിൽ അദ്ദേഹം ഉദ്യമിച്ചു. അങ്ങനെ അത് അദ്ദേഹത്തിന്റെ ഏറ്റവും നല്ല സൃഷ്ടികളിലൊന്നായി പരിണമിച്ചു. അദ്ദേഹം തന്റെ കൈകളെ ശരിക്കും നന്നായി അതിന് വേണ്ടി ഉപയോഗിച്ചിരുന്നു. അതിൽ യാതൊരു സംശയവുമില്ല. ചിത്രങ്ങളെല്ലാം പ്രദർശനത്തിന് വെച്ചു. എല്ലാവരും ഇരുട്ടിനെ വെളിച്ചമായി കണ്ടു. പക്ഷേ, അവിടെ സന്നിഹിതരായവരിൽ പുരോഹിതസഭയിലെ ഉയർന്ന ഒരു വ്യക്തി പെട്ടെന്ന് അദ്ദേഹത്തിന്റെ അഭിപ്രായം പറഞ്ഞത് എല്ലാവരെയും അത്ഭുതപ്പെടുത്തി. തീർച്ചയായും ഈ ചിത്രത്തിൽ കലാകാരന്റെ വലിയ കഴിവ് കാണുന്നുണ്ട്. പക്ഷേ മുഖത്ത് ദൈവികതയില്ല. കണ്ണുകളിൽ പൈശാചികതയാണ് തെളിഞ്ഞ് കാണുന്നത്. അതുകണ്ടാൽ ഏതോ തിന്മ നിറഞ്ഞ വികാരങ്ങളാണ് കലാകാരന്റെ കൈകളെ സ്വാധീനിച്ചത് എന്നുതോന്നും. അദ്ദേഹം പറഞ്ഞു. ആളുകൾ പരസ്പരം നോക്കി. ആർക്കും പറഞ്ഞവാക്കുകളുടെ സത്യം അംഗീകരിക്കാനായില്ല. എന്റെ അച്ഛൻ വേഗത്തിൽ ഛായാചിത്രത്തിനടുത്തേക്ക് ചെന്നു. കുറ്റകരമായ പ്രസ്തുത അഭിപ്രായം ശരിയാണോയെന്ന് പരിശോധിക്കാനായിരുന്നു അത്. പണം പലിശക്ക് കൊടുക്കുന്നവന്റെ കണ്ണുകൾ ഏതാണ്ട് അതേ രൂപത്തിൽ ആവിഷ്കരിച്ചിരിക്കുന്നത് കണ്ട് അദ്ദേഹം ഞെട്ടി. വളരെ അധികം പൈശാചികമായ ഒരു ഭാവം ആ കണ്ണുകളിലുണ്ടായിരുന്നു. ആ ചിത്രം നിരസിക്കപ്പെട്ടു. അദ്ദേഹത്തിന്റെ കഴിവുകൾ ശിഷ്യനും സമ്മാനിച്ചെന്നുവെന്ന് വിവരാണാതീതമായ മനഃക്ലേശങ്ങൾക്കിടയിൽ അദ്ദേഹം കേൾക്കേണ്ടിവന്നു.

വീട്ടിലേക്ക് തിരിച്ച് വരുമ്പോഴുള്ള അദ്ദേഹത്തിന്റെ ക്രോധം വിവരിക്കാൻ പ്രയാസമാണ്. അദ്ദേഹം എന്റെ അമ്മയെ മർദിച്ച് അവശയാക്കി. കുട്ടികളെ ആട്ടിയോടിച്ചു. ബ്രഷും ചിത്രപീഠങ്ങളും തല്ലിപ്പൊട്ടിച്ചു. ചുമരിലിരുന്ന പണം പലിശക്ക് കൊടുക്കുന്നവന്റെ ചിത്രം, കഷണങ്ങളായി കീറി അടുപ്പിലിട്ടു കത്തിക്കാൻ അദ്ദേഹം തീരുമാനിച്ചു. ആ സമയത്ത് മുറിയിലേക്ക് കടന്നുവന്ന സുഹൃത്തായ ഒരു കലാകാരൻ ആ ഉദ്യമത്തിൽ നിന്നും അദ്ദേഹത്തെ തടഞ്ഞു. സംതൃപ്തനും ഉല്ലാസവാനുമായിരുന്ന ഒരാളായിരുന്നു അവൻ. കിട്ടുന്ന എന്തുജോലിയും അവൻ ചെയ്തു. വളരെ ലാഘവത്തോടെ അത്താഴത്തിനും അൽപ്പം മദ്യപാനത്തിനും വേണ്ടത് വാങ്ങും.

'നിങ്ങളെന്താണ് ചെയ്യുന്നത്? എന്താണ്. നിങ്ങൾ കത്തിക്കാൻ പോകുന്നത്?' അവൻ ചോദിച്ചു, ഛായാചിത്രത്തിനടുത്തേക്ക് ചെന്നു. 'എന്തിനാണ് ഇത് കത്തിക്കുന്നത്. നിങ്ങളുടെ ഏറ്റവും നല്ല സൃഷ്ടികളിൽ ഒന്നാണിത്. ഇത് കുറച്ച് സമയം മുമ്പ് മരിച്ച പണം പലിശക്ക് കൊടുക്കുന്നവന്റെ ചിത്രമാണ്. വളരെയധികം സമാനതകൾ ഇതിനുണ്ട്.

കണ്ണുകൾ അവന്റേതുപോലെതന്നെ ശരിയായിരിക്കുന്നു. ഇതുപോലെ അത് ഒരിക്കലും ശരിയാകില്ല.'

'നല്ലത് തന്നെ തീയിലിട്ടാൽ അത് എങ്ങിനെയായിരിക്കുമെന്ന് എനിക്ക് കാണണം!' ഛായാചിത്രം വലിച്ചെറിയാൻ ശ്രമിച്ചുകൊണ്ട് അദ്ദേഹം പറഞ്ഞു. 'ദൈവത്തെ വിചാരിച്ച് നിർത്ത്!' അദ്ദേഹത്തെ നിയ ന്ത്രിക്കാൻ ശ്രമിച്ചുകൊണ്ടു സുഹൃത്ത് പറഞ്ഞു: "നിങ്ങളെ അത് ബുദ്ധി മുട്ടിക്കുന്നുണ്ടെങ്കിൽ എനിക്ക് തന്നേക്കു.. അച്ഛൻ ആദ്യം അതിന് തയാ റായില്ല. ഒടുവിൽ അദ്ദേഹം സമ്മതിച്ചു. ഛായാചിത്രം കിട്ടിയതിൽ സന്തോഷവാനായി അവൻ അത് വീട്ടിലേക്ക് കൊണ്ടുപോയി.

അവൻ പോയ്ക്കഴിഞ്ഞപ്പോൾ അച്ഛന് വലിയ സമാധാനം തോന്നി. ഛായാചിത്രത്തോടൊപ്പം മനസിന്റെ ഭാരവും ഇല്ലാതായെന്ന് അദ്ദേഹ ത്തിന് തോന്നി. തന്റെ തിന്മനിറഞ്ഞ വികാരങ്ങളോർത്ത് അദ്ദേഹത്തിന് അത്ഭുതം തോന്നി. മനസിൽ തോന്നിയ അസൂയ, സ്വഭാവത്തിൽ വന്ന മാറ്റങ്ങൾ എല്ലാം അദ്ദേഹം ഓർത്തുനോക്കി. എല്ലാം പുനരവലോകനം ചെയ്തപ്പോൾ അദ്ദേഹത്തിന് വളരെ ഹൃദയവേദന അനുഭവപ്പെട്ടു. ആത്മ നൊമ്പരത്തോടെ അദ്ദേഹം പറഞ്ഞു: "ദൈവമാണ് എന്നെ ശിക്ഷിച്ചത്! എന്റെ ചിത്രം യഥാർഥത്തിൽ എന്റെ സഹപ്രവർത്തകരെ നശിപ്പിക്കാൻ ഉദ്ദേശിച്ചിട്ടുള്ളതായിരുന്നു. അസൂയയിൽ നിന്നുണ്ടായ ദുഷ്ടവിചാരങ്ങ ളാണ് എന്റെ വരകളെ നിയന്ത്രിച്ചത്. ആ ദുഷ്ടവിചാരങ്ങൾ ചിത്രത്തിൽ തെളിഞ്ഞ് കാണുന്നുണ്ട്."

പെട്ടെന്ന്തന്നെ അദ്ദേഹം പഴയ ശിഷ്യനെ അന്വേഷിച്ച് കണ്ടുപിടി ച്ചു. അവനെ കെട്ടിപ്പിടിച്ച് മാപ്പു ചോദിച്ചു. തന്റെ തെറ്റുകളോട് പൊറുക്ക ണമെന്ന് അപേക്ഷിച്ചു. അദ്ദേഹം മുമ്പത്തെപ്പോലെ പ്രവർത്തിച്ചുതു ടങ്ങി. പക്ഷേ അദ്ദേഹത്തിന്റെ മുഖം മിക്കവാറും ചിന്താധീനമായിരുന്നു. അദ്ദേഹം നന്നായി പ്രാർഥിച്ചു, മിതഭാഷിയായി ആളുകളെകുറിച്ച് അതിര് കവിഞ്ഞ അഭിപ്രായപ്രകടനങ്ങളൊന്നും നടത്തിയില്ല. ഒരു വലിയപരി ധിവരെ അദ്ദേഹത്തിന്റെ സ്വഭാവത്തിന്റെ പരുക്കനായ ബാഹ്യതലം പരി ഷ്കരിക്കപ്പെട്ടു. പക്ഷേ ചില സംഭവങ്ങൾ അദ്ദേഹത്തെ മുമ്പത്തേക്കാ ളധികം ശല്യപ്പെടുത്തി. അദ്ദേഹത്തിന്റെ കൈയിൽ നിന്നും ഛായാചിത്രം വാങ്ങിയ സുഹൃത്തിനെ വളരെ നാളായി കണ്ടിരുന്നില്ല. അവനെ കണ്ടു പിടിക്കാൻ അദ്ദേഹം തീരുമാനിച്ചു. ഒരുദിവസം അപ്രതീക്ഷിതമായി അദ്ദേഹം അവന്റെ മുറിയിൽ കയറിച്ചെന്നു. കുശലാന്വേഷണങ്ങൾക്ക് ശേഷം അവൻ പറഞ്ഞു: "സഹോദരാ, യാതൊരു കാരണങ്ങളുമില്ലാ തെയാണ് നിങ്ങൾ ഛായാചിത്രം കത്തിക്കാൻ ആഗ്രഹിച്ചത്. യഥാർഥ ത്തിൽ അതിന് പിശാച്ബാധയുണ്ടായിരുന്നു. ഭയപ്പെടുത്തുന്ന എന്തോ അതിലുണ്ട്. മന്ത്രവാദികളിലൊന്നും എനിക്ക് വിശ്വാസമില്ല. പക്ഷേ ഞാൻ പറയുന്നതിൽ ക്ഷമിക്കണം അതിൽ അവിശുദ്ധമായ ആത്മാവ് കൂടി കൊള്ളുന്നുണ്ട്."

'എന്താണ് അങ്ങനെ പറയാൻ കാരണം?' എന്റെ അച്ഛൻ ചോദിച്ചു.

'പറയാം, എന്റെ മുറിയിൽ അത് തൂക്കിയത് മുതൽ വലിയ മാന്ദ്യം എനിക്കനുഭവപ്പെട്ടു. ആരെയെങ്കിലും കൊല്ലണമെന്ന് എനിക്ക് തോന്നി. ജീവിതത്തിൽ ഒരിക്കലും ഞാൻ ഉറക്കമില്ലായ്മ അനുഭവിച്ചിട്ടില്ല. ഉറക്കമില്ലായ്മ മാത്രമല്ല ഞാൻ അനുഭവിച്ചത്. സ്വപ്നങ്ങൾ എന്നെ വേട്ടയാടിക്കൊണ്ടിരുന്നു. അതെല്ലാം സ്വപ്നങ്ങൾ തന്നെയായിരുന്നോ എന്നു പറയാനും പറ്റില്ല. ഭൂതം ഒരാളെ കഴുത്തുഞെരിച്ച് കൊല്ലുന്നതുപോലെയായിരുന്നു അത്. ആ വൃദ്ധൻ എന്റെ ഉറക്കത്തിൽ പ്രത്യക്ഷപ്പെട്ടു. ചുരുക്കത്തിൽ എന്റെ മാനസികാവസ്ഥ വിവരിക്കാൻ കഴിയില്ല. അസുഖകരമായ എന്തൊക്കയോ പ്രതീക്ഷിച്ച് ഞാൻ ഭയപ്പെടാൻ തുടങ്ങി. സന്തോഷത്തോടെ അല്ലെങ്കിൽ കാപട്യമില്ലാതെ ഒരുവാക്ക് ആരോടും ഉരിയാടാൻ എനിക്ക് കഴിഞ്ഞില്ല. ഒരു ചാരൻ എന്റെ അരികിലുള്ളതുപോലെയായിരുന്നു അത്. അധികം താമസിക്കാതെ ആ ഛായാചിത്രം അത് ആവശ്യപ്പെട്ട എന്റെ അനന്തരവന് ഞാൻ കൊടുത്തു. എന്റെ ചുമലിൽ നിന്ന് ഒരു വലിയഭാരം ഇറക്കിവെച്ചതുപോലെ എനിക്ക് തോന്നി. അങ്ങിനെ നിങ്ങൾ ഇപ്പോൾ കാണുംപോലെ ഞാൻ സന്തോഷവാനായിത്തീർന്നു. അതേ, സഹോദരാ, നിങ്ങൾ വരച്ചത് പിശാചിനെത്തന്നെയായിരുന്നു!'

എന്റെ അച്ഛൻ ശ്രദ്ധയോടെ ഇതെല്ലാം കേട്ടു. അവസാനം ചോദിച്ചു;

"അപ്പോൾ നിങ്ങളുടെ മരുമകന്റെ കയ്യിലാണ് ഛായാചിത്രമുള്ളത്, അല്ലേ?"

'അതേ, അവന് അതുമായി പൊരുത്തപ്പെട്ടുപോകാൻ കഴിഞ്ഞില്ല. നിങ്ങൾക്കറിയുമോ, ആ പണം പലിശക്ക് കൊടുക്കുന്നവന്റെ ആത്മാവ് അതിൽ കുടിയേറിയിരിക്കുകയാണ്. അതിന്റെ ചട്ടക്കൂടുകളിൽ നിന്ന് അവൻ പുറത്തേക്കിറങ്ങി വരുന്നു. മുറിയിൽ ഉലാത്തുന്നു. എന്റെ അനന്തരവൻ അവനെപ്പറ്റി പറയുന്നത് എനിക്ക് മനസിലാവുന്നില്ല. ചെറിയ ഒരനുഭവം എനിക്കില്ലായിരുന്നുവെങ്കിൽ അവനെ ഞാൻ ഉന്മാദിയായി കണക്കാക്കുമായിരുന്നു. അവൻ ചിത്രങ്ങൾ ശേഖരിക്കുന്ന ഒരാൾക്ക് അതുവിറ്റു. അല്ലെങ്കിൽ അതുമായി യോജിച്ചുപോകാനാവാതെ മറ്റാർക്കെങ്കിലും വെറുതെ കൊടുക്കേണ്ടിവരുമായിരുന്നു.'

ഈ കഥ എന്റെ അച്ഛനെ വല്ലാതെ ബാധിച്ചു. അദ്ദേഹം വളരെയധികം ചിന്താധീനനായി, മാനസിക രോഗിയായിത്തീർന്നു. തന്റെ ചിത്രരചന അവസാനം പിശാചിന്റെ ആഗ്രഹങ്ങൾക്ക് ഉപകരണമായിയെന്ന് അദ്ദേഹത്തിന് ബോധ്യപ്പെട്ടു. പണം പലിശക്ക് കൊടുക്കുന്നവന്റെ ആത്മാവിന്റെ ഒരംശം ഛായാചിത്രത്തെ ബാധിച്ചിട്ടുണ്ട്. അതാണ് ഇപ്പോൾ ജനങ്ങളെ അലോസരപ്പെടുത്തിക്കൊണ്ടിരിക്കുന്നത്. അവരിൽ മാനസികമായ സംഭ്രമങ്ങൾ ജനിപ്പിക്കുന്നത്. ചിത്രകാരന്മാരെ അവരുടെ ശരിയായ രീതിയിൽ നിന്ന് വ്യതിചലിപ്പിച്ച് ചതിയിൽപ്പെടുത്തുന്നത്, അവരിൽ അസൂയ

ജനിപ്പിച്ച് അതിന്റെ ദാരുണമായ വേദന അവരെ അനുഭവിപ്പിക്കുന്നത്, അതിനുശേഷം മൂന്ന് ദുരന്തങ്ങൾ അദ്ദേഹത്തിന്റെ ജീവിതത്തിൽ ഉണ്ടായി. പെട്ടെന്നുള്ള ഭാര്യയുടെ മരണം, മകളുടെ മരണം, ചെറിയ കുഞ്ഞിന്റെ മരണം എന്നിവയായിരുന്നു അത്. ദൈവം കൊടുത്ത ശിക്ഷയായി അദ്ദേഹം അതിനെ കരുതി. അങ്ങനെ വർത്തമാന ജീവിതത്തിൽ നിന്ന് പിൻവാങ്ങാനുള്ള ഉറച്ച തീരുമാനം അദ്ദേഹം എടുത്തു.

എനിക്ക് ഒമ്പത് വയസായപ്പോൾ ഒരു ചിത്രകലാവിദ്യാലയത്തിൽ അദ്ദേഹം എന്നെ ചേർത്തു. എല്ലാ കടങ്ങളും കൊടുത്തു തീർത്തു ഒരു സന്യാസിമഠത്തിലെ ഏകാന്തമായ ജീവിതത്തിലേക്ക് അദ്ദേഹം പിൻവാങ്ങി. അവിടെവെച്ചാണ് അദ്ദേഹം പ്രതിജ്ഞകൾ എടുക്കുന്നത്. വളരെ കർശനമായ ആശ്രമനിയമങ്ങൾക്കനുസരിച്ച് ജീവിതത്തെ ചിട്ടപ്പെടുത്തുക്കൊണ്ട് അദ്ദേഹം എല്ലാവരുടെയും ശ്രദ്ധപിടിച്ചുപറ്റി. അവിടത്തെ മഠാധിപതി ചിത്രകലയിലുള്ള അദ്ദേഹത്തിന്റെ കഴിവുകളെപ്പറ്റി കേട്ട് പള്ളിയിലേക്കാവശ്യമായ ഒരു പ്രധാനചിത്രം വരക്കാൻ അദ്ദേഹത്തോട് ആവശ്യപ്പെട്ടു. പക്ഷേ, അദ്ദേഹത്തിന് ചിത്രം വരക്കാനുള്ള ബ്രഷ് തൊടാനുള്ള യോഗ്യതയില്ലെന്നും അദ്ദേഹത്തിന്റെ കൈ അശുദ്ധമായിരിക്കുകയാണെന്നും വിനീതനായി അദ്ദേഹം ഉണർത്തിച്ചു. അത്തരം മഹത്തായ ഒരു പ്രവർത്തനം ഏറ്റെടുക്കാൻ അദ്ദേഹം പ്രാപ്തനാകണമെങ്കിൽ ആദ്യം കഠിനാധ്വാനവും ത്യാഗവും കൊണ്ട് അദ്ദേഹത്തിന്റെ ആത്മാവിനെ ശുദ്ധമാക്കണമെന്ന് പറഞ്ഞു. അദ്ദേഹം സ്വയംതന്നെ ആശ്രമജീവിതത്തിന്റെ കർശന നിയമങ്ങൾ സാധ്യമായ തോതിൽ വർധിപ്പിച്ചു. അതൊന്നും മതിയാവാതെ വന്നപ്പോൾ അദ്ദേഹം മഠാധിപതിയുടെ സമ്മതത്തോടെ തനിച്ച് ശാന്തമായ ജീവിതം നയിക്കുന്നതിന് അവിടം വിട്ട് മരുഭൂമിയിലെത്തി. അവിടെ മരക്കൊമ്പുകൾ ഉപയോഗിച്ച് ഒരു കുടിലുണ്ടാക്കി വേവിക്കാത്ത കിഴങ്ങുകൾ തിന്നു അദ്ദേഹം ജീവിച്ചു. അദ്ദേഹം ഒരു സ്ഥലത്തുനിന്ന് ആകാശത്തേക്ക് കൈകളുയർത്തി. സൂര്യോദയം മുതൽ സൂര്യാസ്തമയം വരെ നിർത്താതെ പ്രാർഥനകൾ ചൊല്ലിക്കൊണ്ടിരുന്നു. ഇങ്ങനെ അനേകം വർഷം അദ്ദേഹം സ്വന്തം ശരീരത്തെ പീഡിപ്പിച്ചുകൊണ്ട് ജീവിച്ചു. അതേസമയം പ്രാർഥനകൾകൊണ്ട് ശരീരവും മനസും ശക്തിപ്പെടുകയും ചെയ്തു.

ഒരു ദിവസം അദ്ദേഹം സന്യാസിമഠത്തിൽ തിരിച്ചെത്തി. എന്നിട്ട് മഠാധിപതിയോട് ആത്മവിശ്വാസത്തോടെ പറഞ്ഞു. ഇപ്പോൾ ചിത്രം വരക്കാൻ ഞാൻ തയാറായിരിക്കുന്നു. ദൈവാനുഗ്രഹമുണ്ടെങ്കിൽ എനിക്കതിന് കഴിയും, ചിത്രം വരക്കാൻ അദ്ദേഹം സ്വീകരിച്ച വിഷയം ക്രിസ്തുവിന്റെ ജനനമായിരുന്നു. ഒരു വർഷം അദ്ദേഹം അതിന് വേണ്ടി ചെലവഴിച്ചു. മുറിവിട്ട് അദ്ദേഹം പുറത്തേക്കു വന്നില്ല. ജീവൻ നിലനിർത്താൻ കുറച്ചുമാത്രം ഭക്ഷണം കഴിച്ചു. നിരന്തരമായി പ്രാർഥിച്ച്കൊണ്ടിരിക്കുകയും ചെയ്തു. ഒരുവർഷം കഴിഞ്ഞപ്പോഴേക്കും ചിത്രം പൂർത്തിയായി.

അത് യഥാർഥത്തിൽ അത്ഭുതകരമായ ഒരു സൃഷ്ടിയായിരുന്നു. മാധിപതിക്കോ മറ്റ് അംഗങ്ങൾക്കോ ചിത്രകലയെക്കുറിച്ച് കൂടുത ലൊന്നും അറിയില്ലായിരുന്നു. പക്ഷേ, രൂപങ്ങളുടെ പ്രത്യേകതയുള്ള വിശുദ്ധി കണ്ട് എല്ലാവരും സ്തബ്ധരായി നിന്നു. ശിശുവിന്റെ മേലേക്ക് ചാഞ്ഞു നിൽക്കുമ്പോൾ വിശുദ്ധമാതാവിന്റെ മുഖത്ത് പ്രകടമാകുന്ന ആദരണീയമായ വിനയവും സൗമ്യതയും വിശുദ്ധശിശുവിന്റെ കണ്ണു കളിൽ തെളിയുന്ന ഗഹനമായ ബുദ്ധിശക്തിയും അവന്റെ കാലുകളിൽ നമസ്കരിക്കുമ്പോൾ ദിവ്യാത്ഭുതത്താൽ സ്തബ്ധരായ മൂന്ന് ജ്ഞാനി കളുടെ ശാന്തതയും വിവരാണീതമായ സമാധാനവും ആ ചിത്രത്തിലാ കമാനം പ്രസരിച്ചിരുന്നു. ഇതെല്ലാം ശക്തമായും സൗന്ദര്യാത്മകമായും ചിത്രത്തിൽ നിവേശിപ്പിക്കാൻ അദ്ദേഹത്തിന് കഴിഞ്ഞിരുന്നു. സഭയിൽ ആ ചിത്രം ഉണ്ടാക്കിയ അനുഭവം അവാച്യമായിരുന്നു. സഭാംഗങ്ങ ളെല്ലാം ചിത്രത്തിന് മുന്നിൽ മുട്ടുകുത്തി നിന്നു. മാധിപതി ഹൃദയ ത്തിൽ തട്ടുന്ന വിധത്തിൽ പറഞ്ഞു: "ഇല്ല, ഒരു ചിത്രകാരനും ഭൂമി യിൽ നിന്നും അവൻ നേടിയെടുത്ത കഴിവുകൾ കൊണ്ട് ഇത്തരമൊരു ചിത്രം വരക്കാനാവില്ല. പരിശുദ്ധവും ദിവ്യവുമായ ശക്തികളാണ് ഈ ചിത്രരചനയെ സ്വാധീനിച്ചത്. ദൈവീകമായ അനുഗ്രഹം ഇതിനുണ്ട്."

ആ സമയത്ത് ഞാൻ സർവകലാശാലയിലെ എന്റെ പഠനം പൂർ ത്തിയാക്കിക്കഴിഞ്ഞിരുന്നു. എനിക്ക് ഗോൾഡ് മെഡൽ കിട്ടി, ഇറ്റലിയി ലേക്കുള്ള ഒരു യാത്രക്ക് ഞാൻ തയാറാവുകയായിരുന്നു. ഇരുപതുകാ രനായ കലാകാരന്റെ ഏറ്റവും വലിയ സ്വപ്നമായിരുന്നു അത്. എനിക്ക് അച്ഛനോട് യാത്രപറയണമായിരുന്നു. നീണ്ട പന്ത്രണ്ട് വർഷങ്ങളായി ഞാൻ അദ്ദേഹത്തെ വേർപിരിഞ്ഞിട്ട്. അദ്ദേഹത്തിന്റെ രൂപംപോലും എന്റെ ഓർമയിൽ നിന്നു മാഞ്ഞുപോയിരുന്നു. അദ്ദേഹത്തിന്റെ കഠിന മായ സന്യാസ ജീവിതത്തെക്കുറിച്ച് ഞാൻ കേട്ടിരുന്നു. അതുകൊണ്ട് പുറമേ പരുക്കനായ ഒരു സന്യാസിയെയാണ് ഞാൻ പ്രതീക്ഷിച്ചിരുന്ന ത്. ആരാധനമുറിയും പ്രാർഥനകളും ഒഴിച്ചു നിർത്തിയാൽ ഈ ലോക ത്തിലെ സകലതിൽ നിന്നും വ്യത്യസ്തനായ ഒരാൾ. നിത്യമായ ഉപ വാസം കൊണ്ടും നോയ്മ്പുകൊണ്ടും ക്ഷീണിച്ച് അവശനായ ഒരാളാ യിരുന്നു എന്റെ പ്രതീക്ഷ. പക്ഷേ എന്റെ മുന്നിൽ കാണാൻ ഭംഗിയുള്ള ഒരു വൃദ്ധൻ വന്നുനിന്നപ്പോൾ ഞാൻ വളരെയധികം അത്ഭുതപ്പെട്ടു. അദ്ദേഹത്തിന്റെ മുഖത്ത് തളർച്ചയുടെ യാതൊരടയാളവും ഉണ്ടായിരു ന്നില്ല. ഈശ്വര ചൈതന്യം അദ്ദേഹത്തിന്റെ മുഖത്ത് തിളങ്ങുന്നുണ്ടാ യിരുന്നു. മഞ്ഞുപോലെ വെളുത്ത അദ്ദേഹത്തിന്റെ താടിരോമങ്ങളും, വെള്ളി നിറമാർന്ന കട്ടികുറഞ്ഞ സുതാര്യമായ അദ്ദേഹത്തിന്റെ തലമു ടിയും വളരെ ആകർഷകമായി അദ്ദേഹത്തിന്റെ മാറിലേക്കും ധരിച്ച കറുത്ത കുപ്പായത്തിലേക്കും ആശ്രമവസ്ത്രം ബന്ധിച്ച ചരടിലേക്കും വീണുകിടന്നു. പക്ഷേ, എന്നെ ഏറ്റവും അത്ഭുതപ്പെടുത്തിയത് ചിത്രക

ലയെക്കുറിച്ചുള്ള അദ്ദേഹത്തിന്റെ ചിന്തകളും വാക്കുകളുമാണ്. വളരെ ക്കാലം ഞാൻ അത് മനസിൽക്കൊണ്ടുനടന്നു. എന്റെ സുഹൃത്തുക്ക ളോട് ഞാൻ പറഞ്ഞു കൊടുത്തു. അവർ അത് ചെയ്യണമെന്ന് ആത്മാർ ഥമായി ഞാൻ ആഗ്രഹിക്കുകയും ചെയ്തു.

'മോനെ, ഞാൻ നിന്നെ പ്രതീക്ഷിച്ചിരിക്കുകയായിരുന്നു.' അനുഗ്ര ഹത്തിന് അടുത്ത് ചെന്നപ്പോൾ അദ്ദേഹം പറഞ്ഞു. ഇന്നുതൊട്ട് നിനക്ക് സഞ്ചരിക്കാനുള്ള വഴികൾ നിന്നെ കാത്തിരിക്കുകയാണ്. നിന്റെ വഴി കൾ പരിശുദ്ധമാണ്. അത് നീ ഒരുക്കലും ഉപേക്ഷിക്കരുത്. നീ പ്രതിഭാ ശാലിയാണ്. ദൈവത്തിന്റെ വിലമതിക്കാനാവാത്ത വരദാനമാണ് പ്രതി ഭ. അത് ഒരിക്കലും നശിപ്പിക്കരുത്. അന്വേഷിക്കുക, നിന്റെ ചിത്രരച നക്ക് എല്ലാം വിഷയമാക്കൂ. പക്ഷേ, അതിലെല്ലാം ഒളിഞ്ഞിരിക്കുന്ന ആത്മാംശത്തെ നീ കണ്ടെത്തണം രചനയുടെ മഹത്തായ രഹസ്യങ്ങൾ, പ്രാപ്തമാക്കാൻ നിനക്ക് കഴിയണം. അതിൽ വിജയിക്കുന്നവനാണ് അനുഗൃഹീതനായിത്തീരുന്നത്. പ്രകൃതിയിൽ അവന് നീചമായ ഒരു വസ്തുവുമില്ല. താണ പ്രമേയങ്ങൾ കലാകാരന് മഹത്തായിരിക്കും. നികൃഷ്ടമായതിൽ അവന് നിന്ദിക്കാൻ പാകത്തിൽ ഒന്നുമുണ്ടാവില്ല. കാരണം അത് എല്ലാം ശുദ്ധീകരിക്കുന്ന അവന്റെ മനസിന്റെ അഗ്നിയി ലൂടെ കടന്നുപോകുന്നു. കലാകാരനെ സംബന്ധിച്ചിടത്തോളം കലയിൽ ദൈവത്തിന്റെ ദിവ്യമായ സ്പർശത്തിന്റെ ഒരു സൂചനയുണ്ട്. അത് മാത്ര മാണ് എല്ലാറ്റിനെക്കാളും ഉന്നതമായത്. ഐഹികമായ വികാരങ്ങളെ വിജയകരമായി എത്രമാത്രം നിയന്ത്രിക്കുന്നുവോ അത്രയും തന്നെ ഉന്ന തമായിരിക്കും ഭൂമിയിലെ വസ്തുക്കളെ അപേക്ഷിച്ച് കലാസൃഷ്ടിയും. എല്ലാം അതിനുവേണ്ടി ത്യജിക്കുക. വൈകാരികതയോടെ അതിനെ സ്നേഹിക്കുക. ഐഹികമായ ഇഛകൾ തുടിക്കുന്ന വികാരത്തോടെയ ല്ല. സ്വഛന്ദമായ ദിവ്യമായ വികാരങ്ങളോടെയായിരിക്കണം അത്. ഒരി ക്കലും അത് നമ്മുടെ ആത്മാവിൽ ഭിന്നിപ്പ് ഉണ്ടാക്കരുത്. ഒരു മന്ത്രോ ച്ചാരണം പോലെ പ്രതിധ്വനിച്ച് അത് ശാശ്വതമായി ദൈവസന്നിധിയി ലേക്ക് ഉയർന്നുകൊണ്ടിരിക്കണം. പക്ഷേ, അവിടെ ചില ഇരുണ്ട നിമി ഷങ്ങളുണ്ടാകും, അദ്ദേഹം സംസാരം നിർത്തി. അദ്ദേഹത്തിന്റെ പ്രകാ ശമാനമായ മുഖം ഇരുണ്ടത് ഞാൻ കണ്ടു. അൽപ്പനേരം അതിലൂടെ ഏതോ കാർമേഘങ്ങൾ കടന്നുപോയതുപോലെ തോന്നി. 'എന്റെ ജീവി തത്തിൽ ഒരു സംഭവമുണ്ടായി', അദ്ദേഹം പറഞ്ഞു. 'ഈ നിമിഷംവ രെയും വളരെ തന്മയത്വത്തോടെ ഞാൻ വരച്ച ആ ഭയാനകജീവി ഏതാ ണെന്ന് എനിക്ക് മനസിലായിട്ടില്ല. തീർച്ചയായും അതൊരു പ്രേതബാ ധയായിരുന്നു. പിശാചിന്റെ അസ്ഥിത്വത്തെ ലോകം അംഗീകരിക്കുന്നി ല്ലെന്ന് എനിക്കറിയാം. അതുകൊണ്ട് ഞാൻ അവനെപ്പറ്റി സംസാരിക്കു ന്നില്ല. ഞാൻ വളരെ വെറുപ്പോടെയാണ് അവനെ വരച്ചതെന്ന് മാത്രമേ പറയുന്നുള്ളൂ. ആ സമയം മുതൽ ആ ചിത്രത്തോട് യാതൊരു താൽപ്പ

ര്യവും എനിക്ക് തോന്നിയിട്ടില്ല. വളരെ ശ്രമകരമായ രീതിയിൽ വികാര
ങ്ങളെ നിയന്ത്രിച്ച് ആത്മസംയമനം പാലിക്കാൻ ഞാൻ ശ്രമിച്ചിട്ടുണ്ട്.
ഇപ്പോഴും ആ ഛായാചിത്രം ആളുകൾ കൈമാറി അസന്തുഷ്ടി വിത
ച്ചുകൊണ്ടിരിക്കുകയാണെന്നും കലാകാരന്മാരിൽ സഹജീവികളോടുള്ള
അസൂയയും വിദ്വേഷവും ജനിപ്പിച്ച് അവരെ പീഡിപ്പിക്കാനും അടിച്ച
മർത്താനും പ്രേരിപ്പിക്കുകയാണെന്നും ഞാൻ അറിഞ്ഞു. ആ തരത്തി
ലുള്ള വികാരങ്ങളിൽ നിന്നും ദൈവം നിന്നെ രക്ഷിക്കട്ടെ! പിന്നെ ഒന്നും
ഭയപ്പെടാനില്ല.

അദ്ദേഹം എന്നെ അനുഗ്രഹിച്ച് ആലിംഗനം ചെയ്തു. ഞാൻ ജീവി
തത്തിൽ ഒരിക്കലും അത്രയും ചഞ്ചലചിത്തനായിട്ടില്ല. ഭക്തിയോടെയും
ആദരവോടെയും ഒരു മകന്റെ വികാരവായ്പ്പോടെയും ഞാൻ അദ്ദേഹ
ത്തിന്റെ മാറിലേക്ക് ചാഞ്ഞു. അദ്ദേഹത്തിന്റെ ചിതറിക്കിടക്കുന്ന വെള്ളി
മുടിച്ചുരുളുകളിൽ ചുണ്ടുകളമർത്തി.

അദ്ദേഹത്തിന്റെ കണ്ണുകളിൽ കണ്ണീർക്കണങ്ങൾ തിളങ്ങി. 'മകനേ
എന്റെ അപേക്ഷ നീ നിർവഹിക്കണം' പിരിയുമ്പോൾ അദ്ദേഹം പറ
ഞ്ഞു. 'ഞാൻ പറഞ്ഞ ഛായാചിത്രം നീ എവിടെയെങ്കിലും കണ്ടെന്നു
വരാം. അതിന്റെ വിചിത്രമായ കണ്ണുകളും പ്രത്യേകഭാവവും കണ്ടാൽ
പെട്ടെന്ന് തിരിച്ചറിയാൻ കഴിയും. എന്തുവിലകൊടുത്തും അത് നശി
പ്പിച്ച് കളയണം.'

ഈ അപേക്ഷ ഞാൻ നിരസിക്കുമോ അല്ലെങ്കിൽ അത് നിറവേ
റാൻ ശപഥം ചെയ്യുമോ എന്ന് നിങ്ങൾത്തന്നെ തീരുമാനിക്കുക. പതി
നഞ്ച് വർഷത്തെ കാലയളവിനുള്ളിൽ എന്റെ അച്ഛൻ വിവരിച്ചതുപോ
ലെയുള്ള ഒന്ന് ഇതുവരെ ഞാൻ കാണാനിടയായിട്ടില്ല. പക്ഷേ പെട്ടെന്ന്
ഈ ലേലം നടക്കുന്ന സ്ഥലത്ത്................................

കലാകാരൻ വാചകം മുഴുമിപ്പിച്ചില്ല. ആ ഛായാചിത്രം ഒരി
ക്കൽക്കൂടി കാണുന്നതിന് ചുമരിന് നേരെ അവൻ കണ്ണുകൾ പായിച്ചു.
അതേസമയം സദസിലുണ്ടായിരുന്ന എല്ലാവരും ഛായാചിത്രം വെച്ചി
രുന്ന സ്ഥലത്തേക്ക് നോക്കി. പക്ഷേ, അത്ഭുതമെന്ന് പറയട്ടെ അത് ചുമ
രിൽ നിന്നും അപ്രത്യക്ഷമായിരുന്നു. അവ്യക്തമായ ശബ്ദങ്ങളും അട
ക്കിപ്പറച്ചിലുകളും ആൾക്കൂട്ടത്തിനിടയിലൂടെ കടന്നുപോയി. പിന്നെ
ആരോ പറയുന്നത് കേട്ടു. 'കട്ടുപോയി.' ആളുകളുടെ ശ്രദ്ധ കഥയിലാ
യിരുന്ന സന്ദർഭത്തിൽ ആരോ ഛായാചിത്രം എടുത്തുകൊണ്ടുപോയി
രുന്നു. സത്യത്തിൽ ശ്രദ്ധേയമായ ആ കണ്ണുകൾ കണ്ടിരുന്നോ എന്ന്
തീർച്ചയാക്കാൻ കഴിയാതെ അവിടെ കൂടിയിരുന്നവർ വളരെനേരം ആശ്ച
ര്യത്തോടെ നിന്നു. അല്ലെങ്കിൽ വളരെനേരം പഴയചിത്രങ്ങൾ നോക്കി
കണ്ണുകൾ ആയാസപ്പെട്ടതുകൊണ്ട് കാഴ്ചയിൽ കുറച്ചുനേരം സ്വപ്നം
പോലെ അത് ഒഴുകിയെത്തിയതാവാമെന്നും അവൻ കരുതി.

www.ingramcontent.com/pod-product-compliance
Lightning Source LLC
LaVergne TN
LVHW091513170726
843492LV00001B/475